ഗ്രീൻ ബുക്സ്

നിഴലുകളില്ലാത്തവൾ

അംബിക ജെകെ

ഷൊർണ്ണൂർ വള്ളുവനാട്ടിൽ ജനനം.
ഇരുപതിൽപരം വർഷങ്ങളായി ദില്ലിയിൽ.
വിവാദ ഡോക്യുമെന്ററി ഫിലിം
"ഇൻ ദി നെയിം ഓഫ് ലവ്'ന്റെ റിസർച്ച്
ആൻഡ് സ്ക്രിപ്റ്റ് ചെയ്തിട്ടുണ്ട്.
ആനുകാലികങ്ങളിൽ എഴുതുന്നു.
ഇപ്പോൾ ദില്ലിയിൽ ഒരു അമേരിക്കൻ
കമ്പനിയിൽ ജോലി ചെയ്യുന്നു.

നോവൽ

നിഴലുകളില്ലാത്തവൾ

അംബിക ജെകെ

ഗ്രീൻ ബുക്സ്

green books private limited
gb building, civil lane road, ayyanthole,
thrissur- 680 003, kerala, ph: +91 487-2381066, 2381039
website: www.greenbooksindia.com
e-mail: info@greenbooksindia.com

malayalam
nizhalukalillathaval
(novel)
by
ambika j k

first published july 2019

cover design : black tea

branches:
thrissur 0487-2422515
palakkad 0491-2546162
thiruvananthapuram 0471-2335301
calicut 0495 4854662
kannur 0497-2763038

isbn :-978-93-88830-66-9

GBPL/1095/2019

കാലദേശങ്ങൾക്കതീതമായ കല്പനയുടെ ഏകാന്ത പ്രയാണങ്ങളാണ് 'നിഴലുകളില്ലാത്തവൾ'. അടർത്തിയെടുക്കാനാവാത്ത പോലെ ഇണചേർന്ന് കിടക്കുന്ന ഭൂതവും വർത്തമാനവും ചിലപ്പോഴൊക്കെ മതിഭ്രമത്തോളമെത്തുന്ന അളവിൽ അവളിൽ ഇഴുകിച്ചേർന്നിരിക്കുന്നു. ഈ ലോകത്തോട് കല്പനയെ ചേർത്തുനിർത്തിയ പൊക്കിൾക്കൊടി അമ്മയായിരുന്നു, ആ നഷ്ടത്തിന്റെ ചൂടും ചൂരും കൂടുതൽ കൂടുതൽ അനുഭവവേദ്യമാകുന്നത് പോകപ്പോകെയാണ്. ഓടിയൊളിക്കാൻ ശ്രമിക്കുംതോറും അത് പിന്തുടർന്നുകൊണ്ടേയിരുന്നു.

ആസക്തികളുടെ ഈ ലോകത്തു വഴിമാറി നടന്ന കല്പനയെ മുൻപോട്ടു നടത്തിയ, കാലം കെടാതെ കാത്ത ഒരു കൈത്തിരിയുണ്ട്. അതിന്റെ വെളിച്ചത്തിൽ ബോധപൂർവമായ ഒറ്റപ്പെടലുകളിലൂടെ സ്വത്വാന്വേഷണ ത്തിന്റെ വഴികളിലൂടെ അനസ്യൂതം അവൾ യാത്ര തുടർന്നു. മുൻപോട്ടു നടക്കുമ്പോഴും പിൻവിളിയുമായി കാലം പുറകെത്തന്നെയുണ്ടായിരുന്നു. കേന്ദ്രകഥാപാത്രമായ കല്പനയോളം തന്നെ പ്രാധാന്യമർഹിക്കുന്നവയാണ് കാലവും ദേശവും 'നിഴലുകളില്ലാത്തവളി'ൽ. ഭൂതവും വർത്തമാനവും പലപ്പോഴും കല്പനയെ പ്പോലും ഭീതിയിലാഴ്ത്തിക്കൊണ്ട് നിറഞ്ഞാടി, സ്ഥലകാലഭേദമെന്യേ സംവദിച്ചു, കലഹിച്ചു. കഥാകാരിയായ എന്നെക്കാളുപരി, കഥാപാത്രമായ കല്പനയുടെ ഓർമകളിലൂടെയും അനുഭവങ്ങളിലൂടെ യുമുള്ള സഞ്ചാരമാണ് 'നിഴലുകളില്ലാത്തവൾ'. കല്പന എന്റെ വഴിയേ വരികയായിരുന്നില്ല, ഞാൻ കല്പനയുടെ വഴിയേ പോകുകയായിരുന്നു.

ഈ ആമുഖം ഒരു മുന്നറിയിപ്പാണ്, കഥപറച്ചിലിന്റെ വഴികളിൽ പകർന്നാടുന്ന കാലവ്യതിയാനങ്ങളിലേക്കും

ദേശാന്തരങ്ങളിലേക്കും അപായസൂചനകളില്ലാതെ എടുത്തെറിയപ്പെട്ടേക്കാമെന്ന മുന്നറിയിപ്പ്. വളഞ്ഞുതിരിഞ്ഞുപോകുന്ന ഇരുണ്ട കാട്ടുവഴികളിൽ കല്പനയുടെ മുറിവേറ്റ ഭൂതകാലവും ഇന്നലെകൾ സമ്മാനിച്ച നീറ്റലുകളിൽ ചാഞ്ഞുവീശുന്ന ഹ്രസ്വപ്രണയത്തിന്റെ കാറ്റും കാലം മെല്ലെ നക്കിയുണക്കിയ മുറിപ്പാടുകളിൽ ആഴത്തിൽ വീണ്ടും കുത്തിയിറക്കാൻ കത്തിയുമായി പ്രത്യക്ഷപ്പെടുന്ന ദേബബ്രതയുമൊക്കെ പതുങ്ങി യിരിപ്പുണ്ട്. ഒരുനിമിഷം പകച്ചുപോയെങ്കിലും സമനില വീണ്ടെടുത്ത് എല്ലാം പിന്നിലാക്കി കാലത്തിനും മുൻപേ രക്ഷപ്പെട്ടോടാൻ വെമ്പുന്ന കല്പനയുണ്ട്, അവളുടെ ഹൃദയസംത്രാസങ്ങളുണ്ട്, ശത്രുവും മിത്രവും ഉള്ളിൽത്തന്നെയാണുള്ളതെന്ന ഏറ്റവും വലിയ തിരിച്ചറിവുണ്ട്, എല്ലാം വ്യർത്ഥമാണെന്നു ബോധ്യപ്പെടുമ്പോൾ ഒടുവിലഭയമന്വേഷിച്ചണയുന്ന ശാന്തിയുടെ മഹാമേരുക്കളുണ്ട്.

ഗ്രീൻ ബുക്സിന് നന്ദി

അംബിക ജെ കെ

ഒന്ന്

1999 ജൂലൈ 3: പെരിന്തൽമണ്ണ ആശാദീപം
സൂപ്പർ സ്പെഷ്യാലിറ്റി ഹോസ്പിറ്റൽ

ഓർമ്മയുടെ വെൺമേഘങ്ങൾക്കിടയിൽ, ബോധത്തിന്റെ ചരട് പൊട്ടിപ്പോയ പട്ടംപോലെ ഊയലാടി, ദിശ തെറ്റി സഞ്ചരിച്ചുകൊണ്ടിരിക്കുന്ന അമ്മ. ഏറെ പഴയ ഓർമ്മകളിൽനിന്നും തീവ്രമായി തള്ളിക്കയറി വരുന്ന ചിലതിന്റെ പകർന്നാട്ടത്തിൽ എന്തൊക്കെയോ പിറുപിറുക്കുന്നുണ്ട്. കണ്ണടച്ച് കിടക്കുമ്പോഴും അത്ര സുഖകരമല്ലാത്ത കാഴ്ചകളുടെ അസ്വസ്ഥത മുഖത്ത് മിന്നിമായുന്നു. അടുത്തു പോയി മെല്ലെ വിളിച്ചപ്പോൾ അവ്യക്തമായ ഭാഷയിൽ പറഞ്ഞു, "പെൻസിൽ നേരെ പിടിക്ക്... എഴുത്, അ... ആ..."

മനസ്സിന് മുകളിൽ ആരോ പൊടുന്നനെ കറുത്ത കമ്പിളിയിട്ടു മൂടി. ഇരുട്ട്. കണ്ണിലും മനസ്സിലും ഇഴഞ്ഞുപടരുന്ന ഇരുട്ട്. വന്നും പോയുമിരിക്കുന്ന ഡോക്ടർമാരുടെയും നഴ്സുമാരുടെയും മുഖത്തുനിന്ന് പ്രതീക്ഷകളൊന്നും വായിച്ചെടുക്കാൻ ബാക്കിയില്ല. സ്വന്തം കടമകൾ ചെയ്തുതീർക്കുന്ന നിസ്സംഗത മാത്രം. മൊഴികൾക്കൊക്കെ വല്ലാത്ത പിശുക്ക്. വഴിതെറ്റിയലയുന്ന ചിന്തകൾ, കൂടെ അകാരണമായ ഭയം. മഴയിൽ നനഞ്ഞു കിടക്കുന്ന സിമന്റ് ഗോവണിയിലെ പടികളിൽ ആരും കാണാതെ പോയിരുന്നു. കരച്ചിൽ വരുന്നില്ല, ഹൃദയത്തിന്റെ ഭാരം മാത്രം കൂടിക്കൂടിവരുന്നു. ശ്വാസംമുട്ടുന്നപോലെ. ഭാരം കൂടിക്കൂടി, ഒരുവേള, ആ ഹൃദയത്തിന്നടിയിൽക്കിടന്നു ശ്വാസം കിട്ടാതെ മരിച്ചുപോകുമെന്നു വരെ തോന്നി. ഇട്ടിരുന്ന നരച്ച കുർത്തയിലെ ചെറിയ ഓട്ട പകയോടെ കീറി വലുതാക്കി. താഴെ മഴവെള്ളത്തിൽ, തൊട്ടപ്പുറത്തെ പടർന്നു പന്തലിച്ചുനിൽക്കുന്ന മരത്തിൽനിന്നും വീണു കിടന്ന പൂവെടുത്ത് ഇതളുകൾ പറിച്ചു കശക്കി ദൂരെ കളഞ്ഞു.

പിന്നിൽ കാൽപ്പെരുമാറ്റം. തിരിഞ്ഞുനോക്കിയപ്പോൾ വല്യമ്മാമ. നിർവികാരമായ മുഖം.

"അമ്മ വിളിച്ചിട്ടു മിണ്ടുന്നില്ല, നീ വന്നൊന്ന് വിളിച്ചുനോക്ക് കുട്ടീ."

പുറകെ നടന്നു. അമ്മയെ തൊട്ടുവിളിച്ചു. മിണ്ടിയില്ല!

2016 ഓഗസ്റ്റ് 15: വാരാണസി

മാതൃവംശേമൃതായെശ്ചപിതൃവംശെതഥൈവച
ഗുരുശ്വശുരബന്ധൂനാംയെചാന്യേബാന്ധവാമൃതഃ

ഇരുകരകളെയും കൈകളിലൊതുക്കി കലങ്ങിയൊഴുകുന്ന ഗംഗ. അനാദികാലം മുതൽ അനവധിയാത്മാക്കളുടെയും അവർക്കുവേണ്ടി ഒഴുകിയ കണ്ണീരിനെയും നിസ്സംഗയായി ഗർഭത്തിൽ പേറുന്നവൾ. പെയ്തു തോരാത്ത ചാറ്റൽമഴ. അവ്യക്തമായി മറുകര കാണാം. അവിടവിടെയായി ഓരോ തോണികൾ, തിരകളിൽ ഉലഞ്ഞൊഴുകിപ്പോകുന്ന പൂമാലകളും ഇലകളും. കലക്കവെള്ളത്തിൽ മുങ്ങി ദശാശ്വമേധഘാട്ടിലെ പടവുകളിലൊന്നിൽ ഈറനോടെ ഇരുന്നു. പവിത്രക്കെട്ടു കെട്ടിയ ദർഭമോതിരം വലത്തേ മോതിരവിരലിൽ ഇടുമ്പോൾ കണ്ണ് നിറഞ്ഞു. ഉണങ്ങിയ ഇല തുന്നിയുണ്ടാക്കിയ വലിയൊരു വട്ടയിലയിൽ എള്ള്, പൂവ്, കളഭപ്പൊടി, കുങ്കുമം. തെലുങ്കൻ പണ്ഡിറ്റ് ചൊല്ലിത്തന്ന മന്ത്രങ്ങൾ ഏറ്റുചൊല്ലി, ഉരുട്ടി വെച്ച മാവുരുളകൾ ഓരോന്നായി സമർപ്പിച്ചു. മാതാവിന്, പിതാമഹന്മാർക്ക്, പ്രപിതാമഹന്മാർക്ക്, ഗുരുക്കന്മാർക്ക്. അറിഞ്ഞിട്ടും അറിയാതെ കടന്നുപോയ അമ്മയുടെ ആണ്ടുബലികൾക്ക്, മുങ്ങിനിവരാത്ത, ഉരുളയുരുട്ടാത്ത കർക്കടകവാവുകൾക്ക്... എല്ലാറ്റിനും കണ്ണീരു ചേർത്ത് ബലിയിട്ട് ഇന്ന് കടങ്ങൾ വീട്ടുകയാണ്. അല്ല, പതിനേഴുവർഷത്തെ കടങ്ങൾ വീടാതിരിക്കട്ടെ! വീട്ടിയ കടങ്ങൾ ഒരു തരത്തിൽ മുക്തിയാണ്. ഈ കടത്തിൽ നിന്നെങ്കിലും എനിക്ക് മുക്തി വേണ്ട.

കുരുങ്ങിക്കിടക്കുന്ന ചങ്ങലയാണ്, ബന്ധങ്ങളുടെ ചങ്ങല. ഭവാനിയമ്മയുടെ ആത്മാവിനുവേണ്ടി എന്റെ അമ്മ ഉരുളകൾ ഉരുട്ടി കൈകൊട്ടി വിളിച്ചിട്ടുണ്ടാവും. ഭവാനിയമ്മയും രേവതിയമ്മയും ഞാനും പിന്നെ കാക്കത്തൊള്ളായിരം തലമുറകളുമടങ്ങുന്ന ജനിമൃതികളുടെ ചങ്ങലയിലെ എന്റെ കണ്ണി ഇവിടംകൊണ്ട് തീരണം. എനിക്കു വേണ്ടി ഉരുളയുരുട്ടാൻ ജന്മങ്ങളില്ല. ഒരു തുള്ളി കണ്ണീരു വീഴ്ത്താൻ, പവിത്രമോതിരമണിയാൻ ഞാൻ ആരെയും ബാക്കിയാക്കിയിട്ടില്ല. ഇവിടെ തീരട്ടെ കല്പനയുടെ കഥ.

രണ്ട്

മേഘ്ന റാത്തോഡിനെ ഒറ്റച്ചവിട്ടിന് കാറിന്റെ ഡോർ അടക്കം പുറത്തേക്ക് തെറിപ്പിക്കാൻ തോന്നി. ഒന്നരമണിക്കൂറായി ക്ലച്ചും ബ്രേക്കും ആക്സിലറ്റേറും മാറി മാറി ചവിട്ടി ബംബർ ടു ബംബർ ഈ നശിച്ച ട്രാഫിക്ജാമിൽ വണ്ടിയോടിക്കുകയാണ്. അഞ്ചു കിലോമീറ്റർ പോലും കാർ നീങ്ങിയിട്ടില്ല. ആ ഒന്നരമണിക്കൂറും നിർത്താതെയുള്ള അവളുടെ ഭ്രാന്ത് സഹിച്ചതും പോരാ, ഇപ്പോൾ കാറിലിരുന്ന് ഒരു സിഗരറ്റും

കൊളുത്തി വലിക്കുന്നു. പല തവണ പറഞ്ഞിട്ടുണ്ട് എനിക്ക് ആ മണം ഇഷ്ടമല്ലെന്നും കാറിലിരുന്ന് തീരെ വലിക്കരുതെന്നും. തെറി പറഞ്ഞിട്ടും കാര്യമില്ല, അനന്തതയിലേക്ക് നോക്കി നിർവികാരയായി ഇരുന്നു കേൾക്കും. ഒരക്ഷരംപോലും തിരിച്ചും പറയില്ല. കാത്തിരുന്ന് അവസരം കിട്ടിയപ്പോൾ വണ്ടി മെല്ലെ ഇടത്തോട്ടൊതുക്കി പാർക്കിംഗ് ലൈറ്റ് ഇട്ടു നിർത്തി. ഡോർ തുറന്നു പുറത്തിറങ്ങി, അവളുടെ ഡോർ തുറന്ന് കൈയിലെ സിഗരറ്റ് തട്ടിത്തെറിപ്പിച്ചിട്ടു പറഞ്ഞു:

"ഇറങ്ങ്."

അവൾ ചോദ്യഭാവത്തോടെ മുഖമുയർത്തി നോക്കി. താക്കോൽ നീട്ടി പറഞ്ഞു:

"ഓടിക്ക്."

ഒന്നും മിണ്ടാതെ താക്കോൽ വാങ്ങി ഡ്രൈവിംഗ് സീറ്റിൽ കേറി ഇരുന്നു. വണ്ടി നീങ്ങി. നീണ്ട മൗനം. ഏതോ എഫ്.എം. ജോക്കിപെണ്ണ് ആവശ്യത്തിലധികം ചേഷ്ടകളാൽ കൊഞ്ചിക്കുഴയുന്നു. അസഹ്യമായപ്പോൾ അതും നിർത്തി. രാവിലെ പെയ്ത മഴയുടെ ബാക്കിയാണ് തീരാത്ത ഈ ഗതാഗതകുരുക്ക്. ഓഫീസിൽ എത്താൻ ഇനിയും സമയം പിടിക്കും. ഒരു ഫാക്റ്ററി ഓഡിറ്റിങ്ങിനു പോയി വരുന്ന വഴിയാണ്. അവിടെയും ആവശ്യമില്ലാത്ത വാദപ്രതിവാദങ്ങൾ നടത്തിയിട്ടാണ് പോന്നത്. വേണ്ടായിരുന്നു എന്ന് ഇപ്പോൾ തോന്നുന്നു. മേഘ്നയോടും വെറുതെ ചൂടായി. ഓഫീസിൽ ആയിരുന്നെങ്കിൽ അവൾ ഇത്രയും നേരംകൊണ്ട് നാലെണ്ണം വലിച്ചു തീർത്തേനേ. എന്നെ ഓർത്തു മാത്രമാണ് അവൾ ക്ഷമിച്ചത്. ദേഷ്യമൊന്നടങ്ങിയപ്പോൾ അവളുടെ ബാഗ് തുറന്ന് ഒരെണ്ണം എടുത്തു കൊളുത്തി നീട്ടി. രണ്ട് ഗ്ലാസും പകുതി താഴ്ത്തി ഒന്നും മിണ്ടാതെ അവൾ വാങ്ങി വലിച്ചുകൊണ്ടു ചോദിച്ചു:

"എന്താ പുതിയ പ്രശ്നം?"

കുറച്ചു നേരം ആലോചിച്ചു, പറയണോ വേണ്ടയോ?

"പറയാൻ ബുദ്ധിമുട്ടില്ലെങ്കിൽ പറ." അവൾ വീണ്ടും.

"അച്ഛൻ വിളിച്ചിരുന്നു. രാത്രി."

വീണ്ടും മൗനം. പറയാനുള്ളതാണെങ്കിൽ ഞാൻ പറയുമെന്ന് കരുതിയാവും മേഘ്ന പിന്നെ ഒന്നും ചോദിക്കുന്നില്ല.

"തീരെ സുഖമില്ല. ഒന്ന് കാണണം എന്നു പറയുന്നു. കൂട്ടത്തിൽ അമ്മയുടെ സ്വത്തിലെ അച്ഛന്റെ അവകാശം ഒഴിവാക്കി തരാം, പകരം അച്ഛന്റെ സ്വത്തിലെ അവകാശത്തിൽനിന്നും ഞാനും ഏട്ടനും ഒഴിവാകണം. ഏട്ടനോട് ഞാൻ ഇത് അവതരിപ്പിക്കണം. അവൻ വരുന്ന സമയം നോക്കി ഞാനും ചെല്ലണം. ഇത്രയുമാണ് ആവശ്യങ്ങൾ."

"നീ എന്ത് പറഞ്ഞു?"

“ഒന്നും പറഞ്ഞില്ല, മൂളിക്കേട്ടു. ആവാമെന്ന് പറഞ്ഞു, ഫോൺ വെച്ചു.’

“നല്ല ഡീൽ ആണ്. വാങ്ങലും കൊടുക്കലുമുണ്ടല്ലോ. ചെയ്തു കൊടുക്ക്.”

ട്രാഫിക് ഒരുവിധം മെച്ചപ്പെട്ടു. പതിനഞ്ചു മിനിറ്റിൽ ഓഫീസിൽ എത്തി. ലാപ്ടോപ്പ് തുറന്ന് മെയിൽ നോക്കി. കുറെയുണ്ട്. ഒന്നിനും മനസ്സ് വരുന്നില്ല. ലഞ്ച് പോലും കഴിച്ചില്ല, മേഘ്നയോടൊപ്പം ഒരു സ്റ്റാർ ബക്സ് കോഫി വാങ്ങിയത് കാറിലിരുന്നാണ് കുടിച്ചത്. ഓഡിറ്റ് റിപ്പോർട്ട് ഉണ്ടാക്കി അയയ്ക്കണം. സമയം മൂന്നു കഴിഞ്ഞു, ഹോങ്കോങ്ങിൽ അഞ്ചരയും. ഡേവിഡ് പോയിക്കാണും. ഇനി രാത്രിയായാലും മതി. കണ്ണടച്ച് ചെയറിൽ ചാരിക്കിടന്നു.

പതിനാറു വർഷമായി വീട് വിട്ടിട്ട്. ഇതിനിടയ്ക്ക് മൂന്നോ നാലോ തവണ പോയിക്കാണും. ഏട്ടനെ കണ്ടിട്ട് തന്നെ വർഷം നാലായി. അവസാനം പോയത് അവന്റെ കല്യാണത്തിനാണ്. അമ്മയുടെ തറവാട് വീട് ഭാഗം വെച്ചത് അതിനും മുൻപാണ്. പോയില്ല അതിനൊന്നും. മൂന്നേക്കർ സ്ഥലം ആറാക്കി ഭാഗിച്ചു, അതിലൊരു കഷ്ണം അന്ന് എല്ലാരും ചേർന്ന് ഭാഗപത്രത്തിൽ എഴുതി വെച്ചത് അച്ഛന്റെയും ഏട്ടന്റെയും എന്റെയും പേരിലായിരുന്നു. അമ്മ മരിച്ചു കഴിഞ്ഞാൽ അമ്മയുടെ സ്വത്തിൽ അച്ഛന് അവകാശം ഉണ്ടുപോലും. ഒപ്പിട്ടു കൊടുക്കാൻ വരണമെന്ന് ഏട്ടന്റെ കർശനനിർദ്ദേശമുണ്ടായിരുന്നു. നോക്കാമെന്നു മാത്രം പറഞ്ഞൊഴിഞ്ഞു. പിന്നീട് ചോദ്യങ്ങൾ ഒന്നുമുണ്ടായില്ല. ഭാഗ വിവരം അറിഞ്ഞതുപോലും ഒരാഴ്ച കഴിഞ്ഞാണ്. ഭാഗം വെയ്ക്കാനുള്ള തീരുമാനമുണ്ടെന്നും അമ്മാവന്മാർ ഒരാഴ്ചയ്ക്കുള്ളിൽ വരുന്നുണ്ടെന്നും ചെറിയമ്മ വിളിച്ചറിയിച്ചപ്പഴേ സ്വാമിജിയുടെ ആശ്രമത്തിൽ വിളിച്ചന്വേഷിച്ച് അടുത്ത ഹരിദ്വാർ, ഋഷികേശ് യാത്രയ്ക്ക് സീറ്റ്ബുക്ക് ചെയ്തു. ഓഫീസിൽ ഒരാഴ്ചത്തേക്കുള്ള ലീവും പറഞ്ഞു. അസ്വസ്ഥതകൾ നിറഞ്ഞ ചോദ്യോത്തരവേളകൾ മുൻകൂട്ടി കാണുമ്പോഴൊക്കെ ഈ രക്ഷപ്പെടലുകൾ പതിവാണ്. സംസാരങ്ങൾ, നില തെറ്റി തൊടുത്തുവിടുന്ന വാക്കുകളുടെ മുനകൾ, ഓർമകളുടെ വേലിയേറ്റങ്ങൾ, പുറകോട്ടു വലിക്കുന്ന ചരടുകൾ എല്ലാം ഒഴിവാക്കുന്നത് പലപ്പോഴും ഇങ്ങനെയൊക്കെയാണ്. ഭീരുത്വമായിരിക്കാം, പക്ഷേ, ഇപ്പോൾ സുഖം കണ്ടെത്തുന്നത് ഈ ഭീരുത്വത്തിലാണ്, അതിന്റെ പുറംതോടിനുള്ളിൽ ഒരിക്കലും ഉണരാനാഗ്രഹിക്കാത്ത സുഷുപ്തിയിൽ, തെളിമയാർന്ന ആകാശവും വർണ ചിറകുകളും വേണ്ടെന്നു വെച്ചുകൊണ്ട്, ഋതുഭേദങ്ങൾ പോലുമറിയാതെ നീണ്ട ഉറക്കം. വർണച്ചിറകുകൾ വീശി പറക്കുന്ന പൂമ്പാറ്റയാകാനുള്ള ആഗ്രഹം പണ്ടേ വേണ്ടെന്നു വെച്ചതാണ്. തിളങ്ങുന്ന കണ്ണുകളോടെ മാടി വിളിക്കുന്ന നീലാകാശത്തെ നോക്കി നിന്നിരുന്ന ഒരു കാലം ഉണ്ടായിരുന്നു, എന്നാൽ ഇപ്പോൾ മോഹം, മുട്ടുകൾ മടക്കി തലകുനിച്ച് അമ്മയുടെ ചൂടുള്ള ഗർഭപാത്രത്തിലേക്കു തിരിച്ചുപോകാനാണ്.

എ.സിയുടെ മുരൾച്ച പെട്ടെന്ന് നിന്നു. പൂർണ്ണ നിശ്ശബ്ദത. അഞ്ചു മണി കഴിഞ്ഞിരിക്കും. കണ്ണ് തുറന്നുനോക്കി ചുറ്റിലും ആരുമുള്ളതിന്റെ അനക്കം പോലുമില്ല, സംസാരമില്ല. പതിയെ ലാപ്ടോപ്പ് തുറന്നുവെച്ചു. രണ്ടരലക്ഷം പീസെസ് ടീനേജ് വെയർഷർട്ട് രണ്ടു മാസത്തിനിടെ ഉണ്ടാക്കി ഷിപ് ചെയ്യാനുള്ള കപ്പാസിറ്റി ഫാക്ടറിക്ക് ഇല്ലെന്നു റിപ്പോർട്ട് ഉണ്ടാക്കി അയച്ചപ്പോൾ ആറര. ഷിപ്പിംഗ് പോയേ പറ്റൂ, നിലവിലുള്ള വെണ്ടർമാട്രിക്സിൽനിന്ന് അടുത്ത ഓപ്ഷൻ കണ്ടെത്തിയേ ഒക്കൂ. അല്ലെങ്കിൽ ഓർഡർ വേറെ രാജ്യത്തിനു പോകും. അതുവരെ പണി തന്നെയാണ്. ലാപ്ടോപ്പ് അടച്ചുവെച്ച് മേഘ്നയുടെ സീറ്റിൽ പോയി. അവളില്ല, എല്ലാം അടച്ചുപൂട്ടി പോകാൻ റെഡിയായി ബാഗ് മേശപ്പുറത്തുണ്ട്. പോകുന്നതിനു മുൻപ് ഒന്ന് പുകയ്ക്കാൻ ഗോവണിപ്പടികളിൽ നില്പുണ്ടായിരിക്കും. ഉവ്വ്, അവിടെ നിൽപ്പുണ്ട്. എന്നെ കണ്ടപാടെ പകുതിയിൽ നിർത്തി സിഗരറ്റ് നിലത്തിട്ടു ചവിട്ടി, കൂടെ വന്നു.

“പോകാം...”

“ഉം, പോകാം...”

മൂന്ന്

കണ്ണടച്ചിരുട്ടാക്കി ചുമരിനോട് ചേർന്നു കിടന്ന് അർദ്ധബോധത്തിൽ എവിടെയൊക്കെയോ അലയുകയായിരുന്നു. വല്ലാത്ത അസ്വസ്ഥത. ഇന്നലെ അമ്മയുടെ തലയ്ക്കൽ കത്തിച്ചുവെച്ച ഏതോ ചന്ദനത്തിരിയുടെ ഗന്ധം മൂക്കിൽനിന്നും ചിന്തകളിൽനിന്നും മാഞ്ഞുപോകുന്നില്ല. അനുഭവങ്ങൾ ചില ഗന്ധങ്ങൾക്ക് നാം പോലും അറിയാതെ ഓരോ സ്ഥാനം കല്പിച്ചുകൊടുക്കുകയാണ്. എത്ര പെട്ടെന്നാണ് ചന്ദനത്തിരി മനസ്സിൽ മരണത്തിന്റെ പ്രതീകമായത്! ഭ്രാന്ത് പിടിക്കുന്നു. നട്ടുച്ചയ്ക്ക് സൂര്യൻ അസ്തമിച്ചപോലെ, മഴയത്തു തലയാട്ടിനിന്ന പൂമരം ഇടിമിന്നലേറ്റ് കരിഞ്ഞപോലെ. എന്താണ് നഷ്ടപ്പെട്ടത് എന്ന് ഇനിയും ബോധ്യമായിട്ടില്ല, ഇനി വരാനിരിക്കുന്ന നഷ്ടങ്ങളെക്കുറിച്ച് ഓർക്കാൻപോലും ഭയപ്പാട്. അന്തമില്ലാത്ത മരുഭൂമിയിൽ, കത്തിയാളുന്ന സൂര്യനുകീഴെ നഗ്നയായി നിൽക്കുകയാണ്. വിളിച്ചാൽ കേൾക്കാൻപോലും ചുറ്റിനും ആരുമില്ല. ആശ്രയത്തിന് ഒരു തണൽ നോക്കെത്താദൂരത്തോളം പരതി. ഇല്ല. കണ്ണുകൾ ഒന്നുകൂടി ഇറുക്കിയടച്ചു. പിന്നിൽ കാൽപെരുമാറ്റം.

“കല്ലൂ, നിന്റെ ഫ്രണ്ട്സ് കാണാൻ വന്നിരിക്കുന്നു. കിടക്കുകയാണ്, വിളിച്ചു നോക്ക് നിങ്ങൾ.”

ചെറിയമ്മ. തിരിഞ്ഞു നോക്കാൻ തോന്നിയില്ല. കണ്ണുകൾ ഒന്നു കൂടി ഇറുക്കിയടച്ചു. ചുമരിലെ കുമ്മായം നഖംകൊണ്ട് പോറിയടർത്തി. ആരെയും കാണാൻ വയ്യ. കണ്ണ് തുറക്കണം എന്നു പോലും ഇല്ല.

"കല്ലൂ, എണീറ്റേ." മെഹർ മുടിയിലുഴിയുന്നു.

"കല്പനാ, ഇങ്ങോട്ടുനോക്ക്, എത്ര നാളായി കണ്ടിട്ട്." രേഷ്മ സെബാസ്റ്റ്യൻ.

ആശുപത്രിയിൽവെച്ച് അമ്മ മരിക്കുന്നതിന് മൂന്നു ദിവസംമുമ്പ് ആ കാഴ്ച കണ്ട് അലറിക്കരഞ്ഞതിനിപ്പുറം കരഞ്ഞിട്ടില്ല. തൊണ്ടയിൽ ആരോ കുരുക്കിട്ട് മുറുക്കിയപോലെ. ഓരോ തവണ കരയാനായുമ്പോഴും ഒരേങ്ങൽ മാത്രം ദുർബലമായി തികട്ടി പുറത്തുവന്നു. കാറ്റുപോലും തൊടാത്ത തടാകംപോലെ കണ്ണുകൾ അനക്കമില്ലാതെ. അമ്മയുടെ നിറം മങ്ങിയ സാരിയും ബ്ലൗസുമെല്ലാം കോലായിൽ അയയിൽ കിടപ്പുണ്ട്. അമ്മ കഴുകിവെച്ച പാത്രങ്ങൾ, അടുക്കിവെച്ച പുസ്തകങ്ങൾ, മഴ നനയാതെ കയറ്റി വെച്ച വിറക്. എല്ലാം കഴിഞ്ഞപ്പോൾ ഇന്നലെ അവിടെയൊക്കെ നടന്നു നോക്കി. എല്ലാം അതുപോലെ തന്നെയുണ്ട്. എത്ര തിരഞ്ഞിട്ടും അമ്മയെ എവിടെയും കണ്ടില്ലെന്നേയുള്ളൂ. ഒരു നിമിഷം ഉറക്കെയൊന്ന് വിളിച്ചു നോക്കാനും തോന്നി, ചിലപ്പോൾ വന്നാലോ.

"കല്പനാ..."

മെഹർ ഒരു വിളിയോടെ രണ്ടു കൈകൊണ്ടും വലിച്ചു മറിച്ചിട്ടു. കണ്ണുകൾ ഇറുക്കിയടച്ചുകൊണ്ടു തിരിഞ്ഞു കിടന്നു.

"കണ്ണ്തുറക്ക്."

വെളിച്ചം കണ്ണുകളെ കുത്തി നോവിക്കുന്നു. ഇരുട്ടാണ് സുഖം.

"ഒന്നെണീറ്റേ, വാ, നടന്നിട്ടുവരാം."

പൂമുഖത്ത് അച്ഛൻ ഇരിപ്പുണ്ട്. വല്യമ്മാമയും.

ഗേറ്റിനരികെയുള്ള മൂവാണ്ടൻമാവിനു ചുവട്ടിൽ, നനവുള്ള സിമന്റു പടിയിൽ ഇരുന്നു. കുറെനേരത്തെ മൗനത്തിനുശേഷം തലയുയർത്തി നോക്കിയപ്പോൾ മെഹ്റിന്റെ കണ്ണുകളിൽ അടരാൻ വെമ്പിനിൽക്കുന്ന വലിയ രണ്ടു തുള്ളികൾ. രേഷ്മ മണ്ണിൽ കൈകൊണ്ടെന്തോ എഴുതുന്നു. ഇടറിയിടറി മെഹറിന്റെ ശബ്ദം ഒരുവിധം പുറത്തുവന്നു:

"കഴിഞ്ഞ ഓണത്തിന് അമ്മ വിളമ്പിയ ചോറ് ഞാൻ ഉണ്ടതാണ്."

വാക്കുകൾ മൂന്നു തൊണ്ടകളിൽ കുരുങ്ങിക്കിടന്നു. എന്ത് പറഞ്ഞാലും നിരർത്ഥകമായിപ്പോകുന്ന നിമിഷങ്ങൾ. പറയാതെ അറിയുന്നതാണ് ചിലപ്പോഴൊക്കെ അഭികാമ്യം. പാമ്പിൻകാവിനു പുറകിൽ പടർന്നു പന്തലിച്ചു നനഞ്ഞുനിൽക്കുന്ന അരളിമരം പോക്കുവെയിലേറ്റു തിളങ്ങി. ഗേറ്റിൽനിന്നും വീട്ടിലേക്കു ദൂരമുണ്ട്. മൂന്നുനിലയിൽ തലയുയർത്തി നിൽക്കുന്ന ഓടിട്ട പഴയവീട് ഇപ്പോൾ നോക്കുമ്പോൾ ഒരു ഭൂതത്താൻകോട്ട പോലെ. വല്ലാത്ത അപരിചിതത്വം.

"ഈ മാസം അവസാനം റിസൾട്ട് വരും. നമ്മള് മൂന്നും പാസാവുമായിരിക്കും അല്ലേ?"

രേഷ്മ എന്തെങ്കിലും പറയാൻവേണ്ടി പറഞ്ഞതായിരിക്കും.

“പേപ്പറിൽ കാണും മാർക്ക്‌ലിസ്റ്റ് കൊടുത്തു തുടങ്ങുന്ന ഡേറ്റ്. രണ്ടാമത്തെ ദിവസം രാവിലെ വന്നേക്കണം. കാണാതെ പോകരുത്. നേരം കുറെയായി. ഇവിടന്നു ലാസ്റ്റ്ബസ് എപ്പഴാ കല്ലൂ?”

“അഞ്ചരയ്ക്ക്.”

“ഞങ്ങളിറങ്ങുവാടാ, അഞ്ചായി. ബസ്‌സ്റ്റോപ്പ് വരെ നടക്കണ്ടേ? ഈ മുടിയൊക്കെ ഒന്ന് ചീകികെട്ടിക്കൂടേ, ജട പിടിച്ചു. ഇങ്ങനെയിരുന്നാൽ അമ്മയ്ക്ക് സങ്കടമാവില്ലേ?”

മെഹറിന്റെ വാക്കുകൾ വീണ്ടും മുറിഞ്ഞു.

രാത്രി. മെല്ലെ മെല്ലെ വീടിനകത്ത് അനക്കം വെക്കുന്നു. ടിവി ആരോ ഓണായിട്ടുണ്ട്, വാർത്ത കേൾക്കാം. ആരൊക്കെയോ വരുന്നതും പോകുന്നതുമൊക്കെ ആഴമുള്ള കിണറിനുള്ളിൽ ഇരുന്നെന്നപോലെ കേട്ടിരുന്നു. ഒന്നുരണ്ടുതവണ പുറകിൽ ആരോ ഉള്ളതുപോലെ തോന്നിയതുമാണ്. വന്നതാരായാലും ദയ കാണിച്ചു, വിളിച്ചില്ല. തെക്കേ തൊടിയിലേക്കു തുറക്കുന്ന ജനലുകൾ രാത്രിയും പകലും അടയ്ക്കാറില്ലായിരുന്നു. രണ്ടു മൂന്നു ദിവസമായി തുറന്നതേയില്ല. സമയവും കാലവും രാവും പകലും നിശ്ചലം. അച്ഛൻ ദിവസത്തിലൊരിക്കൽ മുറിയിൽ വരും. മിഴികൾ കൂട്ടിമുട്ടാതെ ഉപചാരവാക്കുകൾ പറഞ്ഞു മടങ്ങും. ഏട്ടൻ പകൽ മുഴുവൻ എവിടെയാണാവോ പോകുന്നത്? രാത്രി എപ്പോഴെങ്കിലും വന്ന്, കഴിച്ചുവോ എന്ന് ചോദിക്കും. തലയിൽ ഒന്ന് തലോടും. പിന്നെ കാണാറില്ല. എവിടെയാണെന്ന് ചോദിച്ചിട്ടും ഇല്ല. ടിവിയുടെ ശബ്ദം നിന്നു.

“കല്ലൂ, ഒന്ന് മേല് കഴുകി ആ ഉടുപ്പൊക്കെ മാറിക്കൂടെ? ഇതെന്തു കോലമാണ്? മേല് കഴുകി കഞ്ഞി കുടിക്കാൻ വന്നേ...”

അതും പറഞ്ഞ് ചെറിയമ്മ പോയി.

ക്ലോക്കിന്റെ ടിക് ടിക് ശബ്ദം മാത്രം കേൾക്കാം, ചീവിടിന്റെ നീണ്ട കരച്ചിലും. ഏട്ടൻ പതിവുപോലെ അരമണിക്കൂർ മുന്നേ വന്നിട്ട് പോയി. അവനും നഷ്ടത്തോട് പൊരുത്തപ്പെട്ടുപോയി. കല്പന ഇപ്പോഴും മുന്നോട്ടു നടക്കാനാവാതെ പകുതി വഴിയിൽ വീണുകിടക്കുകയാണ്.

ഇടനാഴിയിൽ ആരൊക്കെയോ കിടപ്പുണ്ടെന്നു തോന്നുന്നു. നേരിയ വെളിച്ചം. കൂർക്കംവലിയും. മെല്ലെയെണീറ്റു ജനൽ തുറന്നു. തെക്കേ തൊടിയിലൊരിടത്തു പച്ചമണ്ണ് കൂനയായി നനഞ്ഞു കിടക്കുന്നു. തലയ്ക്കുവെച്ച വാഴത്തയ്യിന്റെ ഇല നിലാവിൽ, ചാറ്റൽമഴയിൽ ഇളകുന്നുണ്ട്. തൊട്ടപ്പുറത്തെ നെല്ലിക്കരികിലായി അമ്മമ്മയും മുത്തശ്ശനും ഭദ്രച്ചെറ്യേമ്മയും. പണ്ട്, രാത്രിയിൽ ഒരുറക്കം കഴിഞ്ഞ് ഉണരുമ്പോൾ ജനലിലൂടെ പുറത്തേക്കു നോക്കിയിരുന്നത് അമ്മമ്മയെയും മുത്തശ്ശനെയും കാണുന്നുണ്ടോ എന്നു നോക്കാനായിരുന്നു. ആത്മാക്കൾക്ക് രാത്രിസഞ്ചാരമാണ് പ്രിയം എന്ന് ബ്ലൗസ് ഇടാത്ത നാണിത്തള്ളയും കൊയ്ത്തിനു

വരുന്ന കാർത്യായനിയുമൊക്കെ പറഞ്ഞു കേട്ടിട്ടുണ്ട്. ഇപ്പോൾ അമ്മയും അവിടല്ലേ? മണ്ണിനടിയിൽ എങ്ങനെ കിടക്കുന്നു? ആ സാരിയുടെ മണം ഇപ്പോഴും മൂക്കിലുണ്ട്, ഒരു കരച്ചിൽ ഉരുൾപൊട്ടൽപോലെ വന്നു. പുതപ്പു തലവഴി വലിച്ചുമൂടി വീണ്ടും കിടന്നു.

നാല്

ഓഫീസിൽനിന്നും ഒരുമിച്ചാണ് ഇന്നും വന്നത്. ഞാൻ കോഫി ഉണ്ടാക്കി കുടിച്ചപ്പോൾ മേഘ്ന വേണ്ടെന്നു പറഞ്ഞു. അപ്പോഴേ ഓർത്തതാണ് വേറെ എന്തെങ്കിലും മനസ്സിൽ കണ്ടിട്ടുണ്ടാവുമെന്ന്. രണ്ടു മണിക്കൂറോള മായി അനങ്ങാതെ ലാപ്ടോപ്പിൽ ടൈപ്പ് ചെയ്തുണ്ടാക്കാൻ തുടങ്ങിയിട്ട്. അതിനിടയിൽ ഞാൻ പെട്ടെന്നൊരു ദാൽചാവലുമുണ്ടാക്കി. എന്നിട്ടും തീർന്നിട്ടില്ല. അവൾക്കു ശല്യമുണ്ടാക്കേണ്ടെന്നു കരുതിയാണ് ടിവി ഇത്രയും ഒച്ച കുറച്ചു കണ്ടുകൊണ്ടിരിക്കുന്നതും. മൂന്നാമത്തെ ഡ്രിങ്കും കിച്ചണിൽ പോയി ഒഴിച്ചുകൊണ്ടുവന്നിരിക്കുന്നു. ആഷ്ട്രേയിൽ സിഗ രറ്റും. അതിന്റെ കാര്യം മറന്ന മട്ടാണ്, കുറെനേരമായി തൊട്ടിട്ടില്ല. എന്തോ വലിയ ടെൻഷൻ ഉണ്ടെന്നു തീർച്ച, ഇടയ്ക്കിടെ കണ്ണുകളടച്ചു ചാരിയി രുന്ന് ആലോചിക്കുന്നുമുണ്ട്. ഓഫീസ് റിപ്പോർട്ടല്ല ചെയ്തുകൊണ്ടിരി ക്കുന്നത്, അതാണെങ്കിൽ മദ്യപിച്ചുകൊണ്ട് ചെയ്യില്ല.

"You know what, this f**king idiot Umang, my husband, just wanna drag the case. Its been three years and still not ready to free me."

പെട്ടെന്ന് ഓർമ വന്നപോലെ സിഗരറ്റ് എടുത്ത് ആഞ്ഞുവലിച്ചുകൊ ണ്ട് അരിശത്തോടെ പറഞ്ഞു.

"For last two hrs I am building my case history. I hope this pain ends soon"

രാജ്പുത് ആണ് മേഘ്ന, മേഘ്ന റാത്തോഡ്. രാജസ്ഥാനിലെ ജോധ്പൂർകാരി. ദില്ലിഹൈക്കോടതിയിലെ പ്രമുഖ അഭിഭാഷകൻ ഉമംഗ് വീർസിംഗിനെ മൂന്നുവർഷം മുൻപാണ് വിവാഹം കഴിച്ചത്. വീട്ടുകാർ നിശ്ചയിച്ചുറപ്പിച്ച വിവാഹം തന്നെയായിരുന്നു. എന്നിട്ടും രണ്ടു മാസം കൊണ്ട് തീർന്നു ആ ബന്ധം. മേഘ്നയുടെ ഭാഷയിൽ ആകെ പത്തു തവണപോലും കൂടെ കിടന്നിട്ടില്ലാത്ത വിവാഹജീവിതം. അമ്മ വരച്ച വരയ്ക്കപ്പുറം മറ്റൊരു ജീവിതമില്ലാത്ത അയാളുടെ കൂടെ ഇനി വേണ്ടെന്ന് അവൾ തീരുമാനിച്ചപ്പോൾ അവളുടെ മാതാപിതാക്കൾ കൂടെനിന്നു. ജീവിതം മുഴുവൻ ഹോസ്റ്റലിലും ദില്ലിയിലുമായി സ്വാതന്ത്ര്യം പ്രഖ്യാ പിച്ചു ജീവിച്ച ആർമി ഓഫീസറുടെ മകൾക്ക്, മുന്നിൽ കാണുന്നവ രുടെയല്ലാം പാദം നോക്കി തിരിച്ചറിഞ്ഞും 'ഖമ്മഖിനി' പറഞ്ഞും ഖുംഘട്ടിനകത്തുള്ള അയാളുടെ വീട്ടിലെ ജീവിതവുമായി തീരെ

പൊരുത്തപ്പെടാനായില്ല. അച്ഛനെ ബുദ്ധിമുട്ടിക്കാതെ സ്വയം കേസ് നടത്തി വിവാഹമോചനത്തിനുള്ള ഓട്ടത്തിലാണ് ഞാൻ കാണുന്നത് തൊട്ടേ അവൾ.

ലഞ്ചിനുശേഷം കോറിഡോറിൽ വെറുതെ ഉലാത്താൻ പോകുന്ന ഏതോ ഉച്ചയ്ക്ക് മേഘ്ന റിസപ്ഷനിൽ സോഫയിൽ ഇന്റർവ്യൂവിനു സമയം കാത്ത് ഇരുന്നിരുന്നത് ഇന്നും വ്യക്തമായോർക്കുന്നു. ഒന്നല്ല, ഒന്നിലധികം തവണ കണ്ടിട്ടുണ്ട്. അയഞ്ഞുകിടക്കുന്ന ലിനൻ ട്രൗസേഴ്സിന് മുകളിൽ ഇൻ ചെയ്തിട്ട ഷർട്ട്. ഷർട്ട് എന്ന് പൂർണമായും വിളിക്കാൻ ഒക്കില്ല, ചൈനീസ് കോളർ ഉള്ള ഷോർട്ട് കുർത്ത.

അവൾ ജോയിൻ ചെയ്തു ഏതാണ്ട് ഒരു വർഷത്തോളം സംസാരിച്ചിട്ടേയില്ല ഞങ്ങൾ. എന്തെങ്കിലുമുണ്ടെങ്കിൽ പരസ്പരം മെയിൽ അയച്ചു തീർക്കും. അതിനെക്കുറിച്ച് പറഞ്ഞു ചിരിക്കുമ്പോഴൊക്കെ 'You were so natsy, you never gave me a feeling that you are not approachable... you were a bitch...' എന്നാണ് അവളുടെ പതിവ് പല്ലവി. ആർക്കും ആവശ്യത്തിൽ കവിഞ്ഞു പരിഗണന കൊടുത്തു ശീലമില്ല. സ്വയം മുൻകൈ എടുത്തു സംഭാഷണങ്ങൾ തുടങ്ങിവെയ്ക്കാനും സൗഹൃദം ഉണ്ടാക്കാനും അറിയുകയുമില്ല. ഏത് പരിചയവും ഒരു ചിരിയിലൂടെ തീരും. പിന്നെ എന്താണ് ചോദിക്കേണ്ടതെന്നും പറയേണ്ടതെന്നും അറിയില്ല. ഉപയോഗിച്ച് തേഞ്ഞുപോയ കുശലാന്വേഷണങ്ങൾ വല്ലാത്ത മടുപ്പാണ് എന്നും. ഹൈസ്കൂൾകാലം തൊട്ടിങ്ങോട്ട് പുറകെ നടന്നിട്ടുള്ള ആണുങ്ങളൊക്കെ വിളിച്ചിട്ടുള്ളത് അഹങ്കാരി എന്നാണ്. ഇഷ്ടം തോന്നിയ പലരും ഉണ്ട്, പക്ഷേ, വീണുകൊടുക്കാൻ ഈഗോ സമ്മതിക്കില്ല. ജീവൻ പോയാലും ആർക്കും എള്ളിട താണുകൊടുക്കില്ലെന്നായിരുന്നു അമ്മയുടെ എന്നത്തേയും പരാതി. "എങ്ങനെ ജീവിക്കുമോ എന്തോ", പുറകെ വരും ആത്മഗതം.

"കല്പനാ, വർഷം മൂന്നായി അയാൾ എന്നെ കോടതി കയറ്റുന്നു. നീയോർക്കുന്നുണ്ടല്ലോ മൂന്നു വർഷം മുൻപത്തെ എന്നെ എല്ലാ സ്ത്രീകളെയും പോലെ, വിവാഹം കഴിച്ച, ആദ്യം കൂടെക്കിടന്ന പുരുഷനെ ഞാനും സ്നേഹിച്ചു പോയി. ഇത്രയും പെട്ടെന്നെന്നല്ല, ഒരു വിവാഹമോചനം തന്നെ ഞാൻ പ്രതീക്ഷിച്ചിട്ടില്ല ജീവിതത്തിൽ. എനിക്ക് എന്നെ തന്നെ നഷ്ടപ്പെട്ടുക്കൊണ്ടിരിക്കുമ്പോൾ, അവിടെനിന്നും ഞാൻ ഇന്നീ അവസ്ഥയിലേക്ക് രക്ഷപ്പെട്ടതുതന്നെ നീ കൂടെ വന്നശേഷമാണ്. ഒന്നും ചോദിക്കുന്നില്ല ഞാൻ അയാളോട്. എന്നെ എത്രയും പെട്ടെന്ന് ഫ്രീയാക്കി തന്നാൽ മാത്രം മതി."

വാസ്തവമാണ് അവൾ പറയുന്നത്. മറന്നിട്ടില്ല, മേഘ്നയുടെ അന്നത്തെ രൂപവും ഭാവവുമൊന്നും. കൈയിൽ കിട്ടിയത് വാരി വലിച്ചു ധരിച്ചു വരികയാണെന്ന് തോന്നിക്കുന്ന, ഉറയ്ക്കാത്ത മിഴികളോടെ, സംസാരത്തോടെ ഇടപെട്ടിരുന്ന ഇവളെങ്ങനെ ഇന്റർവ്യൂ കടമ്പകൾ

കടന്നുവന്നു എന്ന് അന്ന് അദ്ഭുതപ്പെട്ടിട്ടുണ്ട്. വാക്കിലും നോക്കിലും നടപ്പിലും ആത്മവിശ്വാസമില്ലായ്മ പ്രകടമായിരുന്നു. അതുകൊണ്ടു തന്നെ പലപ്പോഴും അവളെ മനഃപൂർവം ഒഴിവാക്കിയിട്ടുണ്ട്. സംസാരി ക്കേണ്ടി വന്നപ്പോഴൊക്കെ വാഗ്വാദങ്ങൾ ഉണ്ടായിട്ടുണ്ട്. പിന്നെപ്പിന്നെ അവളും ഒഴിവാക്കാൻ തുടങ്ങി, എനിക്കിഷ്ടമല്ലെന്നു മനസ്സിലാക്കിയതു കൊണ്ടാവും. അവളെക്കുറിച്ച് ആരൊക്കെയോ പറഞ്ഞാണ് കൂടുതൽ പിന്നീട് അറിഞ്ഞത്. സഹതാപമാണ് ആദ്യം തോന്നിയ വികാരം. പിന്നെയങ്ങോട്ടുണ്ടായ സംസാരങ്ങളിൽ മനഃപൂർവം സഹാനുഭൂതി നിറച്ചു.

"തീർന്നില്ലേ നിന്റെ? എനിക്കുറക്കം വരുന്നു. ഡിന്നർ കഴിച്ചിട്ട് കിടക്കാം."

"അയാളുടെ അന്നത്തെ വാദങ്ങൾക്കുള്ള മറുപടി സ്ട്രോങ്ങ് ആയി ല്ലെങ്കിൽ എനിക്കിനിയും കോടതി കയറിയിറങ്ങേണ്ടി വരും. വയ്യ. പറ യേണ്ടെന്നു വിചാരിച്ചതും കൂടി ഇനി പറഞ്ഞേ ഒക്കൂ. ഒരു പരസ്പര ബഹുമാനത്തിന്റെ പേരിൽ ചളിവാരി എറിയാതെ എല്ലാം ഭംഗിയായി തീർക്കാമെന്ന് വിചാരിക്കുമ്പോൾ അയാൾ സമ്മതിക്കില്ല."

"നീ കിടന്നോ, ഞാനിതൊന്നും തീർത്തോട്ടെ."

"ഡിന്നർ കഴിച്ചിട്ട് നീ എന്താന്ന് വെച്ചാൽ ചെയ്തോ, ഇപ്പൊ എണീക്കൂ."

അഞ്ച്

ദേബബ്രതയെ രണ്ടാമത് കണ്ടത് എവിടെവെച്ചാണ്? പ്രഗതിമൈതാ നിലോ അതോ ഇന്ത്യ ഹാബിറ്റാറ്റ് സെന്ററിലോ? അടുത്തു ചെന്നപാടെ ഒരുപാട് കാലമായി അറിയുന്ന, ഒരിടവേളയ്ക്കുശേഷം കാണുന്ന ചിര പരിചിതരെപ്പോലെ ആകെയുഴിഞ്ഞുനോക്കി 'സമ്മോഹിനിയാണ് നീ, നിന്റെ കണ്ണുകൾ അകമേ കേറി എവിടെയാണ് ഉടക്കുന്നതെന്ന് തിരയു കയാണ് ഞാൻ' എന്ന് ബംഗാളി ചുവയ്ക്കാത്ത ഇംഗ്ലീഷിൽ കണ്ണിറുക്കി യത് ഇന്ത്യ ഹാബിറ്റാറ്റ് സെന്ററിൽ വെച്ച് തന്നെയായിരുന്നു. അവിടെ വെച്ച് തന്നെയാണ് ഫോൺനമ്പർ വാങ്ങിയത്. സ്വന്തം പുസ്തകമൊന്നും തന്നു ബോറടിപ്പിക്കുന്നില്ലെന്നു പറഞ്ഞുകൊണ്ട് കൈയിലുണ്ടായിരുന്ന അകിര കുറസോവയുടെ 'Something like an autobiography' യാത്ര പറ യുമ്പോൾ വെച്ച് നീട്ടിയതും അന്നുതന്നെ. ഒപ്പിട്ടു തരാൻ പറഞ്ഞപ്പോൾ അനുസരണയോടെ ഒപ്പു മാത്രമല്ല എന്തോ എഴുതുന്നതും കണ്ടു.

"ഞാൻ വിളിക്കാം, വിളിക്കാതിരിക്കാനാവില്ല."

എഴുതുമ്പോൾ എനിക്ക് മാത്രം കേൾക്കാനെന്നപോലെ അയാൾ

മന്ത്രിച്ചു. എഴുതിയതെന്താണെന്നു നോക്കാൻ നിൽക്കാതെ പുസ്തകം വാങ്ങി ധൃതിയിൽ തിരിഞ്ഞുനടന്നു.

എട്ടുമണി കഴിഞ്ഞിരുന്നു. ട്രാഫിക്ജാം. വൈകി ചെന്നാൽ കെട്ടഴിച്ചു പുറത്തിടുന്ന മേഘ്നയുടെ പരാതിപ്പെട്ടി ഓർത്തുകൊണ്ട് ഓടിച്ചെന്ന്, കാത്തുനിൽക്കുന്ന ടാക്സിയിൽ കയറി. ഓഫീസിൽനിന്നും ഹാഫ്ഡേ ലീവ് എടുത്ത് ഇറങ്ങിയതാണ്. ഔട്ട്ലുക്കിൽനിന്നും കുനാൽ രണ്ടു ദിവസം മുൻപ് വിളിച്ചു നിർബന്ധിച്ചു. Budding Writers Workshop. അതിൽത്തന്നെ ദേബബ്രതയുടെ ഒരു സെഷൻ. അത് കേട്ടപ്പോൾ പോകാൻ തീരുമാനിച്ചു. കഴിഞ്ഞവർഷം അദ്ദേഹത്തിന്റെ ‘Shadow of a Woman’ വായിച്ചു ത്രില്ലടിച്ചു നടക്കുമ്പോൾ, പ്രഗതിമൈതാനിൽ World Book Fair നടക്കുന്ന സായാഹ്നങ്ങളിലൊന്നിൽ മേഘ്നയുമൊത്ത് അലഞ്ഞുതിരിയുമ്പോൾ പൊടുന്നനെ മുന്നിൽ പ്രത്യക്ഷപ്പെട്ടു. തിരിച്ചറിഞ്ഞപ്പോൾ സംസാരിക്കാതിരിക്കാൻ കഴിഞ്ഞില്ല. തികച്ചും ഔപചാരികമായ കുശലാന്വേഷണങ്ങൾക്കുശേഷം നോവലിലെ കേന്ദ്രകഥാപാത്രം മാളവികയെക്കുറിച്ച് ചോദിച്ചപ്പോൾ ചിരിയോടെ വീണ്ടും കാണാമെന്നും തിരക്കുണ്ടെന്നും പറഞ്ഞു ഒഴിഞ്ഞുമാറി. ഒരുപാട് നിർബന്ധിച്ചു കൂടെ കൂട്ടിയതായിരുന്നു അന്ന് മേഘ്നയെ. പുസ്തകങ്ങളെ എന്നും അവൾ അകറ്റി നിർത്തിയിട്ടേ ഉള്ളൂ. വായന അവനവനിലേക്കുള്ള തിരിഞ്ഞു നടത്തമാണെന്നാണ് അവളുടെ വാദം. നീണ്ടുകിടക്കുന്ന ഈ ലോകത്തേക്ക് മുന്നോട്ടുനടക്കാതെ, തിരിഞ്ഞു നടക്കുന്നവർക്ക് എന്തോ കുഴപ്പം ഉണ്ടുപോലും. അതുകൊണ്ടുതന്നെഎനിക്കും കാര്യമായ എന്തോ കുഴപ്പം ഉണ്ടെന്നാണ് അവളുടെ സ്ഥിരം ആരോപണം.

ദേബബ്രതയുടെ ‘In search of the soul’ വായിച്ചു സ്വയം കലഹിച്ചു നടന്നിരുന്ന ഒരു കാലം ഉണ്ടായിരുന്നു. കണ്ടുമുട്ടുന്നവരിലൊക്കെ ആത്മാംശം തിരഞ്ഞു പരാജയപ്പെട്ടപ്പോൾ അദ്ദേഹത്തിന്റെ നായകനെ പോലെ ഞാനും ആ ശ്രമം ഉപേക്ഷിച്ചു. അങ്ങനെയിരിക്കുമ്പോഴാണ് ‘Shadow of a Woman’ പ്രത്യക്ഷപ്പെടുന്നത്. കഥാകാരന്റെ സ്ത്രീസങ്കല്പമോ ദൈവസങ്കല്പമോ എന്ന് ഇഴ പിരിച്ചെടുക്കാനാവാത്ത, കഥയിലുടനീളം കഥാകാരന്റെ സാധനയിലെന്നപോലെ മെല്ലെ ഇതൾ വിരിയുന്ന മാളവിക, വായിക്കുംതോറും എനിക്ക് ചുറ്റും അദൃശ്യസാന്നിധ്യമായി നിറഞ്ഞു.

മാളവികയുടെ നെറ്റിയിലെ കുങ്കുമത്തിൽ അസ്തമയ സൂര്യനെ കണ്ട ദേബബ്രത. അവളുടെ കണ്ണിൽ കട്ടിയിലെഴുതിയ മഷിയിൽ ഘോരവനത്തിന്റെ വന്യത, സീൽക്കാരം, നിഗൂഢത. പലപ്പോഴും അസുരനിഗ്രഹത്തിനു ശേഷമുള്ള കാളീഭാവത്തോടെ ഇടതുപുരികം തെല്ലുയർത്തി നോക്കിയിരുന്ന മാളവികയെ ദേബബ്രത കാളിയായി തന്നെ കണ്ടിരുന്നു എന്നു തോന്നി പുസ്തകം വായിച്ചു തീർത്തപ്പോൾ. സന്ധ്യാആരതി സമയത്ത് പല നിലകളായുള്ള ദീപം മണിയൊച്ചയോടെ കാളീരൂപത്തിനു

മുന്നിൽ വട്ടമിടുമ്പോൾ ഭക്തിയിൽ കൂമ്പുന്ന അവളുടെ മിഴികൾ അലർച്ചയോളമെത്തുന്ന ‘ജയ്കാളീമാ’ വിളികൾക്കൊപ്പം മാർബിൾ തറയിൽ ബലിമൃഗത്തിന്റെ ചിതറിത്തെറിക്കുന്ന ചോര കാണുമ്പോൾ വെട്ടിത്തിളങ്ങും.

ബീഭത്സയാണ് കാളീഘട്ടിലെ കാളി. ചെമ്പരത്തിമാല ചാർത്തി മഞ്ഞളിലാറാടിയ വിഗ്രഹത്തിൽ തിളങ്ങുന്ന രണ്ടു വലിയ കണ്ണുകൾ. രക്തമിറ്റുന്ന പോലെ പുറത്തേക്കു നീളുന്ന ചുവന്ന നാക്ക്. നോക്കിയാൽ ആത്മാവോളം ആഴ്ന്നിറങ്ങുന്ന കണ്ണുകളിലെ തീക്ഷ്ണരശ്മികൾ. കൊരുത്തെടുത്ത ചെമ്പരത്തിമാലയുമായി മാളവിക ക്ഷേത്രത്തിലേക്ക് നടക്കുമ്പോൾ തിരക്ക് സ്വയമറിയാതെ വഴിമാറും. നിഗൂഢത അവൾക്കു ചുറ്റും പ്രദക്ഷിണം വെയ്ക്കും. കാളിയിൽ മാളവികയെയാണോ മാളവികയിൽ കാളിയെയാണോ ആവാഹിക്കാൻ ശ്രമിച്ചത് എന്ന് ദേബബ്രതയ്ക്കു തന്നെ വലിയ ഉറപ്പില്ലാത്തതുപോലെ തോന്നി വായിച്ചുകഴിഞ്ഞപ്പോൾ. അതോ വായിക്കുന്നവർക്ക് വിട്ടുതന്നതാണോ?

ഫ്ളാറ്റിലെത്തിയപ്പോൾ ഒമ്പതര. വാതിൽ തുറന്നതും മേഘ്ന സ്വിച്ചിട്ട പോലെ തുടങ്ങി. “വൈകുമെങ്കിൽ നിനക്കു വിളിച്ചുപറയാരുന്നില്ലേ? ഞാൻ എത്ര തവണ വിളിച്ചു? എപ്പഴും ഓഫ്, നിന്റെ ഫോണിനെന്തു പറ്റി?”

ഉച്ചയ്ക്ക് ഫോൺ ഓഫ് ചെയ്തുവെച്ചതാണ്. അതിനെക്കുറിച്ച് പിന്നെ ഓർത്തതേയില്ല. ബാഗിൽനിന്നും ഫോൺ എടുത്തു ഓൺ ആക്കിയപ്പോൾ വിളിക്കാൻ ശ്രമിച്ചു പരാജയപ്പെട്ടവരുടെ ലിസ്റ്റ് മെസ്സേജിൽ വന്നു. മേഘ്നയുടെ നാല് കാൾ.

മേല് കഴുകി ജപിക്കാനിരിക്കുമ്പോഴും ഭക്ഷണം കഴിക്കുമ്പോഴും ഉറക്കം കാത്തുകിടക്കുമ്പോഴും അയാളുടെ നോട്ടം ചൂഴ്ന്നുനിന്നു. ഇന്നേവരെ വായിച്ചുവെച്ച പുസ്തകങ്ങളിലൊന്നും കാണാത്ത ചാരുതയോടെ, ബീഭത്സതയോടെ, പ്രണയത്താലും ആരാധനായാലും ഒരു സ്ത്രീരൂപത്തെ മെനഞ്ഞെടുത്ത അയാളുടെ വാക്കുകൾക്കിടയിൽ പുസ്തകത്തിലാകെ വീണ്ടും വീണ്ടും പരതി. .

ആറ്

തുറന്നിട്ട മുറിയുടെ വാതിലിനു പുറകിൽ ആരോ ഒളിഞ്ഞിരിക്കുന്നുണ്ടോ? ദംഷ്ട്രകൾ തിളങ്ങുന്നു. പേടിയാകുന്നുണ്ട്. അനങ്ങാൻ വയ്യ, അസ്ഥികൾ കുത്തിക്കയറുകയാണ് മാംസത്തിനുള്ളിലേക്ക്. എന്താണ് സംഭവിക്കുന്നത്? ഞാനെവിടെയാണ്? ഇത് രാത്രിയോ പകലോ? തല പിളരുന്ന പോലെ.

“കല്ലൂ, നെറ്റിയിൽ ഇടാൻ ഇത്തിരി ചന്ദനം അരച്ചതാണ്. കണ്ണടച്ച് കിടന്നോ, അമ്മ ഇട്ടു തരാം.”

ഇരുണ്ട മൂലയിൽ കർട്ടനു പിറകിൽ അമ്മ. കൈയിലൊരു പാത്രം. പൊടുന്നനെ നെറ്റിയിലൊരു കുടം കുളിർ വീണു. അമ്മയുടെ പച്ചസാരിയുടെ മണം ചന്ദനഗന്ധത്തോടൊപ്പം ഒരുമാത്ര ചുറ്റിക്കടന്നുപോയി. മതിയായില്ല. വീണ്ടും അതേ ഗന്ധത്തിനായി മൂക്കും മനസ്സും കൊതിച്ചു. എത്ര കാലമായി ഒന്ന് കണ്ടിട്ട്. ഈ ലോകം ഒറ്റപ്പെടുത്തുമ്പോൾ അല്ലെങ്കിൽ സ്വയം ഒറ്റപ്പെടുമ്പോൾ വല്ലാതെ ആഗ്രഹിക്കാറുണ്ട് ഒരിക്കൽക്കൂടിയൊന്നു കാണാൻ. അമ്മേ എന്നൊന്നുറക്കെ വിളിക്കാൻ ശ്രമിച്ചു, ശബ്ദം പുറത്തുവന്നില്ല.

"കല്പനാ..."

മേഘ്ന തൊട്ടുവിളിച്ചു. കണ്ണ് തുറന്നപ്പോൾ മുറിയിൽ വെളിച്ചം.

"എന്ത് പറ്റി, ദുഃസ്വപ്നം കണ്ടോ? കരച്ചിൽ കേട്ടപോലെ. അതാ ഞാൻ എണീറ്റ് വന്നത്."

"അയ്യോ, മേലാകെ പൊങ്ങിയല്ലോ."

പുതപ്പു മാറ്റിനോക്കിക്കൊണ്ട് അവൾ കരഞ്ഞു.

"ഡോക്ടർ പറഞ്ഞിരുന്നു നല്ല പനിയും മേല്വേദനയും ഉണ്ടാകുമെന്ന്. മുഴുവൻ പുറത്തുവരുന്നതുവരെ കല്ലൂ, സഹിച്ചേ പറ്റൂ മോളെ. ഒരു ഗുളിക തന്നിരുന്നത് കഴിച്ചോ നീ?"

"ഇല്ല."

"എണീറ്റിരിക്കൂ, ഞാൻ പിടിക്കാം, ഗുളിക കഴിക്കു."

ഗുളിക വിഴുങ്ങി വീണ്ടും കിടന്നു. മേഘ്നയുടെ കൈകളിൽ കുറച്ചു നേരം അമർത്തി പിടിച്ചു. എന്തോ ഓർത്തിട്ടെന്നപോലെ അവൾ പെട്ടെന്നെണീറ്റു.

"നീ കിടന്നോ, ലൈറ്റ് ഓഫ് ആക്കട്ടെ, ഞാനീ ചെയറിൽ ഇരുന്നോളാം. പേടിക്കണ്ട."

പുതപ്പു ശരിയാക്കി ലൈറ്റ് അണച്ചു.

കണ്ണടച്ചാൽ ചുടലപ്പറമ്പിലെന്നപോലെ. പുകയും തീയും ചുറ്റും. ഉപബോധമനസ്സിൽ മരിച്ചതും ജീവിച്ചിരിക്കുന്നതുമായ പ്രാണനുകളുടെ ചിരി, കരച്ചിൽ, പരിഹാസം, സഹതാപം. ആടിത്തിമിർക്കുകയാണ് കാലം മുന്നിലും പിന്നിലും. ഓടിയൊളിക്കാൻ ഗുഹകൾ തേടി എവിടെയൊക്കെ അലഞ്ഞു? സകല കടിഞ്ഞാണും നഷ്ടപ്പെട്ട കുതിരയായി മനസ്സ്.

> കന്നിമണ്ണിന്റെ നനവിൽ വീണ്
> മുളപൊട്ടാൻ കാത്തുകിടക്കുന്ന
> വിത്തിന്റെ കാമനകൾ ദേഹമാകെ ഇഴഞ്ഞു.
> നാഴികമണിയുടെ ടിക് ടിക് ശബ്ദത്തിൽ
> തുടങ്ങിയൊടുങ്ങുന്ന നീണ്ട പകലുകൾ.

അഴിഞ്ഞുലഞ്ഞ മുടിയും
കൂർത്ത മുലകളുമായി
പട്ടുടുത്തു, അരമണികിലുക്കി
അമ്മ ദൈവങ്ങൾ ഉറഞ്ഞുതുള്ളുന്ന
അതിലും നീണ്ട രാത്രികൾ.

ജീവിതത്തിനും മരണത്തിനുമിടയ്ക്ക്
മതിഭ്രമത്തിന്റെ നൂൽപ്പാലത്തിൽ ഞാന്നു കിടന്ന
രാപകലുകളിൽ
തൊലി തുളച്ചു പുറത്തുവരാൻ വെമ്പുന്ന
വിത്തിന്റെ ത്വര
അസ്ഥികൾക്കുള്ളിൽ രോമാഞ്ചം കൊണ്ടു.

എണ്ണിയാലൊടുങ്ങാത്ത പൂമൊട്ടിന്റെ
വസന്തം മെയ്യാകെ വാരിയെറിഞ്ഞു
അമ്മദൈവം തലയും മുലയും കുലുക്കി
ഉറഞ്ഞുതുള്ളി.

ഗർഭപാത്രത്തിന്റെ ആഴങ്ങളിലേക്ക്
എന്നെ തിരിച്ചെടുക്കുക!
പ്രാണന്റെ പാതിയായി
എന്നെ വിളിക്കുക!
അസ്ഥികൾ പൂത്ത പൂമരമായി
ഞാനിതാ കാത്തിരിപ്പാണ്.

വലതുകാൽ തൂക്കിയിട്ടു, ഇടതുകാൽ മടക്കിവെച്ച് അഭയമുദ്രയുമായി ആരോ തല്പത്തിലിരിക്കുന്നു. അതിസുന്ദരി. മുഖത്ത് നേരിയ പുഞ്ചിരി. പുൽത്തലപ്പിൽനിന്നും വീഴാനാഞ്ഞു നിൽക്കുന്ന മഞ്ഞുതുള്ളി വെയിലേറ്റു വെട്ടിത്തിളങ്ങുന്നപോലെ നാസാഗ്രത്തിൽ മൂക്കുത്തി. മിന്നൽപിണർപോലൊരു കാഴ്ച. ഈ കാഴ്ച മുൻപും പലപ്പോഴും മിന്നിമാഞ്ഞിട്ടുണ്ട്. എന്താണ് സംഭവിക്കുന്നതെന്ന് അറിയുമ്പോഴേക്കും തെന്നിമാറുന്ന സുന്ദരസ്വപ്നംപോലെ, ഒരുമാത്ര നേരത്തേക്ക് രോമാഞ്ചം വാരിവിതറി കടന്നുപോകുന്ന അനുഭൂതി. പറഞ്ഞറിയിക്കാൻ ഇതുവരെ പഠിച്ച ഭാഷയൊന്നും തികയാത്തതിനാൽ ആ പാഴ്ശ്രമം ഇതുവരെ നടത്തിയില്ല.

ഉള്ളിൽ തികട്ടി വന്നു,

ശ്രീമാതാ ശ്രീമഹാരാജ്ഞീ ശ്രീമത്സിംഹാസനേശ്വരീ
ചിദഗ്നികുണ്ഡസംഭൂതാ ദേവകാര്യ സമുദ്യതാ
ഉദ്യദ്ഭാനുസഹസ്രാഭാ ചതുർബാഹു സമന്വിതാ
രാഗസ്വരൂപ പാശാഢ്യാ ക്രോധാകാരാങ്കുശോജ്ജ്വലാ

ഇഴചേർത്ത് നെയ്ത വസന്തത്തിന്റെ കമ്പളം മെല്ലെ അയഞ്ഞു. വിരിഞ്ഞുകൊഴിഞ്ഞ ഇതളുകൾ പുന്നാഗഗന്ധം പടർത്തി. കാലദേശങ്ങളറിയാത്ത തപസ്സിലായിരുന്നോ, അതോ യുദ്ധഭൂമിയിലോ? അക്ഷൗഹിണിയൊഴിഞ്ഞ കുരുക്ഷേത്രയുദ്ധക്കളംപോലെ ശൂന്യമായ ശരീരവും മനസ്സും. എയ്ത അമ്പുകളത്രയും കൊണ്ടത് എനിക്കുതന്നെയായിരുന്നു. ആയിരം കൈകൾ കൊണ്ട് യുദ്ധം ചെയ്തത്രയും എന്നോട് തന്നെയും. വീണുകിടക്കുന്ന, എണ്ണിയാലൊടുങ്ങാത്ത കബന്ധങ്ങൾ, നിണപ്പാടുകൾ ഒക്കെയും എന്റെ.

ഉദ്ധരേദാത്മനാത്മാനം
നാത്മാനമവസാദയേത്
ആത്മൈവഹ്യാത്മനോബന്ധു-
രാത്മൈവരിപുരാത്മന

എനിക്ക് ബന്ധുവായും ശത്രുവായും ഞാനുള്ളപ്പോൾ മറ്റൊരാളെന്തിനാണ്?

ലഗ്നം രണ്ടാം ദ്രേക്കാണത്തിൽ നിലകൊള്ളുന്നു. സാഹിത്യം, പത്രപ്രവർത്തനം, സംഗീതം ഇവയിൽ താത്പര്യം കാണിക്കും. ലഗ്നാധിപൻ പത്തിൽ. പിതൃഭാഗ്യം അനുഭവിക്കും. രാജതുല്യമായ ബഹുമതികൾ സ്വപ്രയത്നംകൊണ്ട് നേടിയെടുക്കും. ലഗ്നത്തിലേക്കു വ്യാഴത്തിന്റെ ദൃഷ്ടി.

പരസ്പരബന്ധമില്ലാത്ത എന്തൊക്കെയാണ് കിടന്ന കിടപ്പിലത്രയും ചിന്തിച്ചു കൂട്ടിയത്? പല കാഴ്ചകളും സ്വപ്നമാണോ യാഥാർത്ഥ്യമാണോ എന്ന് തിരിച്ചറിയാൻ പോലുമാവുന്നില്ല. അമ്മയെ കണ്ടത് വ്യക്തമായി ഓർക്കുന്നുണ്ട്. ഒരിക്കൽപോലും അച്ഛൻ വിളിച്ചില്ല, തിരിച്ചും ഉണ്ടായില്ല. അതും ഭാഗ്യമാവും. യുഗങ്ങൾക്കപ്പുറത്തുനിന്ന് ദേബബ്രത ഒരിക്കൽ വിളിച്ചതോർക്കുന്നു. വെൺമേഘസിംഹാസനത്തിൽ വിരാജിക്കുമ്പോൾ, ആലവട്ട വെഞ്ചാമരങ്ങളുഴിഞ്ഞ് ഉർവശിയും രംഭയും ചാരെ നിൽക്കെ അശരീരിപോലെ...

"മറന്നോ? വിളിക്കുമെന്ന് പറഞ്ഞിരുന്നു."

"ഓർമയുണ്ട്, ആളെയും പറഞ്ഞതും."

"കാശിയിലാണ്, ഒന്നിലധികം ഉദ്ദേശ്യങ്ങളുമായി. സമയത്തിന്റെ രഥത്തെ കടിഞ്ഞാണിടാനുള്ള വൃഥാശ്രമവുമായി ഭൈരവസന്നിധിയിൽ. പബ്ലിഷറിനോട് പറഞ്ഞ സമയം തീർന്നു. കുറച്ചുസമയം കടം വാങ്ങാൻ വന്നതാണ്."

അയാൾ ചിരിച്ചു.

"നന്നായി. ഞാനിവിടെ അനവദ്യാംഗിയുടെ അനുഗ്രഹത്തിൽ നനയുകയാണ്. സിക്ക് ലീവ് ആറാം ദിവസം."

"എന്തൊരു യാദൃച്ഛികത. ഞാൻ ദ്വാരപാലനൊപ്പം. ഇതും ഒരനുഭവം. ആഘോഷമാക്കൂ. പിന്നെക്കാണാം."

മനസ്സെത്തുന്നിടത്ത് ശരീരം എത്തുന്നില്ല. ഇതുവരെ ശേഖരിച്ചു വെച്ച ഊർജ്ജം മുഴുവൻ ദാനമായി നൽകി ഒരിക്കൽകൂടി പിറവിയെടുത്തൊരു രണ്ടാംജന്മം പോലെ. ഇരമ്പിയാർക്കുന്ന കടലിനെ സ്നേഹിച്ചും അനന്തമായ യാത്രയെ കാമിച്ചും ഇറങ്ങിപ്പുറപ്പെട്ട, സർവവും നഷ്ടപ്പെട്ട് ഒറ്റപ്പെട്ടുപോയ ഡാനിയൽ ഡെഫോയുടെ റോബിൻസൺ ക്രൂസോയെപ്പോലെ. അല്ലെങ്കിലും എപ്പോഴും കൂടെയുണ്ടാകുമെന്ന് ഉറപ്പുള്ള ഒരു കൂട്ടുണ്ടോ ഈ ലോകത്ത്? നിശ്ചയിക്കപ്പെട്ട സ്ഥലത്തും സമയത്തും നിശ്ചിതസമയത്തേക്ക് മാത്രമുള്ള കൂടിക്കാഴ്ചകളെയല്ലേ ബന്ധങ്ങൾ എന്ന് പേരിട്ടു വിളിക്കുന്നത്? അതിനി എന്തായാലും വയ്യ. ഓരോന്ന് പലപ്പോഴായി ഒഴിവാക്കിയും പറിച്ചുമാറ്റിയുമാണ് ഇത്രയിടംവരെയെത്തിയത്. പുതിയതൊന്നും കൂട്ടിച്ചേർക്കലുണ്ടാവില്ല.

പക്ഷേ ദേബബ്രതയുടെ ഓർക്കാപ്പുറത്തുള്ള വിളിയിൽ പുതിയൊരു സുഗന്ധം നിറഞ്ഞുനിന്നു.

ഏഴ്

മൂന്നു വർഷത്തിനു ശേഷമാണ് വീണ്ടുമൊരു യാത്ര. എവിടൊക്കെ അലഞ്ഞാലും മനുഷ്യൻ വേരുകൾ തേടിപ്പോകുമെന്നൊക്കെ പറയുന്നത് വെറുതെയാണ്. പതിനാറു വർഷത്തിനിടെ ഇത് നാലാംതവണയാണ്, പക്ഷേ, പോയതൊന്നും വേരുകൾ അന്വേഷിച്ചായിരുന്നില്ല. ആരുടെയൊക്കെയോ സന്തോഷത്തിന് കാരണമാകാൻ പലപ്പോഴും പോയി. ഇത്തവണ അച്ഛന്റെ സന്തോഷം.

വിമാനം മെല്ലെ പറന്നിറങ്ങുമ്പോൾ താഴെ പല നിറത്തിൽ പച്ചപ്പ് കാണുമ്പോഴോ പിന്നീടങ്ങോട്ട് വഴിവക്കിൽ ഓടിമറയുന്ന മലയാളത്തിലുള്ള ഹോർഡിങ്സ് കാണുമ്പോഴോ പ്രത്യേകിച്ചൊന്നും തോന്നിയില്ല. ബാഗിൽനിന്നും ദേബബ്രത ഒരിക്കൽ തന്ന പുസ്തകം പുറത്തെടുത്തു. 1981-ൽ പുറത്തിറങ്ങിയെങ്കിലും കുറസോവയുടെ ജീവിതത്തിന്റെ പ്രധാനപ്പെട്ട ഇരുപത്തൊമ്പതു വർഷങ്ങളെക്കുറിച്ച് അദ്ദേഹം വല്ലാത്ത മൗനം പാലിക്കുന്നുണ്ട്. ജനനംതൊട്ട് റാഷമോൺവരെയുള്ള കാര്യങ്ങൾ പറഞ്ഞു, പക്ഷേ, മദ്യപാനശീലം, അടക്കിപ്പിടിക്കാനറിയാതെ വികാരവിക്ഷോഭങ്ങൾ, ആയിരത്തിതൊള്ളായിരത്തിഅറുപതുകളിൽ ഒരിക്കൽ നടത്തിയ ആത്മഹത്യാശ്രമം എന്നിവയൊക്കെ മനഃപൂർവം മൗനത്തിലൊതുക്കി. വേണ്ടതു മാത്രം പറഞ്ഞുകൊണ്ടും വേണമെങ്കിൽ ആത്മകഥയെഴുതാമെന്നു തോന്നുന്നു.

പുസ്തകത്തിൽ പറഞ്ഞതിനേക്കാളേറെ പറയാത്ത കാര്യങ്ങളോട് മമത തോന്നി. വരികൾക്കിടയിൽ വായിക്കാനൊരു ആകാംക്ഷ. പകുതി വായിച്ചുകഴിഞ്ഞിരുന്നു അപ്പോഴേക്കും. അടച്ചുവെയ്ക്കുമ്പോഴാണ്

ആദ്യപേജ് കണ്ണിൽ പെട്ടത്. ദൈവമേ, ഇതുവരെ ആദ്യപേജിൽ എന്താണെഴുതി തന്നതെന്ന് വായിച്ചുപോലും നോക്കിയില്ല. പ്രഗതിമൈതാനിൽ എന്റെ മുന്നിൽ വെച്ചല്ലേ ഇത് എഴുതിയത്? എന്നിട്ടും വായിച്ചില്ല?

And how emtpy you went through the world
like a wheat-colored jar
without air, without sound, without substance!
- Pablo Neruda

പ്രണയത്തെക്കുറിച്ച് എഴുതാനൊന്നും ബാക്കിവെയ്ക്കാത്ത നെരൂദയുടെ പ്രശസ്തമായ Love എന്ന കവിത. കുറസോവയെ പോലെ പറഞ്ഞതിനേക്കാൾ പറയാതെ വിട്ട് നെരൂദയുടെ മൂന്നു വരികൾ മാത്രം എഴുതിത്തന്ന് ബാക്കി ഒരു പദപ്രശ്നം പോലെ പൂരിപ്പിക്കാൻ വിട്ടുതന്നതാണോ?

What's wrong with you, with us
what's happening to us?
Ah our love is a harsh cord
that binds us wounding us
and if we want
to leave our wound
to separate
it makes a new knot for us and condemns us
to drain our blood and burn together.

ദേബബ്രതാ, ആരും നടന്നിട്ടില്ലാത്ത വഴിയല്ല, ഇനിയാരും വരാനില്ലാത്തൊരു വഴിയാണിത്. വസന്തം വാകപ്പൂവിതളുകളാൽ അലങ്കരിച്ചിരുന്നു, കുയിൽ പാടിയിരുന്നു, മഴ പെയ്ത് മണ്ണിന് ഗന്ധം പരത്തിയിരുന്നു. ഇപ്പോൾ ശൈത്യം വന്ന് മഞ്ഞുറഞ്ഞുപോയല്ലോ. എന്നിലേക്കുള്ള വഴി എനിക്കു പോലും അന്യമാണ്. ഇളവെയിൽ കൊണ്ടുവരാൻ ശ്രമിച്ചാൽ പോലും ഉരുകാത്തത്ര അത് ഉറച്ചുപോയി.

ഏട്ടന്റെ വീടിന്റെ പടിക്കൽ കാർ നിന്നു.

"കല്ലൂ, ഞാൻ വിളിച്ചു നോക്കിയല്ലോ, ഫോൺ എടുത്തില്ല. എവിടെയാണ് എന്നറിയാനായിരുന്നു."

അർച്ചന, ഏടത്തിയമ്മ മോളെയും എടുത്തുകൊണ്ട് ഇറങ്ങിവന്നു. മോളെ കൈനീട്ടി വാങ്ങാൻ നോക്കി, കൂടെവന്നില്ല.

"കാർത്തി അച്ഛൻ ചെല്ലാൻ പറഞ്ഞ് പേപ്പർ എഴുതാൻ കൊടുത്തിടത്തേക്ക് പോയി. മറ്റന്നാൾ രജിസ്റ്റർ ആണത്രേ. കാർത്തിയിപ്പോ AVP ആണ്, ഒരാഴ്ച ലീവ് കിട്ടുകാന്നൊക്കെ പറഞ്ഞാൽ എളുപ്പാണോ? അതിന്റെ ടെൻഷൻ വേറെ. ഇന്നലെ വന്നതാ, എന്റെ വീട്ടിലൊന്നു പോയില്ല. കല്ലുവരുന്നതുകൊണ്ടാ, അല്ലെങ്കി ഞാൻ ഇന്ന് പോയേനേ."

"പോകായിരുന്നു, ഇവിടെ ആളുണ്ടല്ലോ." അടുക്കളയിൽ ആരെയോ കണ്ടു.

ഉച്ചയൂണ് കഴിച്ച് കുറെനേരം അർച്ചനയുടെ വിശേഷങ്ങൾ കേട്ടിരുന്നു. മോളെ ചോക്ലേറ്റും ഉടുപ്പും കാട്ടി വശത്താക്കാൻ ശ്രമിച്ചു, വഴങ്ങുന്നില്ല. ഏട്ടൻ എത്തിയില്ല, അർച്ചന വിളിച്ച് വിവരം പറയുന്നത് കേട്ടിരുന്നു. രാവിലെ നേരത്തെ എണീറ്റ് എയർപോർട്ടിൽ പോകേണ്ടിവന്നതുകൊണ്ട് ക്ഷീണം. വെറുതെ കിടന്നപ്പോൾ മയക്കത്തിൽ കളിവിളക്കിനു മുന്നിൽ പിടിച്ച തിരശ്ശീലയ്ക്കപ്പുറത്ത് ഏതൊക്കെയോ രൂപങ്ങളുടെ അട്ടഹാസം. കൂർത്ത നഖങ്ങൾ ബഹുവർണ തിരശ്ശീലയുടെ അറ്റം പിടിച്ചുവലിക്കുന്നു, ഇളക്കുന്നു. അമർത്തി തുടച്ചിട്ടും പോകാത്ത സ്ലേറ്റിലെ കല്ലുപെൻസിൽ പാടുപോലെ ആഴത്തിലുള്ള അടയാളങ്ങൾ. കരിവേഷവും കത്തിവേഷവും കെട്ടിയാടിയ കുറെ രൂപങ്ങൾക്കിടയ്ക്ക് ഒരു പത്തൊമ്പതുകാരിയുടെ കല്ലിച്ച മുഖം. പണവും പ്രതാപവുംകൊണ്ട് സർവവും അളന്നു ശീലമായ തറവാട്ടിൽ ഒറ്റപ്പെട്ടുപോയ ദൈന്യതയാർന്ന മറ്റൊരു മുഖം, അമ്മയുടെ. ഒടുവിൽ എല്ലാവരെയും തോൽപ്പിച്ചുകൊണ്ടു കടന്നുകളഞ്ഞ, എത്ര മറക്കാൻ ശ്രമിച്ചിട്ടും മറന്നുവെന്നു നടിക്കാനല്ലാതെ, കുടഞ്ഞുകളയാൻ വയ്യാത്ത ആ കാഴ്ച! ഒരിക്കലും ആരെക്കുറിച്ചും അന്വേഷിച്ചില്ല. അന്വേഷിച്ചാൽ ചിലപ്പോൾ കാലത്തിന്റെ കണക്കുപുസ്തകത്തിൽ കടം പറഞ്ഞു തോറ്റ അമ്മാവന്മാരുണ്ടായിരിക്കും. വല്ല്യമ്മയും ചെറ്യേമ്മയും ചെറിയച്ഛന്മാരുമുണ്ടായിരിക്കും. അവരുടെ വീഴ്ചകൾ കൊണ്ടു വന്നേക്കാവുന്ന സന്തോഷത്തിനുമപ്പുറത്തേക്ക് നിർവികാരയായിരിക്കാൻ ശീലിച്ചുപോയതുകൊണ്ട് എന്റെ കണക്കുപുസ്തകം ശൂന്യമായിത്തന്നെയിരുന്നോട്ടെ.

വാതിലിൽ മുട്ടുകേട്ടാണ് ഉണർന്നത്. തുറന്നപ്പോൾ മുന്നിൽ ഡൈനിങ്ങ് ടേബിളിനരികെ കസേരയിൽ ഏട്ടൻ, അടുത്ത് അച്ഛൻ. ഒരു നിമിഷം വല്ലാതായി. ഇവിടെ എത്തുന്നവരെ, ഊണ് കഴിഞ്ഞ് ഉറങ്ങുന്നവരെ, അല്ലെങ്കിൽ മുട്ടുകേട്ട് ഉണർന്നെണീക്കുമ്പോൾ പോലും ഇങ്ങനെയൊരു നിമിഷത്തെക്കുറിച്ച് ചിന്തിക്കാതിരുന്നതെന്താണ്? ഈയൊരു കാഴ്ചയിൽ എങ്ങനെയാണ് പെരുമാറേണ്ടത് എന്ന് ഒരിക്കൽപോലും ഓർക്കാഞ്ഞത് എന്തേ? മുഖത്ത് ചിരി വരുത്താൻ അച്ഛൻ ശ്രമിച്ചു. ഏട്ടൻ മുന്നിലെ കടലാസ്സിൽ മിഴിനട്ടിരിക്കുന്നു. പതിവില്ലാത്ത ഒരു കാഴ്ച. ഇതൊഴിവാക്കാനായിരുന്നു സന്ദർശനങ്ങളുടെ ആവർത്തനങ്ങൾ കുറച്ചതും ഇടവേളകൾ കൂട്ടിയതും. പറയാനും കേൾക്കാനും വലുതായൊന്നുമില്ലാഞ്ഞാൽ പിന്നെ കൂടിക്കാഴ്ചകൾ ബാധ്യതയാണ്.

"അച്ഛൻ പറഞ്ഞിട്ടാണ് ഞാനും നീയും വന്നത്. അമ്മയുടെ മരണശേഷം, ഭാഗം നടന്ന ചിറയ്ക്കലെ സ്ഥലത്തിൽ മുപ്പത്തിരണ്ട് സെന്റ് നിന്റെയും എന്റെയും അച്ഛന്റെയും പേരിലാണ്. ആധാരപ്രകാരം ഒരു വിലയിട്ട് അച്ഛൻ നമുക്ക് രണ്ടുപേർക്കുമായി ഒഴിമുറി തരും. മറ്റന്നാൾ

രജിസ്ട്രേഷൻ. കാര്യങ്ങളൊക്കെ എഴുതിച്ചു. പകരം പാലാട്ടെ അച്ഛന്റെ വീട്ടിലും സ്ഥലത്തിലുമുള്ള നമ്മുടെ അവകാശം ഒഴിഞ്ഞുകൊടുക്കണം. അതും എഴുതിക്കാൻ കൊടുത്തിട്ടുണ്ട്. വിരോധമുണ്ടോ നിനക്ക്?”

“എനിക്ക് ചിറയ്ക്കലെയും വേണ്ട.”

“അത് നമുക്കു പിന്നെ തീരുമാനിക്കാം. ഇപ്പോൾ ഇത് നടക്കട്ടെ.”

ഏട്ടൻ എണീറ്റു. പുറകെ അച്ഛനും.

“ചായ കുടിച്ചിട്ട് പോകാം.” അർച്ചന

“വേണ്ട, നാലരയ്ക്ക് ബസ്സുണ്ട്. ഇപ്പൊ പോയാൽ കിട്ടും.”

“സുഖാണോ കുട്ടീ?”

വാതിലിനരികെ ചുമര് ചാരി നിന്ന എന്നോട് ഉത്തരം പ്രതീക്ഷിക്കാത്ത ഒരു ചോദ്യമെറിഞ്ഞുകൊണ്ട് അച്ഛൻ നടന്നു.

എട്ട്

മഴപ്പെയ്ത്തു കേട്ടുകേട്ടുറങ്ങിയ രാത്രി. കുറേക്കാലം കൂടി സ്വപ്നങ്ങളിൽ കത്തിവേഷങ്ങൾ പകർന്നാടാത്ത, എവിടെയാണെന്നുപോലും മറന്ന ഉറക്കം. രാവിലെ എണീറ്റു കുളിച്ചു, എട്ടുമണിക്ക് അർച്ചനയോടു പറഞ്ഞ് ഇറങ്ങി. ഏട്ടൻ ഉണർന്നിട്ടില്ല. മുറ്റത്തു കാറുണ്ട്, പക്ഷേ വേണ്ട. ഓട്ടോ പിടിച്ചു നേരെ മുല്ലക്കര മുക്കാരത്തിക്കാവിലേക്ക്. തേതിക്കുന്നിൻ മുകളിൽ വാഴുന്ന ദേവിയെ കണ്ട് പരിചയം പുതുക്കണം. പിന്നെ ചിറയ്ക്കലേക്കു പാടം വഴി നടക്കണം. ആളനക്കമില്ലാത്ത പൊട്ടിച്ചിറയിൽ പതുങ്ങിയിരിക്കുന്ന ഭൂതത്താന്മാർ ഇപ്പോഴും ഉണ്ടെങ്കിൽ അന്നത്തെപ്പോലെ ഇന്നും കല്ലുവിന് പേടിയില്ലെന്നു കാണിച്ചുകൊടുക്കണം. ഈറൻകാറ്റു കൊണ്ട് രാവിലത്തെ ഓട്ടോസവാരി നന്നായാസ്വദിച്ചു. കുന്നിൻചെരിവിൽ ഇറങ്ങി ഓട്ടോ പറഞ്ഞു വിട്ടു. പണ്ട് കാവിനു താഴെ ആകെയുണ്ടായിരുന്നത് വരത്തൻ നസ്രാണി തങ്കുച്ചന്റെ പീടികയായിരുന്നു.

മുല്ലക്കരയിൽകുടിയേറിയ ആദ്യ നസ്രാണിയാണ് തങ്കുച്ചൻ. തൊട്ടടുത്തു തട്ടാൻ നാണുവിന്റെ വീട്. അവിടെയും ഒരു പുതിയ പീടിക കാണുന്നുണ്ട്. കാവിലേക്കു കുന്നുകേറുന്നതിനു മുൻപ് ഒരു കൂട് ചന്ദനത്തിരി വാങ്ങിക്കുന്നത് അമ്മയുടെ ശീലമായിരുന്നു. കുഞ്ഞുതൂക്കുപാത്രത്തിൽ വിളക്കിലൊഴിക്കാൻ എണ്ണ കൂടെക്കൊണ്ടു വരും. ശീലങ്ങൾ മുടക്കണ്ട, എണ്ണയും ചന്ദത്തിരിയും വാങ്ങി പടികൾ കേറിക്കേറി, ആലിൻചുവട്ടിൽ. തിമിർത്തുകൊട്ടുന്ന തായമ്പകയും തിടമ്പേറ്റിയ ആനയും പണ്ട് ആൽത്തറയിൽ കേറിനിന്നു കണ്ട കാഴ്ചകൾ മുന്നിൽ പകർന്നാടി. പാട്ടുകൊട്ടിലിൽ ദാരികവധം കഴിഞ്ഞ ദേവിയുടെ രൂപം അവസാന ദിവസം, പൂരത്തിന്റെ അന്ന് കളംവരയ്ക്കാറുള്ളത് മനസ്സിൽനിന്നും ഇപ്പോഴും മാഞ്ഞിട്ടില്ല.

ചെമ്പരത്തിപ്പൂക്കൾ കൊരുത്ത മാല, ചുവന്ന പട്ടുടുത്ത് മേലെ അരമണി, കൈയിൽ തിളങ്ങുന്ന വാള്. മനസ്സിനകത്തു നിന്ന് ഇറക്കി ഇരുത്തിയ പോലെ, അതോ ഈ രൂപം ഉള്ളിൽ കേറ്റി ഇരുത്തിയതാണോ?

"അമ്മേ എന്നു വിളിക്കാൻ വേറൊരാളില്ലെനിക്ക്, അറിയാലോ? തനിച്ച് അലയുകയാണ്. എവിടെയായാലും കൂടെ ഉണ്ടാവണമെന്ന് പറഞ്ഞിട്ടില്ലേ? ഏതു നടയിൽ ചെന്നാലും എവിടെയിരുന്നു കണ്ണടച്ചാലും മുന്നിൽ കാണുന്നത് ഈ രൂപം തന്നെയാണ്. അതുകൊണ്ടുതന്നെ ഇനിയിങ്ങോട്ടു വരുത്തരുതെന്നെ. പടവുകൾ കേറി ഈ നടയിൽ ഇനിയില്ല."

വലംവെച്ച് തിരിഞ്ഞു നടന്നപ്പോൾ നിറഞ്ഞ കണ്ണുകൾ ഒഴുകാതിരിക്കാൻ ഒരിക്കൽ കൂടി കേണു. ജീർണിച്ചടർന്നു വീഴാറായ പഴയ പടിപ്പുര പുതുക്കിപ്പണിതിട്ടുണ്ട്. ഒരുപാടു മാറ്റങ്ങളൊന്നുമില്ല മുക്കാരത്തിയമ്മയ്ക്ക്. പാറക്കൂട്ടത്തിനു മേലെ, ഓരത്തു ചെന്നുനിന്ന് താഴേക്ക് നോക്കി. ഇളംപച്ച നിറത്തിൽ ഞാറുനടീൽ കഴിഞ്ഞ കണ്ടങ്ങൾ, അമ്പലക്കുളം. തേതിക്കുന്നിൻമുകളിൽ അമ്പലത്തിന് അതിരിടുന്ന കരിമ്പനകൾക്കു മേലെ നനവുള്ള കാറ്റ് ചൂളംവിളിച്ചു.

റോഡ് മുറിച്ചുകടന്ന് പാടത്തേക്കിറങ്ങി. കൈത തിങ്ങിയ തോട്ടിൻ വരമ്പിലൂടെ പൊട്ടിച്ചിറവരെ പലതും ഓർത്തു നടന്നു. തോട്ടിൽ മണ്ണ് നിറഞ്ഞ് വല്ലാതെ ആഴം കുറഞ്ഞിട്ടുണ്ട്. റോഡിനരികെയുള്ള പല പാടങ്ങളും നികത്തി പുതിയ വീടുകൾ. വഴിയോരത്തുള്ള വീടുകൾക്കൊക്കെ തിരിച്ചറിയാനൊക്കാത്തവിധം വല്ലാത്ത മാറ്റം. ചിറയ്ക്കു മുകളിലൂടെ വെള്ളംഒഴുകുന്നു. നടുക്ക് കേറി നിന്നു. പണ്ടൊക്കെ ഇടവപ്പാതിയിൽ ചിറ കാണാൻ പോലും ആവാതെ വെള്ളം ഒഴുകും. നാലു ചുറ്റും രണ്ടാൾ പൊക്കത്തിൽ കൈത. മഴയിൽ അലിഞ്ഞെങ്കിലും നേർത്ത കൈതപ്പൂമണമുണ്ട്. അമ്മിണിയമ്മയുടെ കാൽപ്പെട്ടിയിൽ മുണ്ടും നേര്യതും വെയ്ക്കുന്ന കൂട്ടത്തിൽ കൈതപ്പൂ ഇതളുകൾ കണ്ടിട്ടുണ്ട്. നല്ല വാസനയാണ്. കൈതോലകൊണ്ട് തഴപ്പായ നെയ്യുന്നവർ കൊണ്ടുകൊടുക്കുന്നതാണത്രേ. കൈതപ്പൊന്തയ്ക്കുള്ളിൽ മൂർഖൻ കാണും. കൈതപ്പൂ എന്നും വിലക്കപ്പെട്ടതാണ്. എന്നിട്ടും ഭദ്രച്ചെറ്യേമ്മയുടെ കൂടെ തോട്ടിൽ കുളിക്കാൻ പോകുമ്പോൾ നീർനായ പതിയിരിക്കുന്ന കൈതപൊന്തയിൽനിന്നും ആരുമറിയാതെ പൂ പറിച്ചിട്ടുണ്ട്. വിലക്കുകളെ അവഗണിച്ചു തേടിച്ചെല്ലാൻ പോന്ന വശ്യതയുണ്ട് ചിലതിന്. പതിയിരിക്കുന്ന അപകടങ്ങളെപ്പോലും പുറകിലാക്കി അത് പ്രലോഭിപ്പിച്ചുകൊണ്ടേയിരിക്കും.

തോട് മുറിച്ചു കടന്ന് വീണ്ടും പാടത്തേക്കിറങ്ങുന്ന ഇടവഴിയിലൂടെ നടന്നു. നനഞ്ഞ കാറ്റിലെ ചേറ്റുമണം മൂക്ക് ആർത്തിയോടെ തിരിച്ചറിഞ്ഞു. ഇടതുവശത്ത് ഗോപാലൻനമ്പ്യാരുടെ റബർത്തോട്ടം. വലതുവശത്ത് കാടുപിടിച്ച, ഉയരത്തിൽ മതിലുകെട്ടിയ വളപ്പ് ഒരു മാറ്റവുമില്ലാതെ.

അതിനുള്ളിൽ ആൾതാമസമില്ലാത്ത ഓടിട്ട വീടുണ്ടായിരുന്നു. പണ്ടൊരിക്കൽ അവിടെ നാട്ടുകാരല്ലാത്ത ഒരാണും പെണ്ണും വിഷം കഴിച്ചു മരിച്ചിട്ടുണ്ട്. അതിനുശേഷം എളുപ്പവഴിയായിരുന്നിട്ടും മുല്ലക്കര യു.പി സ്കൂളിൽ പഠിക്കുമ്പോൾ പൊട്ടിച്ചിറ വഴി നടന്നുപോകാൻ പേടി. വിഷം കഴിച്ചു മരിച്ച രണ്ടാത്മാക്കളുടെ പ്രേതങ്ങൾ അവിടൊക്കെ അലഞ്ഞു നടക്കാറുണ്ടത്രെ. പകൽപോലും ആരും അധികം പോകാത്ത വഴികൾ. രാത്രി വളരെ വൈകി അതുവഴി വന്ന പലരും വഴിയിൽ രണ്ടാൾരൂപങ്ങൾ കണ്ട കഥകളുണ്ട്. പാടം കേറി വെട്ടുവഴിയിലൂടെ നടന്നു. വലതു വശത്തു കണ്ടങ്ങളിൽ ഞാറു പറിക്കലും നടീലും. പൊട്ടിച്ചിറ കടന്നു പാടം കയറിയാൽ ആദ്യം കാണുന്ന വീട് മദ്രാസിൽ പണ്ട് ഹോട്ടൽ നടത്തിയിരുന്ന വാസുദേവൻനായരുടെയാണ്. പുറകിലെ പാടത്തോടു ചേർന്ന് അവിടൊരു കുളമുണ്ട്. അമ്മയോടൊപ്പം കുളിക്കാൻ പോയിരുന്നു. നീന്താൻപഠിച്ചതും അവിടത്തെ കുളത്തിലാണ്. ഓടിട്ട വീടുകളൊക്കെ കോൺക്രീറ്റുകൊണ്ട് മുഖം മിനുക്കി. മുള്ളുവേലികളൊക്കെ മതിലുകളും. വയറും കഴുത്തും മുഴുവൻ പൊള്ളലേറ്റ പാടുകളുള്ള കനകേച്ചി ഇപ്പോൾ എവിടെയാണാവോ? താഴെയും മേലെയുമുള്ള എല്ലാവരുടെയും കല്യാണം കഴിഞ്ഞിട്ടും കനകേച്ചി അച്ഛൻ വാസുദേവൻ നായരോടൊപ്പം വീട്ടുപണി ചെയ്തും വെച്ചുണ്ടാക്കിയും പശുവിനെ നോക്കിയും അവിടെ തനിച്ചായി. അമ്മ നേരത്തെ മരിച്ചു പോയി. ഒരിക്കലെപ്പോഴോ കേട്ടിരുന്നു, കനകേച്ചിയെ ഭാര്യ മരിച്ചുപോയ, കുട്ടികളുള്ള ഏതോ രണ്ടാംകെട്ടുകാരൻ കല്യാണം കഴിച്ചുകൊണ്ടുപോയെന്ന്.

പാടത്തു വന്നു മുട്ടിനിൽക്കുന്ന പഞ്ചായത്തു റോഡ് ടാറിട്ടിട്ടുണ്ട്. ചിറയ്ക്കൽ തറവാട് എത്താറായി. മനസ്സിൽ കാറ് മൂടി ഒരു മഴ ഇരമ്പുന്നു. ശബ്ദമിങ്ങ് ചെവിയിൽ കേൾക്കാം. ആ പടിയിറങ്ങിയിട്ട് വർഷം പതിനാറ് കഴിഞ്ഞു. തറവാട് വേണോ എന്ന് ഭാഗം വെയ്ക്കുമ്പോൾ വല്യമ്മാമ വിളിച്ചു ചോദിച്ചു. തറവാട് നിൽക്കുന്ന സ്ഥലവും നാല്പതു സെന്റും രമച്ചെറ്യേമ്മയ്ക്കാണ് കിട്ടിയത്. അന്ന് ചെറ്യേമ്മയ്ക്കു തറവാട് വേണമെന്ന് ശാഠ്യമായിരുന്നു. ഭദ്രച്ചെറ്യേമ്മയുടെ ഒരു ഓഹരി വെയ്ക്കേണ്ടിയും വന്നിട്ടുണ്ടാവില്ല.

ഭാഗംവെച്ചപ്പോൾ പാമ്പും കാവും ബ്രഹ്മരക്ഷസ്സിരിക്കുന്ന സ്ഥലവും ആർക്കും വേണ്ട. ഭയപ്പാടിന്റെ ആ അഞ്ചുസെന്റ് പുറത്തേക്കു വഴിയിട്ടു പൊതുസ്വത്താക്കി തിരിച്ചു. അഞ്ചുസെന്റ് പോയാലും പിന്നീട് ബാധ്യതയായേക്കാവുന്ന അനാഥരായ അവരെ ഏറ്റെടുക്കാൻ ആരും ധൈര്യപ്പെട്ടില്ല. ഈ പതിനാറ് വർഷത്തിനിടെ കാണണം എന്ന് തോന്നിയത് അവരെ മാത്രമായിരുന്നു. ചിറയ്ക്കലുള്ളവർ പേടിച്ച് അകറ്റിനിർത്തിയിരുന്ന, ബാല്യത്തിന്റെ ഭ്രമകല്പനകളിൽ കടുംവർണ്ണങ്ങൾ വാരിയൊഴിച്ച അവരോടുതന്നെയായിരുന്നു ബന്ധുക്കളേക്കാൾ അടുപ്പവും. ചിറയ്ക്കൽ ശ്രീമംഗലം എന്ന് ഇംഗ്ലീഷിലെഴുതിയ തുരുമ്പു പിടിച്ച ഗേറ്റിനു

കൃത്യം നടുവിലൂടെ കരിങ്കല്ലിട്ട് ഇത് തിരിച്ചിരിക്കുന്നു. മറന്നുപോയി. ഭാഗംവെച്ച് ഒരു വർഷം കഴിഞ്ഞപ്പോൾ തന്നെ ദുരിതപർവങ്ങളുടെ തോരാപെയ്ത്തിൽ ചെറ്യേമ്മാമയുടെ ഓഹരി ആമിനുമ്മയ്ക്കു വിറ്റ കാര്യം ഓർത്തതേയില്ല. രമച്ചെറ്യേമ്മയും കിട്ടിയ കാശിനു തറവാട് വല്ലപ്പുഴക്കാരൻ ഏതോ മാപ്ലയ്ക്കു വിറ്റ കാര്യവും കേട്ടിരുന്നു. വീട് പുതുക്കി പണിത് താമസമാക്കിയെങ്കിലും ജീവിതത്തിൽ സംഭവിച്ച അനർത്ഥങ്ങൾ നാഗയക്ഷിയുടെയും ബ്രഹ്മരക്ഷസ്സിന്റെയും കണക്കിലെഴുതി തോറ്റു വീട് പൊളിച്ചു കല്ലും മരയുരുപ്പടികളും ഓടുമടക്കം വിറ്റശേഷം സ്ഥലം വീണ്ടും ആർക്കോ അയാൾ മറിച്ചു വിറ്റു രക്ഷപ്പെട്ടു.

ആമിനുമ്മയുടെ സ്ഥലത്തു കെട്ടിയിട്ട രണ്ടാടുകൾ ഇല കടിക്കുന്നു. ഏതോ പുരാതന ചരിത്രാവശിഷ്ടം പോലെ ചിറയ്ക്കൽ ശ്രീമംഗലത്തിന്റെ ബാക്കിയായ ചുമരുകൾ. വള്ളികൾ ആർത്തിയോടെ വിഴുങ്ങിയ കിണറിന്റെ അരമതിൽ. കിണറ്റിനരികെ നാരങ്ങകളുടെ ഭാരം താങ്ങാനാവാതെ തലകുനിച്ചു നിൽക്കുന്നു നാരകം. വടക്കിനിയിലെ ഉരൽ, ആട്ടുകല്ല് ഒക്കെ സ്ഥാനം തെറ്റാതെ. വീട്ടുമുറ്റത്തുനിന്ന് വെട്ടുകൽപടവ് കയറി പാമ്പിൻ കാവിന്റെ മുറ്റത്തേക്ക്. മനസ്സിൽ ഇരമ്പിയാർത്തു പെയ്യാൻ നിന്നിരുന്ന മഴ ആകെ നനച്ചുകൊണ്ടു പെയ്തു. ആ മഴയിൽ ഒരു പത്തുവയസ്സുകാരി ഇറയത്തിരുന്നു കൊത്തങ്കല്ലു കളിക്കുന്നു.

"അശ്രീകരം, സന്ധ്യായാലും ഇരുന്നു കൊത്തങ്കല്ലു കളിക്കും. വിളക്ക് വെയ്ക്കാറായിന്നുന്തേലും ബോധംണ്ടോ? ദൂസോംദ്ങ്ങനെ പറയണോ?"

"പാമ്പുങ്കാവിലിക്ക് ഊമെപ്പോലെ ഓടി ചെല്ലരുതെന്ന് എത്ര പറഞ്ഞാലും കേൾക്കില്യ. ദീപം ദീപംന്നു പറഞ്ഞിട്ട് പൊക്കൂടെ ഈ പെണ്ണിന്. ആരൊക്ക്യാ അവിടെ മയങ്ങ്ണെന്നു വല്ല നിശ്ചോംണ്ടോ?"

"നിക്ക് ആ പടി കേറാൻ വയ്യാഞ്ഞിട്ടാ. ല്യാങ്കി ഞാനാരേം ആശ്രയിക്കില്യ. പൊട്ടക്കിണറ്റിന്റവടെ എത്രാൾക്കാരെ കണ്ടേക്കുണൂ, വെഷം ള്ളതും ല്ല്യാത്തതും. ഒരാളുംന്നേവരെ ഒന്നും ചെയ്തിട്ടില്യ. നിചെയ്യേല്യ. ന്നാലും ഒന്ന് പറഞ്ഞിട്ട് പോയാ അവരങ്ങട് ഏഴഞ്ഞു പൊക്കോളും."

ദീപം... ദീപം...

ഒരു തിരി നാഗയക്ഷിക്കു മുന്നിലെ കൽവിളക്കിൽ. ഒന്ന് മേൽക്കൂരയില്ലാത്ത മണ്ഡകപ്പുരയ്ക്ക് മുന്നിലെ കൽവിളക്കിൽ. ബാക്കി തിരിച്ചുകൊണ്ടുവരുന്ന ഒന്ന് പത്തായപ്പുരയിൽ. പിന്നെ വിസ്തരിച്ചു പൂമുഖത്തു നാമജപം.

അച്യുതായ നമഃ
ആനന്ദായ നമഃ
ഗോപാലായ നമഃ
ഗോവിന്ദായ നമ....ഃ

അത് കഴിഞ്ഞു സ്കൂളിലെ ഹോംവർക്, ബാക്കി അത്താഴത്തിനു

വിളി വരുന്നവരെ വിശന്നു വശംകെട്ടലും ഉറക്കം തൂങ്ങിയാലും പഠിക്കുകയാണെന്ന് അഭിനയിക്കണം. അല്ലെങ്കിൽ അടി വീഴും.

എല്ലാ കൊല്ലവും കളമെഴുത്തും പാട്ട് നടത്താൻ വലിയ ചെലവാണെന്നു പറഞ്ഞു മുത്തശ്ശൻ അത് ഒന്നിടവിട്ട കൊല്ലങ്ങളിലാക്കി. ഏർപ്പാടുകളും ഒരുക്കങ്ങളുമൊക്കെയായി ഒരു ദിവസം, പിന്നെ പൂജ ഒരു ദിവസം, രണ്ടു ദിവസം കേമം. കരഞ്ഞു പിഴിഞ്ഞ് സ്കൂളിൽ പോകാതിരിക്കും, ഒരു കാഴ്ചയും ഒരനുഭവവും നഷ്ടപ്പെടാതിരിക്കാൻ. അതാണ് ഇടവിട്ട വർഷങ്ങളിൽ നഷ്ടപ്പെട്ടത്. പൂജയ്ക്കുള്ള തെച്ചിപ്പൂക്കളുടെ നടുവിലെ നാരു കളയണം. തുളസി, വെള്ളപ്പൂക്കൾ ഒക്കെ വേണം. മുക്കാരത്തിക്കാവിലെ സുബ്രഹ്മണ്യൻ തിരുമേനിയാണ് നിവേദിക്കാനുള്ള അപ്പം അട, പായസം ഒക്കെ ഉണ്ടാക്കുന്നത്. ബ്രഹ്മരക്ഷസ്സിന് ഉപ്പും മധുരവുമില്ലാത്ത വെള്ളനിവേദ്യമാണ്. പൂജ കഴിയാൻ അർദ്ധരാത്രിയാവും. അതുവരെ ഉറക്കം തൂങ്ങുന്ന കണ്ണുകൾ അടയാതെ പണിപ്പെട്ടു തുറന്നുപിടിക്കും. അപ്പവും അടയും തളികയിൽ ഇരുന്നു വിളിക്കുമ്പോൾ ഉറങ്ങുന്നതെങ്ങനെ? കാര്യങ്ങളൊക്കെ കഴിഞ്ഞ് ദക്ഷിണ വാങ്ങി തിരുമേനി ഇറങ്ങുമ്പോൾ ഒരുപാട് നേരമാവും. പാടം മുറിച്ചു കടന്നു ചൂട്ടുമായി തിരുമേനിയെ ഇല്ലത്തു കൊണ്ടു ചെന്നാക്കാൻ ആരേലും കൂടെ പോകും.

സ്ഥലകാലങ്ങളെ ഓർമിപ്പിച്ചുകൊണ്ട് അരളിയിൽനിന്നും ഒരു പൂവ് അടർന്ന് നെറുകയിൽ വീണു. മണ്ഡകപ്പുരയുടെ ചുമരിലിത് എത്ര നേരമായി ചാരിയിരിക്കുന്നു. ഇതളുകൾ മടക്കി മത്തങ്ങകൾ ഉണ്ടാക്കാൻ അരളിപ്പൂക്കൾ പെറുക്കി മടി നിറയ്ക്കുമ്പോൾ സ്ഥിരം കാണാറുണ്ടായിരുന്ന, മഞ്ഞയിൽ ആകെ പുള്ളിയുള്ള, ശബ്ദം കേട്ടാൽ തലയുയർത്തി നോക്കി വീണ്ടും കരിയിലകളിൽ തലതാഴ്ത്തി മയങ്ങുന്ന അവന്റെ വംശപരമ്പരയിലൊന്നും ആരും ബാക്കിയില്ലേ? ഞാൻ കാണാൻ വന്നെന്നറിഞ്ഞു ഒരാളും ഇല്ലേ? എത്ര തിരി വെച്ചതാണ്? കരിയിലകൾക്കടിയിൽ ദീപം മറന്നു നീണ്ട സുഷുപ്തിയിലാണോ?

"ഓം വിനയാ തനയേ വിശ്വനാഗേശ്വരീ ക്ലീം

നാഗയക്ഷീ യക്ഷിണി സ്വാഹ നമഃ"

"ആരാബടെ? മതിലുമ്മല് ചെരിപ്പ്ണ്ടലോ?"

ആമിനുമ്മയുടെ കണ്ണുകളിൽ പേടി നിറഞ്ഞു.

"ആരാദ്? ബടങ്ങനെ ആരും വരാറില്ല്യാലോ."

"ആമിനുമ്മാ, കല്ലുവാണ്."

"കല്ലു? രേവതീടെ മോളോ? പടച്ചോനേ, ഈ ഉച്ചാകാറമ്പോയ്യ്ന്താന്റെ മാളേ ഈ പാമ്പുങ്കാവില്? പാമ്പുങ്കാവ് മാത്രാണോ? അന്റെ അമ്മമ്മ, മുത്തശ്ശൻ, അമ്മ, പിന്നെ ഭദ്രച്ചെറ്യേമ്മ. ആരോക്യബടെ. ഒക്കെ അനക്കും അറിയാലോ. അന്നേ കണ്ടകാലം മറന്നൂലോ. യ്പ്പോ ഇബടെ?"

വാക്കുകളിലെ ഭീതി ആമിനുമ്മ ഒറ്റശ്വാസത്തിൽ മുന്നിലിട്ട് തന്നു.

“ആമിനുമ്മാ സുഖാണോ? ഞാനെറങ്ങാണ്. ആമിനുമ്മാ പൊക്കോ, ഞാൻ വന്നോളാം.”

“ആടിന് വെള്ളം കൊടുത്ത് അഴിച്ചുകെട്ടാൻ വന്നതാ മോളേ. ഇബടെ ങ്ങനെ നിക്കണ്ട, വേഗം പോ. അന്റെ ഏട്ടനിപ്പോ എവിട്യാ?”

ആമിനുമ്മ തട്ടം പിടിച്ചിട്ടു.

തിരിഞ്ഞു നടക്കുമ്പോൾ എന്തോ കളഞ്ഞുപോയതുപോലെ. ഓർമ കളിൽ പറ്റിപ്പിടിച്ചു വളരുന്ന ചിലതുണ്ട്. പറിച്ചെറിയാൻ ശ്രമിച്ചാൽ ചോര പൊടിയും. ഇനി ഇവിടേക്കും ഒരു വരവുണ്ടാവില്ല. ഒരു തിരിപോലും കൊണ്ടു വരാൻ ഓർത്തില്ല. പൊറുക്കുക. പണ്ട് പലപ്പോഴും നാഗ യക്ഷിയെ പൊക്കിയെടുത്ത് നെഞ്ചോടുചേർത്തു പിടിച്ച് വലം വെച്ച് തിരികെ വെച്ചിട്ടുണ്ട്. അതുപോലെ ഒരിക്കൽകൂടി അനുവാദം ചോദി ക്കാതെ പൊക്കിയെടുത്ത് ചേർത്തു പിടിച്ച് ബാഗ് തുറന്ന് അതിലിട്ടു വേഗം നടന്നു. നട്ടുച്ചയാവുന്നു.

ഒമ്പത്

രജിസ്ട്രേഷൻ ഉച്ചയോടെ കഴിഞ്ഞു. ചിറയ്ക്കലെ മുപ്പത്തിരണ്ട് സെന്റിന് ഇപ്പോൾ രണ്ടവകാശികൾ മാത്രം. സ്വന്തമായി ഒന്നും ആഗ്രഹിക്കാത്ത ഈ ലോകത്തു ഞാനിപ്പോൾ പതിനാറു സെന്റ് ഭൂമിക്ക് അവകാശിയാണ്. അതൊരു തലച്ചുമടായേ തോന്നുന്നുള്ളൂ. വലിയൊരു ലക്ഷ്യം മുന്നിലുണ്ട്. ബന്ധങ്ങളുടെ കാലിലെ കുരുക്കുകൾ മെല്ലെ അടർത്തിയെടുത്ത് ആ വഴിയേ നടക്കാനൊരുങ്ങുമ്പോൾ, ഭാരങ്ങൾ ഇറക്കിവെച്ച് ആശ്വാസം കണ്ടെത്താനൊരുങ്ങുമ്പോൾ പൊടുന്നനെ തലയിലേറ്റേണ്ടി വന്ന ഒരു വലിയ ചുമട്. ഊണ് കഴിച്ചിട്ട് പോകാമെന്നു പറഞ്ഞപ്പോൾ അച്ഛൻ ഏട്ടന്റെ വീട്ടിലേക്കു പോന്നു.

ചെറ്യേമ്മാമയെ ഉമ്മറത്തു വെച്ചേ കണ്ടു. പണ്ടത്തെ ധാർഷ്ട്യത്തിന്റെ പാടുകളൊന്നും അവശേഷിക്കാത്ത മുഖത്ത്ദൈന്യതയുടെ നിഴലു കളുണ്ട്. നെറ്റിയിലെ ഗണപതിപ്രസാദത്തിൽ കാലത്തിന്റെ കുത്തൊഴു ക്കിൽ സംഭവിച്ച മാറ്റം വ്യക്തമായിരുന്നു. യൗവനത്തിന്റെ മദപ്പാടുകൾ വാർദ്ധക്യത്തിൽ മറ്റേന്തിനൊക്കെയോ വഴി മാറുന്നു. അർച്ചന ഉണ്ണാൻ വിളിച്ചപ്പോൾ മെല്ലെ മതിയെന്ന് പറഞ്ഞു ഒഴിഞ്ഞു മാറി. ഏട്ടൻ, അച്ഛൻ പിന്നെയിപ്പോ ചെറ്യേമ്മാമയും. സത്യത്തിൽ അറിയില്ല ഇവരോടൊക്കെ എന്താണ് സംസാരിക്കേണ്ടതെന്ന്. ഏത് ആൾക്കൂട്ടത്തിലും തനിച്ചാവു മ്പോഴും സ്ഥിരം കാണുന്നവരോടുപോലും ചിരിച്ചെന്നു വരുത്തി നടന്ന കലുമ്പോഴും ഭംഗിവാക്കുകൾ പറഞ്ഞു ഉണ്ടാക്കിയെടുക്കാനറിയാത്ത ബന്ധങ്ങൾ പലപ്പോഴും തിരിഞ്ഞുനോക്കി കൊഞ്ഞനം കുത്തിയിട്ടുണ്ട്. അമ്മയുടെ മരണശേഷം, ഏട്ടനും നാടുവിട്ടപ്പോൾ ആരോടാണ് പിന്നെ

മിണ്ടേണ്ടത്?, അല്ലെങ്കിൽ എന്താണ് മിണ്ടേണ്ടത്? നേർക്ക് നീണ്ടിരുന്ന ചൂണ്ടുവിരലുകൾക്കു മുന്നിൽനിന്നുംസ്വയം ഒഴിയാൻ, എല്ലാമറിയുന്ന അച്ഛൻപോലും എന്നെക്കുറിച്ചുള്ള ആരോപണങ്ങൾക്കു മൗനാനുവാദം കൊടുക്കുന്നുവെന്നു അറിഞ്ഞപ്പോഴാണ് ഉള്ളിലേക്കൊതുങ്ങാൻ ശീലിച്ചത്. സ്വയം സംസാരിച്ചു തുടങ്ങിയത്. സംസാരങ്ങൾ വാഗ്വാദങ്ങളായി, കലഹങ്ങളായി, അന്വേഷണങ്ങളായി, ധിക്കാരമായി.

കൂട്ടത്തിലിരുന്നു ഉണ്ണാനുള്ള മടിക്ക് പിന്നെ മതിയെന്ന് പറഞ്ഞതാണ്. നല്ല വിശപ്പുണ്ട്.

"കല്ലൂ, വിവരമില്ലാഞ്ഞിട്ടല്ലെന്ന് അറിയാം, പക്ഷേ ചിറയ്ക്കലെ നാഗയക്ഷിയെ എടുത്തു ബാഗിലിട്ട് വരാൻ മറ്റെന്താണ് കാരണം?"

ഏട്ടന്റെ ചുവന്നു കലങ്ങിയ മുഖം മുന്നിൽ.

"സർപ്പശാപം ഇല്ലെന്നൊക്കെ വാദിച്ചു ജയിക്കാൻ വേണ്ടി പറയാം എന്നല്ലാതെ കാര്യത്തോടടുക്കുമ്പോൾ യുക്തിവാദികളൊക്കെ മൂക്കും കുത്തി വീഴും. ചെറ്യേമ്മാമയെ നോക്ക്. അമ്പലത്തിലെ വിഗ്രഹത്തിൽ മൂത്രമൊഴിക്കും എന്ന് പറഞ്ഞു നടന്നിരുന്നയാളാ, ഇപ്പൊ അമ്പലത്തീന്ന് ഇറങ്ങാൻ നേരല്ല്യ. പോട്ടെ, ചിറയ്ക്കലെ കാര്യം ആലോചിച്ചു നോക്ക്, അമ്മയും ഭദ്രച്ചെറ്യേമ്മയും ഒഴിച്ചുള്ള അഞ്ചുപേരിൽ ഒരാളെങ്കിലും മുന്നോട്ടു വന്നോ നാഗയക്ഷിയെ ഏറ്റെടുക്കാൻ ഇല്ലല്ലോ. ന്താ കാര്യം? പേടിയാണ്. നോക്കീം കണ്ടുംകൊണ്ട് നടന്നില്ലെങ്കിൽ ഗുണത്തേക്കാളേറെ ദോഷം തന്നേണ്. സർപ്പശാപംന്നുവെച്ചാൽ സന്തതികൾക്കാ ദോഷം. കല്യാണം കഴിഞ്ഞു നാല് കൊല്ലം കഴിഞ്ഞാ നിക്കൊരു മോളുണ്ടായത്. അതും മണ്ണാറശാലയിൽ ഉരുളി കമിഴ്ത്തീട്ട്. അതിനിടയ്ക്കാണോ നീയീ പാതകം ചെയ്തത്? എന്നെക്കുറിച്ചു ഓർക്കേണ്ട, അർച്ചനയെക്കുറിച്ചെങ്കിലും ഓർക്കാരുന്നില്ലേ?"

ബാഗ് എവിടെയാണ്? ബോധ്യപ്പെടുത്താൻ പോന്ന ഒരു ന്യായീകരണവും പറയാനില്ല. മറ്റൊരാളിന്റെ വികാരങ്ങൾ പറഞ്ഞിട്ട് തന്നെ ബോധ്യപ്പെടുത്താൻ ബുദ്ധിമുട്ടുള്ള ഈ ലോകത്തു പറയാതെ എല്ലാം മനസ്സിലാവും എന്ന് ആഗ്രഹിക്കുന്നതു തന്നെ മഹാവിഡ്ഢിത്തമല്ലേ? കൂടെ കൂട്ടിയത് ഈ ലോകത്ത് ആകെയുള്ള എന്റെ ബന്ധുവിനെയാണെന്നു പറഞ്ഞാൽ ആരു വിശ്വസിക്കും? കല്പനയ്ക്ക് എന്തോ കുഴപ്പമുണ്ടെന്നു മാത്രമേ ഇതുവരെ ചിറയ്ക്കലും പാലാട്ടും അടക്കിപ്പിടിച്ചു പറഞ്ഞിരുന്നുള്ളൂ. ഇനിയത് മുഴുഭ്രാന്താകും. പാമ്പിൻകാവിലെ നാഗയക്ഷിവിഗ്രഹം ബാഗിലിട്ട് കൂടെ കൊണ്ടുപോന്ന ഭ്രാന്തി.

"എന്താ നീയൊന്നും പറയാത്തത്? ദയവു ചെയ്ത് തെറ്റ് ഏറ്റു പറഞ്ഞു, വഴിപാട് പണം ഉഴിഞ്ഞുവെച്ച് അത് തിരികെ കൊണ്ടുവെക്കൂ. സഹിച്ചതിൽ കൂടുതലൊന്നും സഹിക്കാൻ ഇനി വയ്യാഞ്ഞിട്ടാണ്."

വയറു നിറച്ചു മൂന്നുനേരം ഭക്ഷണം കഴിച്ചിരുന്നവൻ പെട്ടെന്ന് പട്ടിണി കിടക്കേണ്ടി വരുമ്പോഴുണ്ടാകുന്ന അതേ വേദനയും വിശപ്പുമാണ്

വെള്ളവും വെളിച്ചവും കിട്ടാത്ത ദേവതകൾക്ക്. ഒരിടത്തു പിടിച്ചിരുത്തി ഒന്നും നൽകാതെ അപമാനിക്കുന്നതിനേക്കാൾ ഭേദമല്ലേ എന്റെ കൂടെയുള്ള യാത്ര? ഇത്രയൊക്കെ പറയണമെന്നു തോന്നി. പക്ഷേ, വേണ്ട, ഒന്നും നേടാനില്ല.

"ഒരുത്തി ഇറങ്ങിപ്പോയിട്ടു കൊല്ലം ആറായി. പഠിപ്പിക്കാൻ അയച്ചതാ. എവിടെയോ പിഴച്ചുപോകുന്നുണ്ട്ന്നു അറിഞ്ഞു. ഇന്നാള് വടക്കേലെ രാമൻകുട്ടി കോയമ്പത്തൂരു വെച്ച് കണ്ടൂത്രെ. മുല്ലക്കരയിലെ ഏതോ മുസൽമാന്റെ കൂടെയാണ്. തലയിൽ തട്ടമിട്ടാണത്രെ നടപ്പ്. ഇനിയൊരുത്തനുള്ളത് ഒരു ഗുണത്തിലും പെടാതെ പൊലരുമ്പോ ഇറങ്ങി പോണൂ, ഇരുട്ടുമ്പോൾ വരണൂ. ന്തേലും പറഞ്ഞാൽ രാത്രിവരവും നിന്നൂച്ചാലോന്നു വെച്ചിട്ടു ഒന്നും പറയാറില്ല്യ. കർമ്മഫലാണോ സർപ്പകോപാണോന്നൊക്കെ ആർക്കാ അറിയാ?" ചെറ്യേമ്മാമയുടെ ഗദ്ഗദം.

"അമ്മ എപ്പഴും പറയാറുണ്ടെരുന്നു, മക്കളെകണ്ടും മാമ്പൂകണ്ടും കൊതിക്കരുതെന്ന്. ശര്യന്ന്യാ."

ചെറ്യേമ്മാമ പറഞ്ഞു നിർത്തി.

കഥകളൊക്കെ കേട്ടിരിക്കുന്നു. വല്ലപ്പോഴും രമച്ചെറ്യേമ്മ വിളിക്കുമ്പോൾ ചോദിക്കാതെ കെട്ടഴിക്കുന്ന ഭാണ്ഡങ്ങളിൽനിന്നും നുറുങ്ങുകളായി വീണു കിട്ടിയവയാണ്. കർമ്മഫലത്തെ തന്നെയാണ് ശാപം എന്ന് പേരിട്ടു സൗകര്യപൂർവം വിളിക്കുന്നത്. സ്വന്തം കർമ്മങ്ങളുടെ ഫലങ്ങളാണ് അനുഭവിക്കുന്നതെന്ന് അംഗീകരിക്കാനുള്ള വിഷമം മൂലം അങ്ങനെയല്ലെന്ന് തിരിച്ചുപറയാത്ത പാവം നാഗയക്ഷിയുടെയും ബ്രഹ്മരക്ഷസ്സിന്റെയുമൊക്കെ വകയിൽ എഴുതിച്ചേർക്കുമ്പോൾ ദൈവകോപവും സർപ്പശാപവുമൊക്കെ ഉണ്ടാകും.

നാലരയുടെ ബസ്സിനു മുന്നേ ചെയ്തുതീർക്കാനുള്ള കാര്യങ്ങളുടെ പട്ടിക നിരത്തി, പതിവുപോലെ ഉത്തരം പ്രതീക്ഷിക്കാത്ത ചോദ്യവുമായി അച്ഛനിറങ്ങി.

"എന്നാ കുട്ട്യേ തിരിച്ചുപോണേനു മുന്നേ പാലാട്ടേക്കു ഇറങ്ങൂ."

"ഞാനൊന്ന് ബാങ്കിൽ പോയിട്ട് വരാം, ചെറ്യേമ്മാമ ഇരിക്കൂ." ഏട്ടനും ഇറങ്ങി.

"അല്ല, ഞാനും ഇറങ്ങാണ്. കല്ലു വന്നുണ്ടത്രേന്നു ശ്രീകല പറഞ്ഞപ്പോ വന്നുവന്നുന്നേള്ളൂ. നെന്നെ എടയ്ക്ക് കാണാറാണ്ടല്ലോ."

ഇനിയും ആരുടേയും സങ്കടങ്ങൾക്കു കാരണമാകാൻ വയ്യ. കർമ്മഫലത്തിൽ അല്ലാതെ ശാപത്തിൽ ഒരിക്കലും വിശ്വസിച്ചിട്ടില്ല, പക്ഷേ, നാഗയക്ഷിവിഗ്രഹം കൂടെ കൊണ്ടുപോയിട്ട് എന്തെങ്കിലും അനർത്ഥങ്ങൾ സംഭവിച്ചാൽ അതുപോലും സർപ്പശാപത്തിന്റെയും കല്പനയുടെയും കണക്കിലെഴുതി ചിറയ്ക്കലുള്ളവർ രക്ഷപ്പെടേണ്ട. അനുഭവിക്കാനുള്ളത് സ്വന്തം കണക്കിൽ തന്നെ അനുഭവിക്കണം. അതുകൊണ്ട്

വെയിലാറട്ടെ, നമുക്കൊന്നു കൂടി അവസാനമായി യാത്ര പോകാം. പൂമുഖത്തിരുന്ന ബാഗെടുത്ത് വെറുതെ ചേർത്ത് പിടിച്ചു.

നാഗയക്ഷിയെ തിരിച്ചുകൊണ്ടു വെക്കുമ്പോൾ ഉള്ളുലഞ്ഞു. കിഴവൻ അരളിമരത്തിന്റെ കുറെ പൂക്കൾ പെറുക്കിക്കൂട്ടി ചുറ്റിലും തലയിലുമൊക്കെ വെച്ച് അലങ്കരിച്ചു. ബ്രഹ്മമുഹൂർത്തത്തിൽ ഭീമാകാരമായ വെളുത്തരൂപം പൂണ്ട് സ്ഥിരം വഴികളിലൂടെ സഞ്ചരിക്കുന്ന ബ്രഹ്മരക്ഷസ്സിനെ സന്ധ്യയ്ക്ക് മനസ്സുകൊണ്ട് ആവാഹിച്ചു വരുത്താൻ നോക്കി. രക്ഷസ്സിനെ കണ്ട പലർക്കും മതിഭ്രമമുണ്ടായിട്ടുണ്ടത്രെ. കേട്ട കഥകളൊക്കെയും പേടിപ്പെടുത്തുന്നതായിരുന്നെങ്കിലും പേടിയേക്കാൾ ജിജ്ഞാസയായിരുന്നു എന്നും ഉള്ളിൽ. ഭൂമിയുറങ്ങുന്ന യാമങ്ങളിൽ സുന്ദരിമാരെ തേടുന്ന ഗന്ധർവനെ, തെക്കേ ജനൽ മലർക്കെ തുറന്നിട്ട് പണ്ട് ക്ഷണിച്ചിട്ടുള്ളതു പോലെ വീണ്ടും വിളിച്ചു നോക്കി. തെക്കേ ജനലിന്റെ ഇത്തിരി ചതുരത്തിലൂടെ വല്ലപ്പോഴും ഒരു നക്ഷത്രം അടർന്നു വീഴുന്നതല്ലാതെ ഒരിക്കൽപോലും മറ്റൊന്നും കണ്ടില്ല. ജനൽ തുറന്നാൽ മുത്തശ്ശൻ, അമ്മമ്മ, ഭദ്രച്ചെറ്യേമ്മ, അമ്മ ഇത്രയും ആത്മാക്കൾ കാവലിരിക്കുമ്പോൾ ആരെയാണ് പേടിക്കേണ്ടത്? ഒരു കാറ്റ് ആഞ്ഞു വീശി. നനവാർന്ന ഒരു പൂ വീണ്ടും നെറുകയിലേക്കിട്ടു തന്നിട്ട് ആരോ സാന്നിദ്ധ്യമറിയിച്ചു.

ഭീതിയോടെ ആരും നോക്കിപ്പോകുന്ന ആ വലിയ വീട്ടിൽ, പകലും രാത്രിവൈകുവോളവും പലപ്പോഴും ഒറ്റയ്ക്കിരുന്നിട്ടുണ്ട്. കാട് പിടിച്ച തൊടിയിലൊക്കെ മിണ്ടാമിണ്ടിക്കായയും മുള്ളൻപഴവും പറിച്ചു തിന്നു നട്ടുച്ചയ്ക്കുപോലും കറങ്ങി നടക്കും. ഇല്ലിമുൾക്കാടുകൾ പരസ്പരം പുണർന്നു നിന്നിരുന്ന വീടിനു പിന്നിലെ ഇടവഴിയിൽ വെയിൽപോലും എത്തി നോക്കാനറയ്ക്കുമ്പോൾ നട്ടുച്ചയ്ക്ക് പാമ്പുകൾ ഇണചേർന്ന് വസിച്ചു.

ആരും മോഹിക്കുന്ന അതിസുന്ദരിയായിരുന്നു മുത്തശ്ശന്റെ അമ്മ കുഞ്ഞിക്കാവമ്മ. ആളും പേരുമില്ലാത്ത ഇടയ്ക്കാട്ടെ മാന്തോപ്പിലൂടെ അമ്പലക്കുളത്തിൽ കുളിച്ചുവരുന്ന അവരെ കണ്ടു ഗന്ധർവ്വൻ മോഹിച്ചു. ദേഹത്ത്കൂടിയവരെയാണ് ചിറയ്ക്കൽ പാമ്പിൻകാവിലും മണ്ഡകപുരയിലുമായി ഒഴിപ്പിച്ചു കുടിവെച്ചത്. കുടിവെച്ച യക്ഷിയും ഗന്ധർവനുമൊക്കെ അലഞ്ഞു തിരിഞ്ഞു നടക്കാതിരിക്കാൻ കൊല്ലംതോറും പൂജ നടത്തി പ്രസാദിപ്പിച്ചുപോന്നു. അതാണ് വർഷങ്ങളായി മുടങ്ങിക്കിടക്കുന്നത്. കിട്ടിക്കൊണ്ടിരുന്നത് മുടങ്ങിയപ്പോൾ അവരൊക്കെ അർഘ്യം തേടി അലഞ്ഞുതിരിഞ്ഞു നടപ്പുണ്ടാകും. ആഗ്രഹമുണ്ടെങ്കിലും ഒന്നും ചെയ്യാനാവാത്ത കല്ലുവിനോട് പൊറുക്കുക.

“നാളെ നാലു മണിക്കാണ് ഫ്ളൈറ്റ്, ഉച്ചയ്ക്കൊരു ടാക്സിവേണം.” അത്താഴത്തിനിരുന്നപ്പോൾ ഏട്ടനോടായിപ്പറഞ്ഞു. നാഗയക്ഷിയെ തിരിച്ചുകൊണ്ട് പോയ വിവരം അർച്ചന പറഞ്ഞു കാണും. പിന്നെ അതിനെക്കുറിച്ച് വിചാരണകളൊന്നും ഉണ്ടായില്ല. ഭാഗ്യം.

"ചെയ്യാം. പക്ഷേ, രണ്ടു ദിവസം കൂടി കഴിഞ്ഞിട്ട് പോരെ? ആരെയും കണ്ടില്ലല്ലോ, ആരുടെയും വീട്ടിൽ പോയില്ലല്ലോ?"

"ആരെയും കാണണ്ട, എവിടെയും പോകാനുമില്ല."

ഭൂമിയോടുള്ള സ്വർഗ്ഗത്തിന്റെ പ്രണയം മഴയായി പെയ്യുന്നു. തുറന്നിട്ട ജനലിൽക്കൂടി മഴയുടെ മണമുള്ള തണുത്ത കാറ്റ്. ഒരിക്കൽ ചിറയ്ക്കലിൽ മൂന്നു നില തലയെടുപ്പോടെ അഹങ്കരിച്ചു നിന്നിരുന്ന ഭിത്തികൾ ഓരോ മഴയിലും അലിഞ്ഞുതീർന്നുകൊണ്ടിരിക്കുന്നു. സംവത്സരങ്ങൾക്കപ്പുറത്തു നിന്നും ഇന്നേവരെ ഓരോ നിമിഷത്തിനും ദൃക്സാക്ഷികളായി അവർ മാത്രം. കട്ടപിടിച്ച ഇരുട്ടിൽ വീഴാറായ ഭിത്തികളിലും കാട് പിടിച്ച കിണറ്റിലും പടർന്നു പന്തലിച്ച അരളിമരത്തിനു താഴെ നാഗത്തറയിലും മണ്ഡകപുരയ്ക്കു മുകളിലും ഇടവഴിയിലും പൊട്ടിച്ചിറയിലും തോട്ടിലും കുന്നത്തെക്കാവിലുമൊക്കെ പെയ്യുന്നത് മഴയോടൊപ്പം പറഞ്ഞറിയിക്കാനാവാത്ത എന്റെ ബാല്യത്തിന്റെ നോവുകളും ഒറ്റപ്പെടലുകളും കൂടിയാണ്. ഓരോ വഴിയിലും കല്പനയുടെ കാൽപാടുകളുണ്ട്.

പത്ത്

ഷിപ്പിംഗിനു തയ്യാറായിരിക്കുന്ന രണ്ടു ലക്ഷം പീസസ്സിന്റെ റാൻഡം ഇൻസ്പെക്ഷൻ ഫാക്ടറിയിൽ. നാളേക്ക് മാറ്റിവെയ്ക്കാൻ കഴിയില്ല. നിർത്താതെ പെയ്യുന്ന മഴയിൽനിന്നും അവധിയിൽനിന്നും തിരിച്ചുവന്നത് വല്ലാത്തൊരു വറചട്ടിയിലേക്കായിരുന്നു. റാൻഡം വലിച്ചു പരിശോധിക്കുന്ന, യാർഡിലേക്കു പോകാൻ തയ്യാറായിരിക്കുന്ന മെറ്റീരിയലുകളിൽ ആണ് കമ്പനി കർശനമായി നിലനിർത്തുന്ന ഗുണനിലവാരത്തെ വെല്ലുവിളിക്കുന്ന പ്രശ്നങ്ങൾ. ഷിപ്പിംഗ് തടഞ്ഞാൽ അവസ്ഥ സങ്കീർണമാകും. കൂടുതൽ പരിശോധിക്കാതെ വിടാൻ റിപ്പോർട്ട് എഴുതിയാൽ അതിനേക്കാളേറെ പ്രശ്നമാണ്. അടുത്ത മാസം സ്റ്റോറിൽ എത്തുന്ന, വിറ്റു പോകുന്ന സാധനം തിരിച്ചുവിളിക്കേണ്ട ഘട്ടംപോലും വരാം. രണ്ടു ഡിപ്പാർട്ട്മെന്റുകൾ ഊണും ഉറക്കവുമില്ലാതെ കഷ്ടപ്പെടുന്നു.

തിരിച്ചു വന്നിട്ട് രണ്ടു ദിവസമായി. മേഘ്നയെ കണ്ടിട്ടുപോലുമില്ല, അവൾ യാത്രയിലാണ്. ഹിമാചലിൽ എവിടെയോ കോട്ടേജ് ഇൻഡസ്ട്രി യൂണിറ്റിന്റെ ഓഡിറ്റിങ്ങിൽ. ഫോണിലെ സംസാരം മാത്രം. ഇന്ന് വൈകിട്ട് മിക്കവാറും കാണാമെന്നു കരുതുന്നു.

ഓർത്തു കൊണ്ടിരിക്കുമ്പോൾ മേഘ്നയുടെ ഫോൺ.

"നീ എവിടെയാണ്?"

"ഇറങ്ങി വരുന്നു."

"ഞാനും എത്തും രണ്ടുമണിക്കൂറിനുള്ളിൽ. കാണാം."

"സീ യു..."

സമയം അഞ്ചാവാറായി. വെള്ളിയാഴ്ച. ഇന്നിനി ജോലി ചെയ്യാൻ വയ്യ. മേഘ്ന എത്തുമ്പോഴേക്കും എത്തണം. എന്തേലും പാചകം ചെയ്യണം. സ്വന്തമായി എന്തേലും ഉണ്ടാക്കി കഴിച്ചിട്ട് നാളുകളായി.

"നീയിപ്പോ എവിടെയാ?" വീണ്ടും മേഘ്നയുടെ ഫോൺ.

"നോയിഡ."

"ഖാൻ മാർക്കറ്റിലേക്കു വാ. ഏഴു മണിക്ക് ബിഗ്ചിൽ. ഇപ്സിതായും സന്ദീപും നൂപൂറുമൊക്കെ എത്തും. ടേബിൾ ബുക്ക് ചെയ്തിട്ടുണ്ട്."

സത്യത്തിൽ ദ്വേഷ്യമാണ് തോന്നിയത്. ചെന്നിട്ടു വല്ലതും ഉണ്ടാക്കണം, കഴിക്കണം, നേരത്തെ കിടന്നുറങ്ങണം ഇതൊക്കെയായിരുന്നു വിചാരിച്ചിരുന്നത്.

"എന്തേലും വെച്ചുണ്ടാക്കാമെന്നു വെച്ചതാ ഇന്ന്. വൈ ഡിഡ്യു പ്ലാൻ ഇറ്റ് ടുഡേ?"

"ഇറ്റ്സ് ഓക്കേ, ഡൂ ഇറ്റ് ടുമോറോ, ഐ വിൽ ലവ് ടു ഈറ്റ് യുവർ ഫുഡ്. നൗ യു കം ദേർ."

ഖാൻ മാർക്കറ്റിൽ വെറുതെ കറങ്ങി നടക്കുന്നത് സന്തോഷമാണ്. ഖാൻ മാർക്കറ്റ് മാത്രമല്ല, ബംഗാളി മാർക്കറ്റ്, കൊണാട്ട്പ്ലേസ്, ഇന്ത്യ ഗേറ്റ്, ചാന്ദ്നിചൗക്കിലെ തിരക്കുപിടിച്ച, വീതി കുറഞ്ഞ ഗലികൾ ഒക്കെ ഇഷ്ടംതന്നെ. ഇഷ്ടമെന്ന് പറയുമ്പോൾ മഴയിൽ കുതിർന്നു കിടക്കുന്ന മുല്ലക്കരയിലെ പാടത്തെയും നാട്ടുപാതകളെയുംപോലെ, കരിമ്പനകൾ കാവൽനിൽക്കുന്ന തേതിക്കുന്നുപോലെ. തലസ്ഥാനത്തിന്റെ ആഢ്യത്വത്തെയും ആധുനികതയെയും ഒപ്പം നാട്യങ്ങളില്ലാത്ത, ഓടകൾ മണക്കുന്ന പഴയ ദില്ലിയെയും ഒരുപോലെ ഇഷ്ടം.

ആറര ആയിട്ടേയുള്ളൂ ഖാൻ മാർക്കറ്റിൽ എത്തുമ്പോൾ. ഒരു കാലവട്ട ചുസ്കി വാങ്ങി പടർന്നുപന്തലിച്ച പേരാലിനു ചുവട്ടിലെ സിമന്റ് ബെഞ്ചിൽ ഇരുന്നു മെല്ലെ നുണഞ്ഞു. ജീവിതത്തിലെ സന്തോഷം എന്ന് പറയുന്നത് യഥാർത്ഥത്തിൽ വെള്ളിയാഴ്ച ആറരയ്ക്ക് ഖാൻമാർക്കറ്റിൽ പേരാലിനു ചുവട്ടിൽ ഇരുന്നു ചുസ്കി നുണയുന്നതാണെന്നു ട്വീറ്റ് ചെയ്തു. വെറുതെ ഫോണിൽ കളിച്ചു ചുസ്കിയെ സ്നേഹിച്ചുകൊണ്ടിരിക്കുമ്പോൾ അപ്രതീക്ഷിതമായി ദേബബ്രതയുടെ മറുപടി. "അല്ല, ജീവിതത്തിലെ സന്തോഷം എന്ന് പറയുന്നത് ഖാൻ മാർക്കറ്റിലെ Latitude 28-ൽ happy hoursഇൽ വെള്ളിയാഴ്ച ആറരയ്ക്ക് ഒരു ബിയറിനൊപ്പം ഫ്രീ കിട്ടിയ മറ്റൊരു ബിയർ നുണയുന്നതാണ്."

'Infront of HSBC ATM' എന്ന് മറുപടി കൊടുത്തു. വരുമെന്നറിയാമായിരുന്നു. ചുസ്കി തീരുന്ന അതേ നിമിഷത്തിൽ എത്തി. കൈയിൽ

രണ്ടു മൂന്നു പുസ്തകങ്ങൾ. അവസാനം കണ്ടതിനേക്കാൾ താടിയിൽ കൂടുതൽ നര. ആറു മാസത്തിലധികമായി കണ്ടിട്ട്. അതിനിടയിൽ ചിക്കൻ പോക്സ് വന്ന് കിടക്കുമ്പോൾ ഒരു തവണ കാശിയിൽനിന്ന് വിളിച്ചിരുന്നു. പിന്നെ ഒന്നുമറിയില്ല. "ഇവിടെ തപസ്സിലാണോ" എന്നചോദ്യവുമായി അടുത്തിരുന്നു.

"തപസ്സിന് ഖാൻ മാർക്കറ്റിലാണ് വരാറ് എന്നറിഞ്ഞില്ല."

"അതെ, അറിയില്ലേ? ഇനിയും കൃത്യമായി പറഞ്ഞാൽ Latitude 28. റോഡിലേക്ക് നോക്കുന്ന ജനലിനരികെയുള്ള ടേബിൾ. വെള്ളിയാഴ്ച ആറുതൊട്ട് ഏഴുവരെ ഘോരതപസ്സ്. You transform into absolute truth, absolute existence and bliss. വന്നുനോക്ക്." അയാൾ താടിയുഴിഞ്ഞു.

"തപസ്സിളക്കാനോ അതോ വരം തരാനോ?"

"രണ്ടും സമ്മതം"

അതിനെന്ത് ഉത്തരം പറയണമെന്ന് അറിയാത്തതുകൊണ്ട് ആ സംഭാഷണം നീട്ടിയില്ല. ഇനിയെന്തെങ്കിലും പറഞ്ഞാൽ അപകടരേഖയ്ക്കപ്പുറത്തേക്ക് അയാൾ ചാടിക്കടന്നേക്കുമോ എന്ന ഭയവും. ഒന്നും മിണ്ടാനില്ലെങ്കിലും ഈ ഇരിപ്പിനൊരു സുഖമുണ്ടോ? മറ്റെങ്ങുമില്ലാത്ത ശാന്തത. രണ്ടു ദിവസം മുൻപ് ദില്ലിയിൽ തിരിച്ചെത്തിയതു മുതൽ അകവും പുറവും പൊള്ളിച്ചുകൊണ്ടിരുന്ന ഉഷ്ണപ്രവാഹത്തിൽ നിന്നും കരകയറി കുളിരാർന്ന ചാറ്റൽമഴ നനയുംപോലെ. വാക്കുകളിലൂടെ പുറത്തു വരുന്ന മനസ്സിന്റെ ഇരുണ്ട മൂലകളും മിഴിവാർന്ന ഇടനാഴികളും എതിർപ്പുകളും മുൻവിധികളുമില്ലാതെ കേട്ടിരിക്കാൻ ആരെങ്കിലും ഉണ്ടാകുമ്പോൾ, ചിറയ്ക്കലെ തൊടിയിൽ മീശക്കായ ഉണങ്ങി പൊട്ടുമ്പോൾ കാറ്റിലൊഴുകി നടക്കുന്ന അപ്പൂപ്പൻതാടിയെപോലെ ഇപ്പോൾ ഞാൻ. പേടിപ്പിച്ചാലും ആട്ടിപ്പായിച്ചാലും പറന്നുപോകാതെ അകമേ ഒരു പ്രാവ് നിർത്താതെ ഇരുന്നു കുറുകി. ദേബബ്രത ചാഞ്ഞിരുന്ന്, തല പുറകോട്ടുവെച്ച്, രണ്ടു കൈയും വശങ്ങളിലേക്ക് നീട്ടിവെച്ച് കണ്ണടച്ച് കിടക്കുന്നു.

"കേരളത്തിലായിരുന്നല്ലേ?" ആരോടെന്നില്ലാതെ, കണ്ണ് തുറക്കാതെ...

"അതെ."

"ഈസ് എവെരിത്തിങ് ഓൾറൈറ്റ്?"

"ഉം. യാത്രയിൽ വായിച്ചത് 'Something like an autobiography' ആയിരുന്നു."

"ഓ, ഡിഡ്യു ലൈക് ഇറ്റ്?"

"നെരൂദ വേറെയും കവിതകളെഴുതിയിട്ടുണ്ട്."

"നെരൂദയോ? അത് കുറസോവയുടേതല്ലേ?"

"അതിന്റെ ആദ്യപേജിൽ സ്വന്തം കൈകൊണ്ടെഴുതിത്തന്ന കവിതയുടെ കാര്യമാണ്."

"ഓ, അത്. പക്ഷേ എനിക്കാവശ്യം അതായിരുന്നു."

ഫോൺ അടിച്ചു. മേഘ്ന വിളിക്കുന്നു.

"നീയെവിടെ?"

"ഇവിടുണ്ട്."

"അകത്തു വാ."

"തുടങ്ങിക്കോ. ഒരു പത്തുമിനിറ്റ്."

വീണുകിട്ടിയ കൂടിക്കാഴ്ചയാണ്. മേഘ്നയും സംഘവുമെത്തി. ഇനിയുള്ളത് ചോദിച്ചു വാങ്ങിയ പത്തു മിനിറ്റാണ്. ആ ബഹളത്തേക്കാൾ ഇഷ്ടം ഈ പ്രാവുകൾ കുറുകുന്നത് കേൾക്കാനാണ്. ചിറയ്ക്കലെ തൊടിയിലെ അപ്പൂപ്പൻതാടിയെപോലെ ഖാൻമാർക്കറ്റിൽ ഒഴുകി നടക്കാനാണ്. എന്തിനതെഴുതി തന്നു എന്ന് ചോദിക്കാൻ തോന്നി. കൃത്യമായ ഉത്തരം വന്നാൽ പിന്നെ മറുപടിയില്ലാതാവും. അതിനേക്കാൾ ഭേദം മൗനം തന്നെ.

"കല്പനാ, ഞാനീ നിമിഷങ്ങളെ നേരത്തെ പറഞ്ഞ തപസ്സിനേക്കാൾ ഇഷ്ടപ്പെടുന്നു. ഇതും ആനന്ദം തന്നെ."

ഒരു നിമിഷം പതറി, മനസ്സിലോർക്കുന്നത് മറ്റൊരാൾക്ക് കേൾക്കാമോ?"

"എന്നെക്കുറിച്ചു എന്തറിയാം?"

"ഒന്നുമറിയണ്ട. ഒന്നുംപറയണ്ട. ഒന്നും ചോദിക്കുകയുമില്ല. എന്നെക്കുറിച്ച് എന്തു വേണമെങ്കിലും ചോദിക്കാം."

അനാദിയായ കാലത്തിന്റെ കുഴഞ്ഞു കിടക്കുന്ന വഴികളിലെവിടെയോ ഞാൻ നിങ്ങളെ കണ്ടിട്ടുണ്ട്. ദൈവം കാറ്റൂതിവിട്ട് മേഘങ്ങൾ പറത്തി വഴി തടഞ്ഞു പരീക്ഷിച്ചു രസിക്കുമ്പോൾ അതിനുമപ്പുറം ഇങ്ങനെയൊരു മുഖം പ്രതീക്ഷിച്ചതുമാണ്. പൊട്ടിച്ചിറയിൽ വെള്ളം കുത്തിയൊഴുകുമ്പോൾ തോട് മുറിച്ചുകടക്കാൻ പകച്ചു നിന്നിട്ടുള്ളതുപോലെ പലപ്പോഴും ഈ നഗരത്തിന്റെ കുത്തൊഴുക്കിൽ പകച്ചു നിന്നപ്പോൾ ഇങ്ങനെയൊരു മുഖം ഏറെ തേടിയിരുന്നു. വഴിയേറെ തനിയെ നടന്നു. ഇപ്പോൾ അതൊരു ശീലവുമായി. മറിച്ചു ചിന്തിക്കാൻ ഇനിയാവുമെന്നു തോന്നുന്നില്ല.

"ദേബബ്രതാ, എനിക്കിഷ്ടമാണ് നിങ്ങളെ, പക്ഷേ എന്റെ വഴി ഏതാണ്ട് നിശ്ചയിക്കപ്പെട്ടു കഴിഞ്ഞതാണ്. അത് ഞാൻ തനിച്ചുതന്നെ നടന്നു തീർക്കണം. ചുട്ടുപഴുത്ത പാറകളുള്ള കുന്നുകളും മഴ തോരാത്ത താഴ്വരകളും കന്മദം മണക്കുന്ന കന്യാവനകളുമൊക്കെ കണ്ട് കണ്ട്... തനിയെ..."

ഒരു സ്വപ്നത്തിലെന്നപോലെ ഞാൻ പറഞ്ഞു.

"നടക്കാവുന്നിടം വരെ ഒരുമിച്ചു നടന്നൂടെ? ചക്രവാളത്തോളം ഇല്ലെങ്കിലും? ഒരുകണ്ടിഷൻസുമില്ലാതെ?"

അശരീരി പോലെ എവിടെ നിന്നോ മറുപടി.

“പുതിയ പുസ്തകമെവിടെ? ഞാൻ കാശു കൊടുത്തു വാങ്ങണ മെന്നാണോ?”

“ഇവിടെക്കാണുമെന്നാരോർത്തു? അടുത്തയാഴ്ച കൊൽക്കൊത്ത യിൽ പോകുന്നുണ്ട്. അമ്മ കാണണമെന്ന് പറയുന്നു. കാളീഘട്ടിലും പോകണം. തിരിച്ചുവന്നിട്ട് തരാം.”

“പോണൂ. മേഘ്ന വെയിറ്റ് ചെയ്യുന്നു.”

അയാൾ വഴി തടയുമ്പോലെ മുന്നിൽ കൈ നീട്ടി പിടിച്ചു.

“കല്പന, നിനക്കറിയാമോ, പലപ്പോഴും എന്റെ കഥാപാത്രങ്ങൾ വെളിപാടുപാലെ മുന്നിൽ വന്നു നിൽക്കുന്നത് എഴുതിക്കഴിഞ്ഞ ശേഷ മാണ്. മാളവികയെക്കുറിച്ചെഴുതുമ്പോൾ അവളെ ഒരിക്കൽ ഞാൻ കാണു മെന്ന് തീർച്ചയായിരുന്നു. മനസ്സിലും ചിന്തകളിലും ആവാഹിച്ചെഴുതു മ്പോൾ അവൾക്ക് ഏതാണ്ട് നിന്റെ മുഖമായിരുന്നു. ആ പുസ്തകം എഴുതി തീരുന്നവരെ അവളെയായിരുന്നു ഞാൻ ശ്വസിച്ചിരുന്നത്, രുചി ച്ചിരുന്നത്, ധ്യാനിച്ചിരുന്നത്. എന്റെ രാപകലുകൾ അവളുടെസാന്നിദ്ധ്യം കൊണ്ട് പൂത്തുലഞ്ഞിരുന്നു. വിശ്വസിച്ചാലും ഇല്ലെങ്കിലുംപ്രഗതിമൈതാ നിൽവെച്ച് ആദ്യം കണ്ടപ്പോൾതന്നെ നിന്നെ ഞാൻ തിരിച്ചറിഞ്ഞു. നിനക്ക് അവളുടെ ഗന്ധം പോലുമുണ്ടായിരുന്നു.”

യാത്ര പറയാതെ തിരിഞ്ഞു നടന്നു. റെസ്റ്റോറന്റിനകത്ത് ടേബിളി നടുത്തെത്തിയപ്പോൾ ഒട്ടും പ്രതീക്ഷിക്കാതെ മേഘ്നയുടെ കൂടെ അർജുൻ ശെഖാവത്. അവളുടെ കസിനാണ്. അപ്പോൾ നേരത്തെ പറഞ്ഞ പേരുകളിൽ അർജുന്റെ പേര് പറയാതിരുന്നത് മനഃപൂർവം തന്നെ.

എന്തോ തമാശ പറഞ്ഞ് ആർത്തു ചിരിക്കുകയായിരുന്നു എല്ലാവരും. ബിയർമഗ്ഗുകൾ പകുതിയൊഴിഞ്ഞിരിക്കുന്നു. മുൻപ് പലപ്പോഴും ഇവ രുടെ കൂടെ ഭക്ഷണം കഴിക്കാൻ പോയിട്ടുള്ളപ്പോൾ അടുത്ത തീന്മേശ യിൽ ഇരിക്കുന്നവർ ശല്യം ചെയ്യാതിരിക്കാൻ അപേക്ഷിച്ചിട്ടുണ്ട്. ഇന്നും കണ്ടിട്ട് അതുതന്നെയാവും അവസാനം. എന്നെ കണ്ടപാടെ മേഘ്ന ഓടിവന്നു കെട്ടിപ്പിടിച്ച് ഉമ്മ വെച്ചു. അവളുടെ കണ്ണുകളിൽ നനവ് പടർന്നു. തനിച്ച് എത്ര ബോറായിരുന്നെന്നും നാട്ടിലെ വിശേഷങ്ങളുമൊക്കെ ഒറ്റ ശ്വാസത്തിൽ പറഞ്ഞും ചോദിച്ചു തീർത്തു. അർജുന്റെ കണ്ണുകളിൽ പേരിട്ടു വിളിക്കാനാവാത്ത തിളക്കം. കസേര ഒഴിഞ്ഞു കിടന്നിട്ടും അവന്റെ എതിരെ ഇരിക്കാതിരിക്കാൻ ശ്രദ്ധിച്ചു. ഞാൻ ഒരു കോണിൽ ഇരുന്നതും എതിരെ ഇരുന്ന മേഘ്ന എണീറ്റ് മെനുവുമായി വലതുവശത്ത് വന്നി രുന്നു. കാത്തിരുന്നതുപോലെ അർജുൻ മേഘ്നയുടെ കസേരയിൽ. തോന്നിയത് എണീറ്റ് പോകാനാണ്.

ജെറ്റ് എയർവെയ്സിൽ പൈലറ്റ് ആണ് അർജുൻ. മേഘ്നയുടെ അച്ഛന്റെ സഹോദരിയുടെ മകൻ. മൂന്നോ നാലോ തവണ കണ്ടിട്ടുണ്ട്. മേഘ്നയുടെ അച്ഛൻ വാങ്ങിയതാണ് ഇപ്പോൾ ഞങ്ങൾ താമസിക്കുന്ന

അപ്പാർട്ട്മെന്റ്. അവളുടെ അച്ഛൻ റിട്ടയേർഡ് കേണൽ റാംമോഹൻ റാത്തോഡും അമ്മ പദ്മിനി റാത്തോഡും ജോധ്പുരിൽ തന്നെയാണ് താമസം. വല്ലപ്പോഴും വരും. ഒരു ചേട്ടൻ, ആർമിയിൽ. ഇപ്പോൾ ലേയിൽ പോസ്റ്റിങ്ങ്.

ഏതു ബന്ധത്തിന്റെ പേരിലാണ് ഞാൻ മേഘ്നയുടെ കൂടെ താമസിക്കുന്നതെന്നറിയില്ല. പേയിങ്ഗസ്റ്റ് ആയി പണ്ട് താമസിച്ചുകൊണ്ടിരുന്ന സ്ഥലത്തുനിന്നും ഒരു വർഷം മുൻപ് മാറാനാഗ്രഹിച്ചു വാടകവീട് തിരയുകയായിരുന്നു. ഡിസൈനിങ്ങിൽ ഉള്ള ദാസിനോട് വാടകവീടിന്റെ കാര്യം സംസാരിക്കുമ്പോൾ കേട്ടുനിന്ന മേഘ്ന പൊടുന്നനെ ഇടയിൽ കേറി

“സ്റ്റേ വിത്ത് മി.”

“വാട്ട്?”

“ഐ സെഡ്, സ്റ്റേ വിത്ത് മി, ഐ ഹാവ് മോർ റൂംസ് ദാൻ ഐ നീഡ്.”

“ബട്ട്.”

“നോ ഇഫ് ആൻഡ് ബട്ട്.”

അത്രേയുണ്ടായുള്ളൂ ആ സംഭാഷണം.

വഴിയമ്പലങ്ങളിൽ നിന്നും വഴിയമ്പലങ്ങളിലേക്കുള്ള, ഒന്നും സ്വന്തമാക്കാനാഗ്രഹിക്കാത്ത യാത്രയിൽ ഈ മഹാനഗരം രണ്ടു കൈയും നീട്ടി സ്വീകരിച്ചപ്പോൾ ആ പ്രവാഹത്തിലെ ഏതോ ഒരു ബിന്ദുവായി. ആരും തിരിച്ചറിയില്ല, ആരും വിശേഷങ്ങൾ ചോദിക്കില്ല. ഉത്തരം പറയാൻ ബുദ്ധിമുട്ടുള്ള ചോദ്യങ്ങളുടെ മുന്നിൽ തല കുനിക്കണ്ട. നിത്യേന മുഖം മിനുക്കുന്ന ഈ നഗരത്തിന് ഞാൻ തീർത്തും അപരിചിത. അപരിചതത്വം പലപ്പോഴും വല്ലാത്ത സുരക്ഷയാണ്, പരിചിതമായ മുഖങ്ങൾ ബാധ്യതയും.

വന്നു പോകാറുണ്ടെങ്കിലും കുറച്ചു മാസങ്ങൾക്കു മുൻപ് മേഘ്നയുടെ അപ്പാർട്ട്മെന്റിൽ അർജുൻ ഒരിക്കൽ രാത്രി തങ്ങിയിട്ടുണ്ട്. അത്താഴത്തിനു ശേഷം രാത്രിയുടുപ്പുമായി മേഘ്ന വാഷ്റൂമിൽ കയറിയപ്പോൾ അയാൾ അടുത്തു വന്നു.

“പൈലറ്റ് ആണ് ഞാൻ, സുന്ദരിമാരെ വകഞ്ഞു മാറി വഴി നടക്കുന്നവൻ. നിങ്ങൾക്ക് എന്നേക്കാൾ പ്രായവും കൂടുതലുണ്ടാകാം. പക്ഷേ നിങ്ങളെപോലെ ആരെയും ഞാൻ കണ്ടിട്ടില്ല. സൗന്ദര്യമല്ല നിങ്ങൾക്ക്, പരിചയപ്പെട്ട പുരുഷന്മാരെ മനസ്സമാധാനത്തോടെ ജീവിക്കാൻ സമ്മതിക്കാത്ത വശ്യത.”

മദ്യപിച്ചിട്ടുണ്ടായിരുന്നു അയാൾ.

“പോയി ഉറങ്ങൂ.” ഫ്രിഡ്ജ് തുറന്ന് ഒരു കുപ്പി വെള്ളം കൈയിൽ വെച്ച് കൊടുത്തു.

"മദ്യപിച്ചു പറയുന്നതല്ല. കഥകളിലൊക്കെ കേട്ടിട്ടുള്ളപോലെ മന്ത്രവാദം വശമുണ്ടോ നിങ്ങൾക്ക്?"

"കല്പനാ, ഐസ്ക്രീം ഉണ്ടോ ഫ്രിഡ്ജിൽ? ഉണ്ടേൽ താ. ബ്രഷ് ചെയ്യാൻ പോയതാ, അപ്പഴാ ഓർമ്മ വന്നേ." മേഘ്ന അപ്പോഴേക്കും വാതിൽ തുറന്നു പുറത്തു വന്നു.

അന്ന് ഒഴിവായിപ്പോയ അപകടമാണ് ഇപ്പോൾ ഒരു മുന്നറിയിപ്പുമില്ലാതെ നേരെ മുന്നിലിരിക്കുന്നത്.

മേഘ്ന എനിക്കൊരു ലെമൺസോഡാ പറഞ്ഞു. ബാക്കി ഭക്ഷണം ഓർഡർ ചെയ്തു. അത് വരുമ്പോഴേക്കും പലരുടെയും മുന്നിലെ ബിയർ മഗ്ഗുകൾ പല തവണ ഒഴിഞ്ഞു നിറഞ്ഞു. മേഘ്നയും ഇപ്സിതായും സന്ദീപുമെല്ലാം എണീറ്റ് പോയി, സിഗരറ്റ് വലിക്കാനാണ്.

അർജുൻ വലിക്കുന്നതു കണ്ടിട്ടുണ്ട്, പക്ഷേ പോയില്ല. മനഃപൂർവമായിരിക്കും. അവർ തിരിച്ചു വരുന്നവരെയുള്ള നിമിഷങ്ങൾ വേഗം തീർന്നു കിട്ടാൻ പ്രാർത്ഥിച്ചുകൊണ്ടിരിക്കുമ്പോൾ വലത്തേ കാലിലൂടെ സോക്സിട്ട ഒരു കാൽമുകളിലേക്ക് ഇഴയുന്നു. എന്താണ് സംഭവിക്കുന്നതെന്നറിയാതെ തട്ടി മാറ്റിയപ്പോൾ അടുത്ത നിമിഷം വീണ്ടും.

"യു ആർ എ സെടക്ടറെസ്സ്" മുന്നോട്ടാഞ്ഞിരുന്ന് അർജുൻ കണ്ണിറുക്കി ഒരു വല്ലാത്ത ചിരി ചിരിച്ചു.

അർജുന്റെ ഇടത്തെ കവിളിൽ എന്റെ വലംകൈ പറന്നു വീണു. കാലിൽ തലോടിയതിനേക്കാൾ അരിശം വന്നത് അയാളുടെ വഷളൻ ചിരി കണ്ടപ്പോഴാണ്. പിന്നെ മറ്റൊന്നും ആലോചിച്ചില്ല. അവൻ തീരെ പ്രതീക്ഷിച്ചിട്ടില്ല. വേണ്ടായിരുന്നു. ചുറ്റുമിരുന്നവരിൽ ആരെങ്കിലുമൊക്കെ കണ്ടു കാണും. പെട്ടെന്ന് ബാഗുമെടുത്ത് ഇറങ്ങി. ഓട്ടോയിലിരിക്കുമ്പോൾ നിറഞ്ഞു വരുന്ന കണ്ണുകൾക്കിടയിലൂടെ മേഘ്നയ്ക്ക് ഒരു മെസ്സേജ് ടൈപ്പ് ചെയ്തു. 'I am sorry.'

പതിനൊന്ന്

ഒമ്പതര കഴിഞ്ഞു. എടുക്കാൻ അധികമൊന്നും ഇല്ല. രണ്ടു പെട്ടിയിൽ അടുക്കാനുള്ള വസ്ത്രങ്ങൾ, കുറച്ചു പുസ്തകങ്ങൾ. അത് വേഗം കഴിഞ്ഞു. ഇടയ്ക്ക് രണ്ടുമൂന്നു തവണ മേഘ്ന വിളിച്ചു എടുത്തില്ല. ഫോണിലൊരു സംഭാഷണം വേണ്ട, നേരിട്ട് തന്നെയാവാം. ഫ്രിഡ്ജിൽ ബ്രഡ് ഇരിപ്പുണ്ടായിരുന്നു. സാൻഡ്‌വിച്ച് ഉണ്ടാക്കി, ഒരു കോഫിയും. കഴിച്ചുകൊണ്ടിരിക്കുമ്പോൾ കാളിങ്ബെൽ അടിച്ചു. മേഘ്ന. നേരെ ബെഡ്റൂമിലേക്ക് കയറി ഉടുപ്പ് മാറ്റി മുഖം കഴുകി ഡൈനിങ്ങ് ടേബിളിൽ എതിരെ വന്നിരുന്നു.

"കോഫി വേണോ." ഞാൻ എന്റെ കോഫി നീട്ടി

"നിനക്കോ?"

"ഞാൻ വേറെ ഇട്ടോളാം."

പോയി വീണ്ടുമൊരു കോഫി ഇട്ടു കൊണ്ടു വന്നു. പറയാനും ചോദിക്കാനുമുള്ള വിഷയം അത്ര സുഖകരമല്ലാത്തതുകൊണ്ട് നിമിഷങ്ങൾ ഇഴഞ്ഞു. ജീവിതം മാറിമറിഞ്ഞിട്ടുള്ളതൊക്കെയും അല്ലെങ്കിൽ വഴിമാറി ഒഴുകിയിട്ടുള്ളതൊക്കെയും നിമിഷാർദ്ധങ്ങൾ കൊണ്ടാണ്. അതിലൊന്നും സങ്കടവുമില്ല. ഏതു വളവിലും തിരിവിലും ഇരുട്ടിലും എപ്പോഴും എന്തും പ്രതീക്ഷിക്കുന്നുണ്ട്. അങ്ങനെ ചിന്തിച്ച് കരുത്തെറ്റിയെടുക്കുമ്പോൾ അടുത്ത നിമിഷം മനസ്സ് വീണ്ടും ദുർബലമാകും. ചിലപ്പോഴൊക്കെ അകത്തു കെട്ടിപ്പൂട്ടിവെച്ചത് ആരുടെയെങ്കിലും മുന്നിൽ കുടഞ്ഞിടാൻ, അലറിക്കരയാൻ, അലസമായി സംസാരിച്ചിരിക്കാൻ, കുസൃതി കാണിക്കാൻ ആരെയെങ്കിലും പടിക്കകത്തേക്കു കയറ്റി വിടാത്തതിൽ സ്വയം കുറ്റപ്പെടുത്തും. തോറ്റുപോയിട്ടുള്ളത് ഇങ്ങനെ ചില ചുരുക്കം സന്ദർഭങ്ങളിലാണ്.

"മേഘ്നാ, ഇവിടെ ഈ രാത്രിയേ ഉള്ളൂ. നാളെ രാവിലെ ഞാൻ പോകും." ഇനിയും പറയാതിരുന്നാൽ തീരുമാനം മാറ്റേണ്ടി വന്നാലോ. അതുകൊണ്ട് രണ്ടും കല്പിച്ച് തലയുയർത്താതെ പറഞ്ഞു തീർത്തു.

"എന്താണ് സംഭവിച്ചതെന്ന് എനിക്കറിയില്ല. മൂന്ന് തവണ ഞാൻ വിളിച്ചു. നീയെടുത്തില്ല."

"മനഃപൂർവ്വമാണ് എടുക്കാതിരുന്നത്. ഫോണിൽ സംസാരിച്ചു ഒതുക്കാവുന്നതല്ലല്ലോ? നേരിട്ടാവാമെന്നു കരുതി."

"ഞങ്ങൾ തിരിച്ചു വന്നപ്പോഴേക്കും അർജുനും ടേബിളിൽ ഇല്ലായിരുന്നു. അവനെയും വിളിച്ചു, ഫോൺ എടുത്തില്ല. എന്താണ് സംഭവിച്ചതെന്ന് നിങ്ങളിലൊരാൾ പറയാതെ ഞാൻ എങ്ങനെ അറിയും? പക്ഷേ ഇവിടം വിട്ടുപോകാൻ മാത്രമുണ്ടോ അത്?"

"ഉവ്വ് മേഘ്ന, അതാണ് നിനക്കും എനിക്കും നല്ലത്. അർജുനെ നിനക്ക് ഒഴിവാക്കാനാവില്ല, എനിക്ക് ഇനി അഭിമുഖീകരിക്കാനുമാവില്ല."

"ഞാൻ ഇനിയുമിവിടെ എന്റെ പഴയ ജീവിതം ജീവിച്ചു തീർക്കണമെന്നാണ്?"

"പഴയ ജീവിതം തനിച്ചു ജീവിക്കുന്ന ഞാനും കാണും, എവിടെയെങ്കിലും."

"തിരിച്ചു വരണമെന്ന് തോന്നുമ്പോൾ ഞാനിവിടെത്തന്നെയുണ്ടെന്നു മറക്കാതിരിക്കുക."

പ്ലേറ്റും കോഫി മഗ്ഗുകളുമെടുത്തു കഴുകിവെച്ച് കിടക്കാൻ പോയി. ഉറക്കം വന്നില്ല. എങ്ങോട്ടാണ് ഞാൻ നാളെ പോകുന്നത്? നാളെ അന്തിയുറങ്ങുന്നത് എവിടെയാണെന്നു പോലുമറിയാത്ത അനിശ്ചിതത്വം

മുന്നിൽ. ആട്ടവിളക്ക് കരിന്തിരി കത്തുന്നു. താളവും ശ്രുതിയും പിഴച്ച പദങ്ങൾക്കൊപ്പം പഴയതും പുതിയതുമായ മുഖങ്ങൾ കത്തിവേഷം കെട്ടിയാടി. തിരിഞ്ഞും മറിഞ്ഞും കിടന്നു. ശൂന്യമായ വഴിനീളെയും ഓരോ പുൽനാമ്പിലും നരച്ച മഞ്ഞു മാത്രം. വീശിയടിക്കുന്ന കാറ്റിൽ പറന്നു പോകുന്നപോലെ. എന്നോ കണ്ടു തുടങ്ങിയ ഈ ദുഃസ്വപ്നങ്ങളിൽ നിന്നു മൊരു മുക്തി വേണം. എണീറ്റ് മുഖം കഴുകി ജപമാലയെടുത്തു നില ത്തിരുന്നു. വഴുതി വീഴാൻ തുടങ്ങുമ്പോഴൊക്കെ മുറുകെ പിടിക്കാൻ അതേയുള്ളൂ.

സമയമേറെ കഴിഞ്ഞു കാണും. എണീറ്റ് നോക്കുമ്പോൾ വാതിലി നടിയിലൂടെ ഡ്രോയിങ് റൂമിൽ നിന്ന് വെളിച്ചം വരുന്നുണ്ട്. സോഫയിൽ മേഘ്ന. കൈയിൽ സിഗരറ്റ് എരിയുന്നു. റൂമിലാകെ പുക. കുറെ നേര മായെന്നു തോന്നുന്നു.

"നീയെന്താണീ കാണിക്കുന്നത്? പോയി ഉറങ്ങിക്കൂടെ?"

"ഉറക്കം വരുന്നില്ല."

"I am leaving the house, not you. എല്ലാം പഴയപോലെ തന്നെ ഉണ്ടാവും. നീ പോയി ഉറങ്ങൂ."

സിഗരറ്റ് ആഷ്ട്രേയിൽ കുത്തിക്കെടുത്തി മേഘ്ന അടുത്തു വന്നു. മുഖത്തു നോക്കാതെ വിതുമ്പിക്കൊണ്ട് കെട്ടിപ്പിടിച്ചു. അപ്രതീക്ഷിത മായിരുന്നു ആ ഭാവമാറ്റം.

"അർജുൻ എന്തെങ്കിലും ചെയ്തിട്ടുണ്ടെങ്കിൽ ഞാൻ മാപ്പു ചോദി ക്കുന്നു. എന്നെ തനിച്ചാക്കി പോകാതിരുന്നൂടെ?"

"മേഘ്നാ, കൊച്ചുകുട്ടിയാണോ നീ? ഇഷ്ടമില്ലാത്ത ജീവിതത്തിൽ നിന്നും തന്റേടത്തോടെ പുറത്തു വന്നവളല്ലേ? ഒറ്റയ്ക്ക് പൊരുതുന്ന വളല്ലേ? ഞാൻ നിന്റെ ജീവിതത്തിൽ എന്നും ഉണ്ടാവേണ്ട ആളല്ലെന്ന് നിനക്കും എനിക്കും അറിയാം. എന്നായാലും ഇതൊക്കെ സംഭവിക്കണം. അർജുൻ ഒരു കാരണം മാത്രം. ഇപ്പോൾ അതൊന്നും സംസാരിക്കാ നുള്ള മനസ്സ് ഇല്ല, നമ്മൾ എന്നും കാണേണ്ടവരല്ലേ? സമയമുണ്ടല്ലോ. പോയി മുഖം കഴുകി ഉറങ്ങൂ."

മേഘ്നയെ കൊണ്ട് കിടത്തി. അവളെ എന്തൊക്കെയോ പറഞ്ഞു സമാധാനിപ്പിച്ചെങ്കിലും സ്വയം എന്ത് പറഞ്ഞു സമാധാനിപ്പിക്കണം എന്നോർത്ത് ഉഴറി.

രാവിലെ എണീറ്റ് പതിവ് ജോലികൾ ചെയ്യുമ്പോൾ ആയിരംനാവു നീട്ടി എന്നുമില്ലാത്ത നിശ്ശബ്ദത. ടേബിളിൽ എനിക്കായി കാത്തിരിക്കുന്ന ചായക്കപ്പെടുത്ത് മേഘ്നയെ തിരയുമ്പോൾ ചായയും പത്രവും സിഗര റ്റുമായി അവൾ ബാൽക്കണിയിൽ. ഒരു നൂറുവട്ടം പറഞ്ഞിട്ടുണ്ട് സിഗര റ്റുമായി ബാൽക്കണിയിൽ പോയി നിന്നു വലിക്കരുതെന്ന്. ഇടയ്ക്ക് അനു സരിക്കാൻ തുടങ്ങിയതുമായിരുന്നു. ഇന്ന് വീണ്ടും.

"എനിക്കാരെയും ബോദ്ധ്യപ്പെടുത്തണ്ട." പഴയ പല്ലവി ആവർത്തിച്ചപ്പോൾ വന്നത് പതിവില്ലാത്ത മറുപടി.

ശനിയാഴ്ച ആയതിനാൽ ലീവെടുക്കാതെ കഴിഞ്ഞു. മനസ്സിൽ പല സ്ഥലങ്ങൾ മിന്നിമാഞ്ഞു, ഹരിദ്വാറിലെ ഓംകാരാശ്രമം, ഹോട്ടലുകൾ, സൗത്ത് ഡൽഹിയിലെ പേയിങ്ഗസ്റ്റ് വീടുകൾ, തനിച്ചു താമസിക്കുന്ന ഓഫീസിലും പുറത്തുമുള്ള സുഹൃത്തുക്കൾ, പിന്നെ അവസാനം ദേബബ്രത.

പേടിയും അരക്ഷിതബോധവും ഒട്ടുമില്ല. ഇന്ന് ജീവിക്കാനൊരു ജോലിയും കൈയിൽ അത്യാവശ്യത്തിനു പണവും ഉണ്ട്. നഗരത്തിന്റെ മിടിപ്പുകളറിയുന്ന ആറാമിന്ദ്രിയമുണ്ട്. തനിച്ച് യാത്ര ചെയ്ത അനുഭവങ്ങളുണ്ട്. ഇതൊന്നും ഇല്ലാതെ വെറുമൊരു ട്രെയിനി അപ്പോയ്ന്റ്മെന്റ് ലെറ്ററുമായി ഇരുപത്തൊന്നാമത്തെ വയസ്സിൽ മുല്ലക്കരയുടെ നിഷ്കളങ്കതയിൽ നിന്ന് കൊച്ചിയുടെ നാട്യത്തിലേക്കെത്തുമ്പോൾപോലും പേടി തോന്നിയിട്ടില്ല.

നേരത്തെ പോയി ഏതെങ്കിലും ഹോട്ടലിൽ ചെക്ക് ഇൻ ചെയ്താൽ ഒരു ദിവസത്തെ വാടക വെറുതെ കൊടുക്കേണ്ടി വരും. അതുകൊണ്ടാണ് മെല്ലെ ഇറങ്ങാമെന്നു കരുതിയത്. കുറെനേരം ഇന്റർനെറ്റിൽ പരതി കിട്ടിയ മൂന്നാലു പേയിങ്ഗസ്റ്റ് നമ്പറുകളിൽ വിളിച്ചു സംസാരിച്ചു. രണ്ടെണ്ണം ഇന്ന് പോയി കാണണം. അഡ്രസ്സ് വാങ്ങി.

പതിനൊന്നുമണിയോടെ ഒരു ടാക്സി വിളിച്ചു. ബാഗുകളും പുസ്തകങ്ങളും മേഘ്നയാണ് താഴെവരെ കൊണ്ടു വന്നത്. യാത്ര പറഞ്ഞ് ഇറങ്ങുമ്പോൾ ഉള്ളൊന്നുലഞ്ഞു.

"വൈകീട്ട് വിളിക്കണം." മേഘ്ന കൈ പിടിച്ചമർത്തി.

"വിളിക്കാം."

"നാളെ കാണാമോ, സൺഡേ അല്ലേ?"

"ഞാൻ വൈകിട്ട് വിളിക്കാം."

അന്തിയുറങ്ങിയിട്ടുള്ള ഒരു വീടിനു കൂടി വിട. Miles to go before I sleep. എട്ടിലോ ഒമ്പതിലോ പഠിച്ച ഫ്രോസ്റ്റിന്റെ കവിത മനസ്സിലുരുവിട്ടുകൊണ്ട് കാറിൽ കയറി. ഓഫീസിന് അധികം ദൂരെയല്ലാത്ത, ഓഫീസിലെ പല പരിപാടികളും നടക്കാറുള്ള ഹോട്ടൽ ബേസിലിലേക്കു പോകാൻ പറഞ്ഞു. ടാക്സി പത്തുമിനിറ്റു കാത്തുനിൽക്കാൻ പറഞ്ഞ് രണ്ടു ദിവസത്തേക്ക് റൂമെഴുതി സാധനങ്ങൾ അകത്തു വെച്ച് തിരിച്ചു വന്ന് കാറിൽ കയറി. ഇനി ലാജ്പത്നഗർ.

രണ്ടെണ്ണവും കണ്ടു. ആദ്യത്തേത് കൊള്ളാം. മാർക്കറ്റിനടുത്താണെന്നതൊഴിച്ചാൽ മറ്റു പ്രശ്നങ്ങളൊന്നുമില്ല. ഒരു റൂമിൽ രണ്ടു ബെഡ്. അങ്ങനെ ആകെ മൂന്നു റൂമേ ഉള്ളൂ. രണ്ടു റൂമിൽ രണ്ടു പെൺകുട്ടികൾ വീതമുണ്ട്. ഇപ്പോൾ ഒഴിവുള്ള റൂമിൽ ആരുമില്ല, അതായത് മറ്റൊരാൾ

വരുന്നവരെ ഞാൻ തനിച്ച്. അതാണേറെ ആകർഷിച്ചത്. ഒരു റീത്ത നൗട്ടിയാൽ, ഭർത്താവു മരിച്ചു, മക്കൾ മറ്റെവിടെയോ. കൂടുതലൊന്നും ചോദിച്ചില്ല, താത്പര്യവുമില്ല. നാല് ബെഡ്റൂമുള്ള ഫസ്റ്റ് ഫ്ളോർ അപ്പാർട്ട്മെന്റ്. അവർക്ക് ഒരു റൂമേ വേണ്ടൂ. തനിച്ചു താമസിക്കുന്നതിന്റെ വിരസതയും ഒഴിവാകും, വരുമാനവുമായി.

നിബന്ധനകളൊക്കെ പറഞ്ഞു. ഒരു ദിവസം രണ്ടു നേരത്തെ ഭക്ഷണം അവർ തരും, വാഷിംഗ്മെഷീൻ ഉപയോഗിക്കണമെങ്കിൽ വേറെ പണം കൊടുക്കണം. രാത്രി പത്തുമണിക്ക് മുൻപ് എത്തണം. എല്ലാം സമ്മതം. വേണമെങ്കിൽ നാളെ തന്നെ മാറാം. ഞായറാഴ്ചയല്ലേ? നാളെ മാറിയാൽ തിങ്കളാഴ്ച അവിടെനിന്നും ഓഫീസിൽ വരാം. ഒരു മാസത്തെ വാടക മുൻകൂറായി കൊടുത്തു.

പന്ത്രണ്ട്

Latitude 28, റോഡിലേക്ക് നോക്കുന്ന ജനലിനടുത്തുള്ള ടേബിൾ. വെള്ളിയാഴ്ച, സമയം ആറ്. ആദ്യമായാണ് ഇവിടെ. കഴിഞ്ഞ മാസം ഖാൻ മാർക്കറ്റിൽ ദേബബ്രതയെ കണ്ടുപിരിഞ്ഞതിനുശേഷം ഇന്ന് രാവിലെയാണ് ഫോൺ വരുന്നത്. സത്യത്തിൽ കണ്ടിട്ട് ഒരു മാസത്തിലധികമായി എന്നു തോന്നുന്നു.

ഫോൺ എടുത്തപാടെ ചോദ്യമായിരുന്നു: “ഇന്ന് വെള്ളിയാഴ്ച. തപസ്സിളക്കാൻ വരുന്നോ? ദില്ലിയിലുണ്ട് ഞാൻ.”

“തപസ്സ് നടക്കട്ടെ, വരം തരാൻ വരാം.”

“രണ്ടായാലും സമ്മതമെന്ന് പറഞ്ഞിരുന്നു. ചോദിക്കുന്ന വരമാണ് തരേണ്ടത് എന്ന് മറക്കണ്ട.”

ആറ് മണിക്കു വരാമെന്നു പറഞ്ഞതാണ്. ആറേകാലാവുന്നു. എത്തിയില്ല.

വിളിച്ചുനോക്കണോ? വേണ്ട. ഈ നേരത്ത് ട്രാഫിക്ജാം കാണുമായിരിക്കും. പുറകിലൂടെ ആരോ മൂന്നാലു പുസ്തകങ്ങളും ഒരു പേപ്പർ ബാഗും ടേബിളിലേക്ക് ഇട്ടു. ‘ആളിരിക്കുന്നതു കാണുന്നില്ലേ’ എന്ന് ചോദിക്കാൻ തിരിഞ്ഞു നോക്കുമ്പോൾ ശബ്ദമുണ്ടാക്കാതെ ‘സോറി’ എന്ന് വാ അനക്കിക്കൊണ്ടു ദേബബ്രത.

“സോറി എന്ന് പറയാനും കേൾക്കാനും തീരെ ഇഷ്ടമില്ല. പക്ഷേ, പറയാതെ വയ്യ. രാവിലെ തുടങ്ങിയ ബോറടിപ്പിക്കലാണ് ഹാബിറ്റാറ്റ് സെന്ററിൽ. പല പ്രാവശ്യം ഇറങ്ങാൻ നോക്കിയതാ, അപ്പോഴൊക്കെ ആരേലും വീണ്ടും മുന്നിൽ വന്നു ചാടും. കൂടെ കുറെ പണിയില്ലാത്ത ചാനലുകാരും. അവർക്കറിയില്ലല്ലോ എനിക്ക് തപസ്സിനു നേരമായെന്ന്,

വരം തരാൻ ദേവി ഇറങ്ങി വന്നിട്ടുണ്ടെന്ന്. ഇപ്പോഴെങ്കിലും ഇവിടെ എത്തിയത് ഭാഗ്യം."

"ബോറടിപ്പിക്കൽ കേട്ടിരിക്കുന്നവരൊന്നും ഇതേവരെ ഉറങ്ങിയില്ലേ?" ദ്വേഷ്യം മറച്ചു വെയ്ക്കാതെ ഞാൻ.

"തമാശയാണോ. എങ്കിൽ ഒട്ടും പോരാ. പോട്ടെ, ക്ഷമിച്ചു."

മേശയിലിരുന്ന ഒരു പുസ്തകം എടുത്ത് ആദ്യപേജിൽ ഒപ്പു വെച്ച് തന്നു.

"ഇതാ അന്ന് ചോദിച്ച പുസ്തകം."

പെട്ടെന്ന് എന്തോ ഓർത്ത പോലെ വീണ്ടും:

"തന്റെയൊരു ആർട്ടിക്കിൾ കണ്ടല്ലോ ഈയാഴ്ച എവിടെയോ. രാഷ്ട്രീയത്തിന്റെ അലയും ചുഴിയുമൊക്കെ. പകുതി വായിച്ചപ്പോൾ തന്നെ നിർത്തി. മാപ്പ്. അവിടത്തെ മുഖ്യമന്ത്രി ആരാണ് എന്നു പോലും എനിക്കറിയില്ല. പക്ഷേ, ആ ഭാഷയ്ക്ക് ഞാനിപ്പോൾ എന്താ തരേണ്ടത്?"

ടേബിളിലിരുന്ന പേപ്പർബാഗ് നീട്ടി.

"വാങ്ങടോ, തനിക്കുവേണ്ടി തന്നെ കൊണ്ടുവന്നതാണ്. ലോക പ്രശസ്തമായ കാളീഘട്ടിനു മുന്നിലെ റാഷ്ബിഹാരി അവന്യൂവിൽ നിന്നും തനിക്കായി തന്നെ വാങ്ങിയതാണ്. വെറുതെ രാഷ്ട്രീയം എഴുതി ആ ഭാഷയുടെ മുനയൊടിക്കാതെ. ചോര പൊടിയുന്ന, ചങ്കിൽ കുത്തുന്ന എഴുത്തിന് ഇപ്പഴും നല്ല വിലയാണ്. think about it."

ബാഗ് വാങ്ങി. തുറന്നുനോക്കിയപ്പോൾ 'Shadow of a Woman'ലെ മാളവികയെ ഓർമ്മ വന്നു. രക്തവർണ്ണത്തിലുള്ള വീതിക്കരയിൽ കസവുള്ള വെള്ള ബംഗാളി ലാൽപാർസാരി. കാളീഘട്ടിലെ പഴയ തെരുവുകളിലൊന്നിൽ തലയുയർത്തി നിൽക്കുന്ന ദുരൂഹതയാർന്ന ബംഗ്ലാവിൽ തനിച്ചു താമസിക്കുന്ന മാളവിക. സിംഹാസനതുല്യമായ പഴയ മരക്കസേരയിൽ ഒരു കാൽമുട്ടു മടക്കി ഉയർത്തിവെച്ച് ആജ്ഞാപിക്കാനെന്ന പോലുള്ള ഇരിപ്പ്. അഴിഞ്ഞുലഞ്ഞ കേശഭാരം. ഉയർന്ന പുരികങ്ങൾ, തീക്ഷ്ണത സ്ഫുരിക്കുന്ന നോട്ടം, നീണ്ട നാസാഗ്രത്തു തിളങ്ങുന്ന മൂക്കുത്തി. അത് വായിക്കുമ്പോഴൊക്കെ എന്താണെന്നറിയില്ല മുന്നിൽ ക്കാണുന്നത് അതേപുരികങ്ങളാണ്, മൂക്കുത്തിയാണ്.

> വദനസ്മരമാംഗല്യ ഗൃഹതോരണ ചില്ലികാ
> വക്ത്രലക്ഷ്മീ പരീവാഹ ചലന്മീനാഭ ലോചനാ
> നവചമ്പക പുഷ്പാഭ നാസാദണ്ഡ വിരാജിതാ
> താരാകാന്തി തിരസ്കാരി നാസാഭരണ ഭാസുരാ

"തനിക്കു മൂക്ക് കുത്തിക്കൂടേ, മൂക്കുത്തിക്കു ചേരുന്ന മൂക്ക്." ദേബബ്രതയും അതേസമയം മാളവികയെക്കുറിച്ച് തന്നെയാണ് ഓർത്തതെന്നു തോന്നുന്നു. ഞാൻ ഓർക്കുന്ന അതേ കാര്യം ദേബബ്രത ചോദിക്കുന്നത്

ഇത് ആദ്യമായല്ല. അല്ലെങ്കിൽ പിന്നെ മൂക്കുത്തിയെക്കുറിച്ചു ചോദിച്ച തെന്തിനാണ്?

"സാരി വല്ലപ്പോഴുമേ ഉടുക്കാറുള്ളൂ. But i like it."

"കുഴപ്പമില്ല, പക്ഷേ, വരം ചോദിക്കുകയാണ്, ഇത് എപ്പോൾ ഉടുത്താലും കാണണം."

"തഥാസ്തു."

അടുത്തു വന്ന വെയ്റ്ററിനോട് ദേബബ്രത സ്ഥിരം ബിയറിന് പറഞ്ഞു. എനിക്കൊരു പിന കോളാഡാ. എന്തോ കഴിക്കാനും ഓർഡർ ചെയ്യുന്നത് കേട്ടു.

"ഞാൻ ഡിവോഴ്സി ആണെന്ന് തനിക്കറിയാമോ? ഞാനും ഡോക്ടർ അപൂർബ ബസുവും ആറു വർഷത്തെ ദാമ്പത്യത്തിനു ശേഷം പരസ്പരസമ്മതപ്രകാരം മൂന്നുവർഷം മുൻപ് വേർപിരിഞ്ഞതാണ്. കുട്ടികളില്ല. അപുർബയുടെ ഇസ്തിരിയിട്ട താന്ത്സാരിപോലെ തന്നെയുള്ള അവളുടെ ജീവിതവും കുത്തഴിഞ്ഞ, പഴകിയ പുസ്തകം പോലെയുള്ള എന്റെ ശൈലിയും ഒരിക്കലും ചേർന്ന് പോകില്ലെന്ന് മനസ്സിലാക്കാൻ ആറു വർഷമെടുത്തു ഞങ്ങൾ. കുട്ടികളില്ലാത്തതിനാൽ കാര്യങ്ങൾ എളുപ്പമായിരുന്നു. മെലോഡ്രാമയൊന്നും വേണ്ടി വന്നില്ല. അപൂർബ ഒരു ഡോക്ടറെതന്നെ കെട്ടി ഇപ്പോൾ സുഖമായിരിക്കുന്നു. ഞാനിങ്ങനെ കണ്ണിൽ കണ്ടവരെയൊക്കെ ബോറടിപ്പിച്ചും പുസ്തകമെഴുതിയും തപസ്സുചെയ്തുമൊക്കെ ജീവിതം ആർഭാടമാക്കുന്നു."

ദേബബ്രത ഉറക്കെ ചിരിച്ചു.

"ഊഹിച്ചിരുന്നു ഞാൻ."

"അതെങ്ങനെ?"

"അറിയില്ല. ഇങ്ങനെ തോന്നിയപോലെ നടക്കുന്നത് കണ്ടപ്പോൾ ഊഹിച്ചു ചോദിക്കാനും പറയാനുമൊന്നും ആരും കാണില്ലെന്ന്."

"അത് കൊള്ളാലോ? പുറത്തു നിന്നുള്ളതിനേക്കാൾ ഉള്ളിൽനിന്നുമുള്ള വിളികൾ പിന്തുടരുന്ന ഒരാളാണ് ഞാൻ. നാളെ എന്തെന്ന് അറിയില്ല. എവിടെയെന്ന് അറിയില്ല. തിരിഞ്ഞുനോക്കുമ്പോൾ തോന്നാറുണ്ട്, അപുർബ പോയതും കുട്ടികളില്ലാഞ്ഞതുമൊക്കെ ദൈവനിശ്ചയമാണെന്ന്. പണ്ടൊരിക്കൽ മാളവികയെക്കുറിച്ച് ചോദിച്ചില്ലേ? സ്വപ്നവും യാഥാർത്ഥ്യവുമൊക്കെ വേർതിരിച്ചറിയാത്ത ഒരവസ്ഥയിൽ എഴുതിയതാണ് 'Shadow of a woman'. മാളവികയോടെനിക്ക് പ്രണയവും കാമവും ഭക്തിയും ആരാധനയുമെല്ലാമായിരുന്നു. ഞാൻ കണ്ടിട്ടുള്ള, ആരാധന തോന്നിയിട്ടുള്ള പല സ്ത്രീകളുടെയും വ്യത്യസ്ത മുഖങ്ങൾ, ചിലപ്പോൾ വശ്യയായും മറ്റു ചിലപ്പോൾ ഉഗ്രയായും പിന്തുടരുന്ന ശക്തിസ്വരൂപം. ഭോഗിക്കണമെന്നു തോന്നുമ്പോൾ തന്നെ അടുത്ത നിമിഷം പൂജിക്കണമെന്നും തോന്നുന്ന, സ്ത്രീസങ്കല്പമോ ദൈവസങ്കല്പമോ എന്ന് തിരിച്ചറിയാനാവാത്ത വല്ലാത്ത ഒരവസ്ഥ. മാളവിക മുഴുവനായും എന്റെ

സങ്കല്പസൃഷ്ടിയാണ്. അവളെക്കുറിച്ചെഴുതുമ്പോഴൊക്കെ കാണണമെന്ന് വല്ലാതെ ആഗ്രഹിച്ചിട്ടുണ്ട്. അവളുടെ സൗന്ദര്യത്തെ കാമിക്കുമ്പോഴും ആ മടിയിൽ അഭയം തേടാനും ദാഹിച്ചിട്ടുണ്ട്. അപൂർബ സുന്ദരിയായിരുന്നു, കാമം തോന്നാൻ സൗന്ദര്യം മാത്രം പോരെന്നു തിരിച്ചറിഞ്ഞത് പക്ഷേ, മാളവിക ചിന്തകളിൽ നിറയുമ്പോഴാണ്. എനിക്കവളെ വെറുമൊരു കഥാപാത്രമായി കാണാനാവില്ല കല്പനാ. മുൻപ് എഴുതിയതൊക്കെയും സത്യത്തിൽ ഒരു യാത്രയായിരുന്നു, അവളിലേക്കുള്ള ഉന്മാദത്തിന്റെ യാത്ര. എഴുതിതീർന്നപ്പോഴാകട്ടെ, പിന്നെയുള്ള യാത്രകളൊക്കെയും അവളെ തിരഞ്ഞുള്ള തീർത്ഥയാത്രകളും."

"ഈ പറയുന്നത് അതേപോലെ ഞാൻ മനസ്സിലാക്കുന്നു. വരികൾക്കിടയിൽ വായിച്ചപ്പോൾ മാളവികയെ ആത്മാവിൽ അനുഭവിച്ചെഴുതിയപോലെ തോന്നിയിട്ടുണ്ട്. അതുകൊണ്ടാണ് ആദ്യം കണ്ടപ്പോൾതന്നെ മാളവികയെക്കുറിച്ചു ചോദിച്ചത്."

"ഒറ്റ രാത്രിയിലെ ആവേശമല്ല ആ കഥാപാത്രം. കാളിഘട്ടിലെ എന്റെ ഗുരു ദുർഗാചരൺ മഹാപാത്രയുടെ ആശ്രമത്തിലെ ഒരു വർഷത്തെ ജീവിതം, അലച്ചിലുകൾ, അന്ന് ഉരുവാർന്ന ചിന്തകൾ, ചിതൽപോലെ കാർന്നുതിന്ന ആത്മാന്വേഷണത്വര, അതേസമയം കുടഞ്ഞെറിഞ്ഞാലും പോകാത്ത, പ്രാണനിൽ കത്തുന്ന, പച്ചമനുഷ്യന്റെ സഹജവാസനകൾ. രണ്ടിന്റെയും ഇടയ്ക്കു പകച്ചുനിൽക്കുമ്പോൾ, ശരീരവും മനസ്സും എതിർദിശകളിലേക്കു വലിച്ചടർത്തുമ്പോൾ നടുവിൽ തളർന്നു നിന്ന ഞാൻ എഴുതാനായി അവിടം വിട്ടു. ഇന്നും ആ അവസ്ഥയ്ക്ക് വലിയ മാറ്റമൊന്നുമില്ല. എവിടേക്കാണെന്നും എന്തിനാണെന്നും അറിയാത്ത, ഉച്ചവെയിലിൽ നടക്കുംതോറും നീളുന്ന വഴികൾ. ഇപ്പോഴും പോകേണ്ടതെങ്ങോട്ടാണെന്നറിയില്ല."

"ആ വഴികളിലെവിടെയോ ഞാനുമുണ്ട്, പോകേണ്ടതെവിടേക്കാണെന്നറിയാം. പക്ഷേ, എനിക്ക്."

"എങ്കിൽ അന്ന് പറഞ്ഞതുപോലെ ഒരുമിച്ചു നടന്നൂടെ?"

ഭാവാധിപൻ പന്ത്രണ്ടിലാണ്, സദാ കർമ്മനിരതയായിരിക്കും. വേണ്ടിവന്നാൽ ലൗകികസുഖഭോഗങ്ങൾ വെടിഞ്ഞു അകന്നു മാറിനിൽക്കാനും കഴിവുണ്ട്. ജാതകപ്രകാരം പത്താം ഭാവാധിപൻ പത്താം ഭാവത്തിൽ നിൽക്കുന്നു. ബൃഹദ് പരാശര ഹോരാശാസ്ത്രമനുസരിച്ച് ഏതു മേഖലയിലും വൈദഗ്ദ്ധ്യം നേടും. പ്രശ്നങ്ങളെ ധീരമായി നേരിടും. വിപരീതാവസ്ഥയിൽ പോലും പ്രസന്നയായിരിക്കും. എവിടെയോ കേട്ടുമറന്നത് പെട്ടെന്ന് ഓർമ്മ വന്നു.

മുഖത്തു പുഞ്ചിരി വരുത്തിക്കൊണ്ട് പറഞ്ഞു,

"നമ്മൾ എവിടെയാണെന്ന് പോലും നമുക്കറിയില്ല. വഴികളിലെവിടെയെങ്കിലും കണ്ടുമുട്ടുമോ എന്നും അറിയില്ല. ഞാനിപ്പോൾ പേയിങ് ഗസ്റ്റ് ആണ്. ഒരുപാടു വൈകാനാവില്ല. പോകുന്നു."

“അപ്പോൾ കൂട്ടുകാരി? എവിടെയാണ് പോകേണ്ടത്?”

“ലാജ്പത്നഗർ.”

ഞാൻ വിടാം. എനിക്ക് സിആർ പാർക്കിലല്ലേ പോവേണ്ടത്?”

ബാഗെടുത്ത് ഇറങ്ങി. മഴ നിന്നിരുന്നു, ഇരുൾ പതിയെ പകലിനെ വിഴുങ്ങാൻ തുടങ്ങുകയാണ്. എല്ലാം പൂർവകല്പിതങ്ങളാണ്, ഒരു ഇല പൊഴിയാനുള്ള സ്ഥലവും സമയവുംപോലും നിശ്ചയിക്കപ്പെട്ടിട്ടുണ്ട്. അത് തിരിച്ചറിയുമ്പോൾ തീരാനുള്ളതേയുള്ളൂ സകല ആകുലതകളും ഉത്ക്കണ്ഠകളും.

ഖാൻ മാർക്കറ്റിൽനിന്നും ലാജ്പത്നഗർവരെ വാക്കുകൾകൊണ്ട് അലോസരപ്പെടുത്താത്ത അനഘമായ മൗനം കാറിൽ ചൂഴ്ന്നുനിന്നു. ഒരു ദീർഘനിശ്വാസംകൊണ്ടുപോലും പൊട്ടിപ്പോകാവുന്ന നിശ്ശബ്ദതയുടെ കുമിളയ്ക്കു മുറിവേൽക്കാതെ, ചിന്തകൾപോലും ചിറകു മുളച്ചു ശബ്ദമില്ലാതെ പറന്നു. മേഘ്ന ഡിന്നറിനു വിളിച്ചതാണ്. അവളോട് നുണ പറഞ്ഞാണ് ദേബബ്രതയെ കാണാൻ വന്നത്. ഏകാന്തതയുടെ തീവ്രതയും മനോഹാരിതയുമറിയാൻ, ഏത് ആൾക്കൂട്ടത്തിലും തന്നോട് തന്നെ മിണ്ടിക്കൊണ്ടിരിക്കാൻ കഴിയുന്നുണ്ടോ എന്ന് പരിശോധിക്കാനെന്നതു പോലെയാണ് പലപ്പോഴും തിരക്കിനിടയിലേക്ക് ഇറങ്ങിച്ചെല്ലുന്നത്.

പതിമ്മൂന്ന്

ഭദ്രച്ചെറ്യേമ്മയ്ക്ക് ഒരു ഇഷ്ടമുണ്ടായിരുന്നത്രെ. പകൽ മുഴുവൻ ചിന്തകളിൽ വിപ്ലവത്തിന്റെ അഗ്നി ഊതിക്കത്തിച്ച് മട്ടുപ്പാവിൽ പുസ്തകങ്ങളുമായി കൂട്ടുകൂടി, രാത്രികളിൽ ആളൊഴിഞ്ഞ വീടുകളിലും ചെറുമപ്പുരയിലും പാടത്തുമൊക്കെ ശബ്ദം താഴ്ത്തി പാർട്ടി ക്ലാസ്സെടുത്തു പലരുടെയും തലകൾ വെടിമരുന്നുപുരകളാക്കിയിരുന്ന ചിറയ്ക്കലെ വീടിന്റെ പുറകിലെ ഇടവഴി അവസാനിക്കുന്നിടത്തെ വടക്കേപ്പാട്ടെ വിഷ്ണുനാരായണൻ.

വെളുത്തു മെലിഞ്ഞ ഭദ്രച്ചെറ്യേമ്മയുടെ നീണ്ട മുടിയിലാണ് പിന്നിയിടാൻ പഠിച്ചത്. പട്ടുപോലുള്ള മുടി പിന്നിയിടാൻ പഠിച്ചു പഠിച്ച് അവസാനം ജടയാക്കി തിരിച്ചുകൊടുക്കുമ്പോൾ കുരുക്കഴിച്ചുകൊണ്ടു ‘സാരല്യാട്ടോ’ എന്നു മാത്രം പറയും. നാലാംക്ലാസ്സിൽ പഠിക്കുമ്പോഴാണ്, ഒരു ദിവസം ഞാനും ഏട്ടനും രമച്ചെറ്യേമ്മയുടെ മക്കളും സ്കൂൾവിട്ടു വരുമ്പോൾ, ആകെ നനഞ്ഞ, മുണ്ടും ബ്ലൗസുമിട്ട ഭദ്രച്ചെറ്യേമ്മയെ തെക്കിനിയിൽ ഒരു ബെഞ്ചിൽ കിടത്തിയിരിക്കുന്നു. നനഞ്ഞ നീണ്ട മുടി താഴെ നിലത്തു ഇഴഞ്ഞുകിടക്കുന്നു. നീലച്ച ചുണ്ടുകൾ, വിറങ്ങലിച്ച ശരീരം. ആളുകൾ അവിടെയുമിവിടെയും കൂടിനിന്ന് അടക്കംപറയുന്നു. ഭദ്രച്ചെറ്യേമ്മയ്ക്ക് എന്തു പറ്റിയതാണെന്ന് തൊടി കിളയ്ക്കാൻ വരുന്ന

രാവുണ്ണിയോട് ചോദിച്ചു. കീഴ്ക്കാവിൽ തൊഴുതു വരുമ്പോൾ പാടത്തെ ആനക്കുളത്തിൽ വഴുക്കി വീണതാണത്രേ. പുസ്തകസഞ്ചി തളത്തിലെ മേശയിലേക്കു വലിച്ചെറിഞ്ഞ് സകലയിടത്തും കേറിയിറങ്ങി നോക്കി. അമ്മയും രമച്ചെറ്യേമ്മയും കട്ടിലിൽ ചുമരും ചാരി കണ്ണടച്ച് ഇരിക്കുന്നുണ്ട്. മുത്തശ്ശൻ പൂമുഖത്ത് ചാരുകസേരയിൽ ഇടതുകൈ കസേര കൈയിലും വലതുകൈയിൽ ചിന്മുദ്രയുമായി പടിക്കിലേക്കു നോക്കി ചിന്തകളിൽ പതിവ് പോലെ മുഴുകി. എല്ലായിടത്തും നടന്നു നോക്കി അവസാനം അമ്മമ്മയെ അടുക്കളയിൽ ഊണു കഴിക്കാനിരിക്കുന്ന ചെറിയ പത്തായത്തിനു പുറത്തു കണ്ടു. കിടക്കുകയാണ്.

വിശന്നു കണ്ണ് കാണുന്നില്ല. അടുപ്പിനടുത്തു മൊന്തയിൽ അടച്ചു വെയ്ക്കാറുള്ള കാപ്പിപോലും അവിടില്ല. ആരോട് ചോദിക്കും? എല്ലാ പാത്രങ്ങളും പരതിയിട്ടും ഒന്നും കിട്ടിയില്ല. കോലായിലെ മുറത്തിലിരുന്ന പച്ചമാങ്ങയൊന്ന് എടുത്തു കടിച്ചുകൊണ്ട് വിറക് അടുക്കിവെയ്ക്കുന്ന, തൊഴുത്തിന് വടക്കുവശത്തുള്ള ചായ്പ്പിൽ പൂഴിമണ്ണിൽ പടിഞ്ഞിരുന്ന് കുഴിയാനകളെ തോണ്ടിയെടുത്ത് കൈവെള്ളയിലിട്ടു. ഒളിക്കാൻ പൂഴി മണ്ണ് കിട്ടാതെ കുഴിയാന കൈയിൽ പരക്കം പായുമ്പോൾ ഇക്കിളിയാവും. അഞ്ചാറെണ്ണം പിടിച്ചിട്ട് അതിനിച്ചിരി പൂഴിയും കൈയിൽ ഇട്ടു കൊടുത്തു കുഴിയുണ്ടാക്കുന്നതും നോക്കി ഇരിക്കുമ്പോൾ പാക്കരേട്ടന്റെ വീട്ടിലെ സുധേച്ചി വന്നു വിളിച്ചു.

"കല്ലൂ, കാപ്പി കുടിക്കാൻ വാ..."

കാപ്പിയെന്നു കേട്ടപ്പോൾ കുഴിയാനയെ വലിച്ചെറിഞ്ഞ് സുധേച്ചിയുടെ പുറകെ നടന്നു. കോലായിൽ അടച്ചുവെച്ച തൂക്കുപാത്രത്തിൽ നിന്നും ഒരു ഗ്ലാസ് കാപ്പി ഒഴിച്ചു തന്നപ്പോൾ കണ്ണുകൾ ചുറ്റും പരതി.

"തിന്നാനൊന്നൂല്ലേ?"

"കുരുത്തക്കേട് പറയല്ലേ കല്ലൂ, ഇപ്പ തിന്നാനുള്ള സമയാണോ?"

സുധേച്ചി കണ്ണുരുട്ടിക്കാട്ടി പോയി.

കാപ്പി കുടിച്ചുകൊണ്ടിരുന്നപ്പോൾ അമ്മയുടെയും രമചെറ്യേമ്മയുടെയും കരച്ചിൽ കേട്ടു. മുഴുവൻ കുടിച്ചു മെല്ലെ തളത്തിലേക്കു ചെന്നപ്പോൾ വലിയ പത്തായത്തിനടുത്ത് തുണിയിൽ പൊതിഞ്ഞു ഭദ്രച്ചെറ്യേമ്മയെ കിടത്തിയിരിക്കുന്നു. തലയ്ക്കു പിറകിൽ കത്തുന്ന നിലവിളക്ക്, നാക്കിലയിൽ ഇടങ്ങഴി നെല്ല്, നാഴി അരി, രണ്ടു തേങ്ങാമുറികൾ. നാല് ചുറ്റും ഭസ്മം കൊണ്ട് വര. ഇങ്ങനെയൊരു കാഴ്ച ജീവിതത്തിൽ ആദ്യമാണ്.

അമ്മയും രമച്ചെറ്യേമ്മയും അമ്മമ്മയും ചുമര് ചാരിയിരുന്നു കണ്ണീരൊഴുക്കുന്നുണ്ട്. അമ്മിണിയമ്മ, പാക്കരേട്ടന്റെ വീട്ടിലെ ജാനകിച്ചേച്ചി, സുമതി, കിഴക്കേലെ മോഹിനി, ശ്രീലത ഒക്കെയുണ്ട്. അവളെ കണ്ടപാടെ ഉള്ളൊന്നു കാളി.

"അസത്ത് ഇവിടെ ഇപ്പൊ എന്തിനാ വന്നേ ആവോ."

സ്കൂളിൽനിന്നും ഉച്ചബെല്ലിനു വീട്ടിൽ വന്നു ചോറുണ്ടു പോകുമ്പോൾ കൂടെയുള്ളവരുടെ കണ്ണ് വെട്ടിച്ചു പഴുത്ത പറങ്കിമാങ്ങ നോക്കി പറങ്കിമാവിൻതോപ്പിലൊന്നു ചുറ്റാറുണ്ട് വല്ലപ്പോഴും. ചായക്കടക്കാരൻ തണ്ടാൻ വേലായുധന്റെ മകൻ കണ്ണന്റെ കൂടെ പറങ്കിമാവിൻതോപ്പിൽ. കളിയിത്തിരി കൂടുന്നുണ്ട്. കാണുമ്പോഴൊക്കെ അടുത്ത് വിളിക്കും.

"കല്ലൂ, എന്നെയിവിടെ കണ്ട കാര്യം അമ്മോടോറ്റെ പറഞ്ഞാൽ നാലുമണിക്ക് സ്കൂൾ വിട്ട് പോകുന്നേരം ചെക്കന്മാരുടെ കൂടെ ഗോട്ടി കളിച്ചു നിക്കണത് ഞാനും അമ്മോട് പറഞ്ഞു കൊടുത്ത് അടിമേടിച്ചു തരും."

നട്ടുച്ചയ്ക്കും നട്ടപാതിരായ്ക്കും ഒറ്റയ്ക്ക് നടക്കുന്ന ആണുങ്ങളെ മുറുക്കാൻ ചുണ്ണാമ്പു ചോദിച്ചു കുശലം പറഞ്ഞു യക്ഷി പിടിച്ചുനിർത്തും. എന്നിട്ട് ലോഹ്യം കൂടി അവരെ പനമുകളിൽ കൊണ്ടുപോയി ചോര കുടിച്ചു മാംസം തിന്ന് എല്ലും നഖവും മുടിയുമൊക്കെ താഴേക്കിടും. ചായക്കടയിൽ ആരും ഇല്ലാത്ത നട്ടുച്ചയ്ക്ക്, വേലായുധൻ ഒന്ന് കണ്ണടയ്ക്കുന്ന തക്കംനോക്കി ഈ യക്ഷിയെ നോക്കി ഇറങ്ങുന്ന കണ്ണനെയോർത്തപ്പോൾ പാവം തോന്നി. അവന്റെ മുടിയും എല്ലും നഖവും കരിമ്പനച്ചുവട്ടിൽ ബാക്കിയാകുന്ന കാഴ്ച ഓർത്തപ്പോൾ ചിരി പൊട്ടി.

ചെക്കന്മാരുടെ കൂടെ ഗോട്ടി കളിച്ചു നിന്നതിനു പുളിവാറലു കൊണ്ട് അടി കുറെ വാങ്ങിയിട്ടുണ്ട്. സ്കൂൾ വിട്ടാൽ പെൺകുട്ടികളുടെ കൂടെ നേരെ വീട്ടിലെത്തിക്കൊള്ളണമെന്നാണ് അമ്മയുടെ ഉത്തരവ്. എന്നിട്ടും ചിലപ്പോഴൊക്കെ അറിയാതെ കളിച്ചുനിന്നു പോകും. ഈ മോഹിനി ഇതെപ്പോൾ കണ്ടൂന്നാർക്കറിയാം? എത്ര തവണ മടക്കി ഒട്ടിച്ചു തന്ന കടലാസ് ആരും കാണാതെ ആ കരിങ്കുരങ്ങിനുകൊണ്ട് കൊടുത്തിട്ടുണ്ട്. അതിന്റെ നന്ദിപോലുമില്ലാത്ത അശ്രീകരം. അവളെ കണ്ടപാടെ ഞാൻ പുറത്തേക്കോടി. ഇനി അമ്മയോടെങ്ങാൻ പറഞ്ഞു കൊടുത്താൽ അടി ഉറപ്പ്. വെറുതെ അവിടെ ചുറ്റിതിരിഞ്ഞ് അടിവാങ്ങണ്ടല്ലോ.

ചെറ്യേമ്മാമ മുണ്ടും മടക്കി കുത്തി അരമതിലിൽ ഇരുന്നു വർത്തമാനം തന്നെ. വല്യമ്മാമ കോയമ്പത്തൂരുന്നു വരുന്നൂന്നു കാർത്യായനി സുധേച്ചിയോടു പറയുന്നത് കേട്ടു. രണ്ടും കൂടി പശുവിനു വൈക്കോലിട്ടു കൊടുത്തിട്ടു തൊഴുത്തിൽനിന്ന് കുശുകുശുക്കുന്നുണ്ട്. വിഷ്ണുനാരായണന്റെ കൂടെ ഭദ്രച്ചെറ്യേമ്മ പുറപ്പെട്ടു പോകാനിരിക്ക്യാരുന്നുത്രേ. എങ്ങോട്ടു പുറപ്പെട്ടു പോകുന്ന കാര്യാണെന്നൊന്നും കേട്ടില്ല. ചെറ്യേമ്മാമ വിവരം അറിഞ്ഞു പിടിച്ചോണ്ട് പോന്നു. റെയിൽവേ ഗേറ്റിൽ നിൽക്കുകയായിരുന്നു ചെറ്യേമ്മയും അയാളും. അയാളെ അടിച്ച് ആശുപത്രീലാക്കി, പൊലീസ് വരുമെന്നൊക്കെ പറയുന്നു.

വടക്കേപ്പാട്ടെ വീടിന്റെ പുറകിലെ ഇടവഴിയിൽ ചെറിയൊരു കടമ്പയുണ്ട്. ആരും കാണാതെ പഴുത്ത മാങ്ങ പെറുക്കാൻ പോകുമ്പോൾ

മുകളിലെ വരാന്തയിലെ അരതിണ്ണയിൽ പുസ്തകം വായിച്ചുകൊണ്ടു കിടക്കുന്നതു കാണാം അയാൾ ചിലപ്പോഴൊക്കെ. കഴിഞ്ഞ കൊല്ലത്തെ മുല്ലക്കര വായനശാലയുടെ വാർഷികത്തിന് ഡാൻസൊക്കെ കണ്ട് ഉറക്കം തൂങ്ങി ഇരിക്കുമ്പോൾ ഉറക്കെ വിളിച്ചു പറയുന്നതു കേട്ട ചെറിയൊരോർമ, നാടകം 'ചക്രവാളങ്ങൾ ചുവക്കുമ്പോൾ' രചന, സംവിധാനം വടക്കേ പ്പാട്ടു വിഷ്ണുനാരായണൻ. പിന്നെയെന്തുണ്ടായെന്നു ഓർമ്മയില്ല, ഉറങ്ങി പ്പോയി. അമ്മയുടെ നുള്ളു തുടയിൽ കിട്ടിയപ്പോഴാണ് എഴുന്നേറ്റത്. ഉറക്കം തൂങ്ങി ഒരുവിധം വീടെത്തി.

തെക്കേ തൊടിയിൽ കിളയ്ക്കുന്നുണ്ട് രണ്ടു മൂന്നു ചെറുമന്മാർ. ചിറയ്ക്കലെ ഒരു പെട്രോൾമാക്സ് കൂടാതെ വേറെ എവിടെന്നോ ഒരെണ്ണം കൂടികൊണ്ട് വന്നത് പുറത്തു കത്തിച്ചുവെച്ചിട്ടുണ്ട്. ആരും കുളി ക്കാനൊന്നും പറഞ്ഞില്ല, നാമം ജപിക്കാനും. ഒരുദിവസം നാമം ചൊല്ലി യില്ലെങ്കിൽ ചെവി തിരുമ്മി ചെമ്പരത്തിപ്പൂവാക്കാറുണ്ട് അമ്മ. ഇരുട്ടിയ പ്പോൾ വല്ലാതെ ഉറക്കം വന്നു. അറയിൽ മടക്കിവെച്ച കിടക്കയുടെ മുക ളിൽ ചെന്ന് കിടന്ന് ഉറങ്ങിപ്പോയി. സുധേച്ചി വീണ്ടും വന്നു വിളിച്ചു. കോലായിൽ ചെന്നപ്പോൾ ചോറ് കിട്ടി. ഏട്ടനും വിദ്യയും വൈശാഖും പിന്നെ ഏതൊക്കെയോ രണ്ടു മൂന്നെണ്ണം കൂടി ഉണ്ടായിരുന്നു. അമ്മയാ വില്ല കൂട്ടാനൊക്കെ വെച്ചത്, സുധേച്ചിയാവും, ഒരു വകയ്ക്കു കൊള്ളില്ല.

ഊണ് കഴിഞ്ഞപ്പോൾ സുധേച്ചിതന്നെ എല്ലാവരെയും വിളിച്ചു മേലെ കൊണ്ടുപോയി. ആ മോഹിനിയും കൂടെ വന്നതെന്തിനാവോ? അവളുടെ കൺവെട്ടത്തുപെടാതെ നടക്കുമ്പോഴും ഇടയ്ക്കിടെ പാളി നോക്കി. സുധേച്ചി നിരത്തി പാ വിരിച്ചു, മുകളിൽ വിരി വിരിച്ചു ഒന്നു രണ്ടു പുതപ്പും തന്നു കിടന്നുറങ്ങിക്കോളാൻ പറഞ്ഞിട്ട് ലൈറ്റ് അണച്ച് താഴെ പോകും വഴി ഒരു ഭീഷണി കൂടി മുഴക്കി:

"ഇവിടെ കിടന്ന് അടിയുണ്ടാക്കിയാൽ ഞാൻ ചെറ്യേമ്മാമയെ പറ ഞ്ഞയയ്ക്കും. മിണ്ടാതെ കിടന്നുറങ്ങിക്കോ എല്ലാം."

അപ്പോഴേക്കും പുതപ്പിനായുള്ള അടി തുടങ്ങിയിരുന്നു.

പതിന്നാല്

നഗരം ചിലർക്ക് മുഖംമൂടി പോലെയാണ്. എന്തും ഒളിച്ചു വെയ്ക്കാം. എന്തല്ലയോ അതൊക്കെ ആണ് എന്ന് ലോകത്തെ വിശ്വസിപ്പിക്കാൻ ശ്രമിക്കാം. അല്ലെങ്കിൽ ഒറ്റയടിപ്പാതകളിലൂടെ ഏകയായി ഓരം ചേർന്ന് നടക്കാം. കളഞ്ഞുപോയ സ്വത്വം തേടിയലയുന്നവരും ആസക്തിയുടെ പുതിയ കവാടങ്ങൾ തുറന്ന് മറ്റൊരു ലോകം അന്വേഷിക്കുന്നവരും സ്വയം തീർത്ത കൊക്കൂണുകളിൽ ലോകത്തിൽ നിന്നകന്ന് സുഷുപ്തിയിലാണ്ടു

കിടക്കുന്നവരും പങ്കിട്ടെടുക്കുന്ന വഴികൾ. നഗരം ആരെയും കൈപ്പിടിയിലൊതുക്കും, ഒളിപ്പിക്കും, പുഞ്ചിരിക്കും, തലോടിയുറക്കും. ചിലപ്പോഴൊക്കെ തട്ടിയുണർത്തും. നഷ്ടങ്ങളുടെ കണക്ക് ഓർമ്മിപ്പിച്ചുകൊണ്ടേയിരിക്കും.

ഇടവപ്പാതിയുടെ അരമണി കിലുങ്ങാത്ത വർഷങ്ങൾ. നാട്ടുമാവുകൾ തണൽ വിരിക്കാത്ത വേനലുകൾ. വേലയും പൂരവും ഓണവും വിഷുവും കലണ്ടറിൽപോലും പിടിതരാതെ ഓടിയകലുമ്പോൾ വല്லപ്പോഴുമെങ്കിലും ഒന്ന് നിന്ന് നെടുവീർപ്പിടും. എങ്ങോട്ടാണ് പോകേണ്ടത്? ശൈത്യവും ഗ്രീഷ്മവും വരുന്നതും പോകുന്നതും അറിയുന്നില്ല. രണ്ടു ഋതുക്കൾക്കിടയിൽ വിരിഞ്ഞൊടുങ്ങുന്ന ദിനരാത്രങ്ങൾ. നഗരവും ഞാനും സമാന്തരമായി നടക്കാൻ തുടങ്ങിയിട്ട് സമയമേറെ കഴിഞ്ഞിരിക്കുന്നു. ആസക്തിയുടെ നഗരാവേഗങ്ങൾക്കിടയിൽ ചതഞ്ഞരയാനും തോറ്റുകൊടുക്കാനും വയ്യാത്തതുകൊണ്ട് വ്യതിരിക്തമായ പാതകൾ കൂട്ടിമുട്ടാതെ നീളുന്നു. എന്താണെന്ന് ഇനിയും തിരിച്ചറിയാൻ കഴിഞ്ഞിട്ടില്ലെങ്കിലും നേർത്തു കത്തുന്ന ഒരു ചിരാത് ഇപ്പോൾ ദൂരെ ദൂരെ കാണാം. കൊടുങ്കാറ്റിലും തിമിർത്തു പെയ്യുന്ന മഴയിലും അതവിടെ കെടാതെയുണ്ട്.

“ഞാനും ഹാരിയും ജോധ്പൂരിലെ പ്രശസ്തമായ മയൂർ സ്കൂളിൽ ആണ് പഠിച്ചത്. എന്റെ അച്ഛനും ഹാരിയുടെ അച്ഛൻ ലഖിന്ദർസിങ്ങും ആർമിയിൽ ഒരേ യൂണിറ്റിൽ ആയിരുന്നു കുറേക്കാലം. അടുത്ത സുഹൃത്തുക്കൾ ആയിരുന്നു അവർ. ഇന്നും ആണ്. ഹാരി അതായത് ഹർപ്രീത്, എന്റെ ഒരു വർഷം ജൂനിയർ ആയിരുന്നു. കുട്ടിക്കാലത്തിന്റെ ആ മണമുള്ള ആ ഓർമ്മകളിൽ ഹാരിയും അച്ഛനും അമ്മയും സഹോദരിയുമൊക്കെ ഉണ്ട്. കന്റോൺമെന്റ് ജീവിതത്തിന്റെ അനുഭവം ഞങ്ങൾക്ക് രണ്ടുപേർക്കും അധികം ഇല്ല. കാരണം ഞങ്ങൾ ഹോസ്റ്റലിൽ ആയിരുന്നു. വളർന്നപ്പോൾ എപ്പോഴോ പ്രായവ്യത്യാസം മറന്ന് അടുത്തു. ഞാൻ ടെക്സ്റ്റൈൽ എൻജിനീയറിങ്ങിനു ചേർന്നപ്പോൾ ഹാരി എം.ബി.എ. ചെയ്യുകയായിരുന്നു ഡൽഹിയിൽ. അന്നും ഞങ്ങൾ അടുപ്പമുണ്ടായിരുന്നു. ഞങ്ങളുടെ വീട്ടുകാർക്കൊരിക്കലും സംശയം പോലും തോന്നിയിട്ടില്ല ഞങ്ങൾക്കിടയിൽ മറ്റെന്തൊക്കെയോ ഉണ്ടെന്ന്. ഇന്നും അങ്ങനെയൊരു സംശയം ഉണ്ടെന്ന് തോന്നുന്നില്ല. ഞങ്ങളുടെ അടുപ്പം വീട്ടിലറിയിക്കാനുള്ള ധൈര്യം ഇല്ലാത്തതു കൊണ്ടാണോ അതോ മറ്റെന്തെങ്കിലും കാരണം കൊണ്ടാണോ എന്നറിയില്ല പിന്നെപ്പോഴോ അത് നിന്നു. ഞങ്ങൾ വേറെ വേറെ ലോകങ്ങൾ കണ്ടെത്തി. കല്പനാ, നീണ്ട പതിമ്മൂന്നു വർഷങ്ങൾ ഞങ്ങൾ സംസാരിച്ചിട്ടില്ല. ഹാരി ഛവിയെ കല്യാണം കഴിച്ചു. മൂന്നു കുട്ടികളുണ്ട്. എന്റെ അച്ഛന്റെയും ഹാരിയുടെ അച്ഛന്റെയും പഞ്ചാബിയായ മറ്റൊരു സുഹൃത്തിന്റെ മകളാണ് ഛവി. എനിക്കറിയാം അവളെ. അതിനിടെ കുറച്ചു വൈകിയാണെങ്കിലും ഞാൻ

ഉമംഗിനെയും കല്യാണം കഴിച്ചു. ബാക്കി നിനക്കറിയാലോ, മൂന്നു വർഷത്തെ എന്റെസഹനങ്ങൾ ഇനിയും തീർന്നിട്ടില്ല."

മേഘ്ന ഒന്ന് നിർത്തി, എന്തൊക്കെയോ ഓർത്തെടുത്തിട്ടെന്ന പോലെ തുടർന്നു.

"കല്പനാ, നീ പോയപ്പോൾ വല്ലാതെ ഒറ്റപ്പെട്ടു ഞാൻ. നീയെനിക്കുവെറുമൊരു റൂംമേറ്റ് മാത്രമായിരുന്നില്ലെന്ന് നിനക്കറിയാം. നീ പടിയിറങ്ങുമ്പോൾ നിന്റെ അസാന്നിദ്ധ്യം സൃഷ്ടിക്കാൻ പോകുന്ന ശൂന്യതയെക്കുറിച്ച് അന്ന് എനിക്കിത്ര ബോധ്യമില്ലായിരുന്നു. നടക്കാൻ പഠിച്ചു തുടങ്ങുമ്പോൾ പിന്നിൽ നിന്നേറ്റ ശക്തമായ പ്രഹരം നില തെറ്റിക്കുന്നതുപോലെ അതെന്നെ വീഴ്ത്തിക്കളഞ്ഞു. അത് നിന്നോട് ഒരിക്കൽപോലും തുറന്നു പറയാൻ എന്റെ ഈഗോ സമ്മതിച്ചില്ല. എന്നെ തനിച്ചാക്കി പോയ നിന്നെ, നീയില്ലെങ്കിലും ഒന്നും സംഭവിക്കില്ലെന്ന് എനിക്ക് ബോധ്യപ്പെടുത്തണമായിരുന്നു.

പതിമ്മൂന്നു വർഷം ദിശ തെറ്റി അലഞ്ഞ പായ്ക്കപ്പൽ തീരത്തടിയുന്ന പോലെ, നീ പോയ അതേസമയത്താണ് അപ്രതീക്ഷിതമായി ഹാരി എന്റെ ജീവിതത്തിലേക്കു തിരിച്ചുവരുന്നത്. ബോധപൂർവ്വമല്ലാതെ ഒരാശ്രയം ഞാൻ അന്വേഷിച്ചിരുന്നിരിക്കണം. ഹൈദരാബാദിൽ ആണ് ബിസിനസ്സെങ്കിലും എന്നെ കാണാനായി മാത്രം ഹാരി വീക്കെന്റുകളിൽ ദില്ലിയിൽ വന്നു. എന്റെ ദിവസങ്ങൾ, പഴയതുപോലെ, നീ കൂടെ ഉണ്ടായിരുന്നതുപോലെ ആവാൻ തുടങ്ങി. പൂക്കൾ തേടിയലയുന്ന ഒരു ശലഭത്തെ പോലെ ഞാൻ പാറി നടന്ന ദിനങ്ങളായിരുന്നു പിന്നെ. ഓഫീസിൽ നിന്നെ അവഗണിച്ചിട്ടുണ്ട് ആദ്യമാദ്യം, പിന്നെ കാണുമ്പോൾ പറയണമെന്ന് പലപ്പോഴും തോന്നി. പേടിയായിരുന്നെനിക്ക്, നീ വിലക്കിയാലോ എന്ന്. എന്റെ basic instincts എന്നെ കീഴടക്കിക്കഴിഞ്ഞിരുന്നു അപ്പോഴേക്കും. നിന്റെ വിലക്കുകളെ അവഗണിച്ചു മുന്നോട്ടുപോകാനാവില്ല, ഹാരിയെ ഇനിയും വേണ്ടെന്നുവെയ്ക്കാനുമാവില്ല. ഒറ്റപ്പെട്ടു പോയ എന്റെ ഫ്ളാറ്റിൽ ഞാൻ വീക്കെന്റുകൾക്കു വേണ്ടി കാത്തിരിക്കുകയായിരുന്നു. കഴിഞ്ഞ കുറച്ചു മാസങ്ങളിൽ ശനിയാഴ്ചകളിൽ ഞാൻ വിളിക്കാതിരുന്നതുപോലും ഭയം കൊണ്ടായിരുന്നു. എല്ലാം നീയറിയുമോ എന്നുള്ള ഭയം."

മേഘ്ന കൈയിലിരുന്ന കുപ്പി തുറന്നു വെള്ളം കുടിച്ചു. ഇന്ത്യ ഗേറ്റിലെ തണുത്ത സിമന്റ്ബെഞ്ചുകളിലൊന്നിൽ ഇരുന്നുകൊണ്ട് ഈ തണുപ്പിലും അവൾ വിയർത്തു. വന്നിരുന്നപ്പോൾ ദൂരെ രാഷ്ട്രപതിഭവൻ കാണാമായിരുന്നു. ആറുമണി ആയതേ ഉള്ളൂ, അരിച്ചെത്തുന്ന പുകമഞ്ഞ് മെല്ലെ മെല്ലെ അതിനു മുകളിൽ വെളുത്ത തുണി വിരിച്ചു. ചായക്കെറ്റിലുമായി നടക്കുന്ന പയ്യനെ അടുത്തു വിളിച്ച് അടുത്ത ബെഞ്ചിലിരുന്ന ഒരാണും പെണ്ണും ചായ വാങ്ങി കുടിക്കുന്നു. ഇത്രയും നേരം അവർ

രണ്ടും ഒരേ ഷാളിന് അകത്തായിരുന്നു. ചായക്കാരൻ പയ്യൻ വന്നപ്പോ ഴാണ് അവർ രണ്ടുടലുകളായി പിരിഞ്ഞത്.

മനുഷ്യരുടേതല്ലാത്ത വെറും ഉടലുകളുടെ ഈ ലോകത്തു വെളുത്ത പുകമഞ്ഞുപോലെ, ദൂരെ എരിയുന്ന ചിരാത് ലക്ഷ്യമാക്കി അദൃശ്യയായി നടക്കുന്ന എന്നെ ഞാൻ കണ്ടു. പടർന്നു പന്തലിച്ചു നിൽക്കുന്ന ഞാവൽ മരത്തിന്റെ വേരുകളുടെ സ്ഥാനത്തു പുണർന്നു കിടക്കുന്ന ആത്മാവ് നഷ്ടപ്പെട്ട അനവധിയുടലുകൾ. അവരുടെ ഉരിഞ്ഞുകളഞ്ഞ ഉടയാടകളും ഉപേക്ഷിച്ച ആത്മാവുകളും മഞ്ഞിൽ വഴിയറിയാതെ നിലവിളിക്കുന്നു. ചെവിക്കകത്തു ചിതലുകൾ നിശ്ശബ്ദമായി പുറ്റു തീർക്കുന്നുണ്ടെന്നു തോന്നുന്നു. എന്തൊക്കെയോ ശബ്ദങ്ങൾ. നേർത്തു കത്തുന്ന ചിരാതിന്റെ നാളം അനക്കമില്ലാതെ ഇപ്പോഴും കാണാം.

"നീ ഉണ്ടായിരുന്നെങ്കിൽ ഇത് സംഭവിക്കുമായിരുന്നില്ലെന്ന് എനിക്ക് പിന്നീട് പലപ്പോഴും തോന്നി. എന്റെ ഫ്ളാറ്റിൽ, എന്റെ ബെഡ്ഡിൽ ഹാരി ആദ്യമായി ഉറങ്ങിയ രാത്രിയിൽ നീയില്ലാതിരുന്നത് ഒരു സൗകര്യമായി ഞാൻ കരുതി. വിലക്കുകളില്ലാതെ പാപത്തിന്റെ കനി ഞാൻ ഏറ്റവും സ്വാദോടെ ഭക്ഷിച്ചു. ഒരിക്കലും ഇല്ലാത്തപോലെ എപ്പോഴും ചഷകങ്ങൾ നിറഞ്ഞൊഴിഞ്ഞു. വീക്കെന്റുകളിൽ അവൻ നിത്യസന്ദർശകനായി, ഞങ്ങൾ ഭാര്യഭർത്താക്കന്മാരെപോലെ ജീവിച്ചു. കല്പനാ, നിന്നെ മറന്നു പോയി ഞാൻ. ഒട്ടും ദൈർഘ്യമില്ലാത്ത എന്റെ വിവാഹത്തിൽനിന്നും നഷ്ടപ്പെട്ടതെന്തെന്ന് തിരിച്ചറിഞ്ഞ് ഞാൻ ഉന്മാദം കൊണ്ടുപോയി. ഇപ്പോൾ തിരിഞ്ഞു നോക്കുമ്പോൾ ശരീരം കൊരുത്തിരിക്കുമ്പോഴും ആത്മാവുകൾ രണ്ടിടത്തായിരുന്നു എന്ന തോന്നൽ. വല്ലാത്ത കുറ്റ ബോധം. ഛവിയിൽനിന്നും അവൻ അകലുന്നുണ്ടോ എന്ന പേടി. അങ്ങനെ സംഭവിച്ചാൽ എനിക്ക് എന്നോടുതന്നെ മാപ്പു കൊടുക്കാൻ വയ്യാതാകും. നിന്നോട് ചെയ്ത തെറ്റ് തന്നെ എന്നെ നോവിച്ചുകൊണ്ടി രിക്കുകയാണ്. ഇതിനകം ഒരായിരം വട്ടം ഞാൻ അത് ഏറ്റുപറഞ്ഞു കഴിഞ്ഞു. എവിടെയോ പിഴച്ചുവെന്ന തോന്നൽ എന്നെ വിഴുങ്ങിക്കൊണ്ടി രിക്കുന്നു കല്പനാ."

മേഘ്നയുടെ നിറഞ്ഞൊഴുകുന്ന കണ്ണുകൾ തിരിഞ്ഞു നോക്കാതെ തന്നെ കാണാം. ഞാവലിന്റെ വേരുകളുടെ സ്ഥാനത്തു പുണർന്നു കിടന്നിരുന്ന ഉടലുകൾക്കു തീ പിടിക്കുന്നു. തീ മെല്ലെ മെല്ലെ തടിയി ലൂടെ പടർന്ന് ഇലവരെ എത്തി. വെളുത്ത മഞ്ഞിൽ ഞാവൽമരം നിന്നു കത്തുകയാണ്. കത്തുന്ന ഉടലുകളുടെ കൂട്ടക്കരച്ചിൽ ചിതൽ തിന്നു തീർത്ത ചെവിയിൽ ഒരായിരം തേനീച്ചകളെപോലെ മൂളി. നേരത്തെ അലമുറയിട്ടിരുന്ന കത്തുന്ന ഉടലുകളുടെ ആത്മാക്കളെ കാണാനില്ല, അവർ വേറെ ഉടലുകൾ അന്വേഷിച്ചു പോയിക്കാണും.

"കല്പനാ, നീ എന്തെങ്കിലും പറയൂ, എനിക്ക് ഭ്രാന്ത് പിടിക്കും."

തിരിഞ്ഞു നോക്കാതെ ഞാൻ മെല്ലെ അവളെ കൈകൊണ്ടു ചേർത്തു

പിടിച്ചു. അഭയമന്വേഷിച്ചിരുന്നതുപോലെ ഞൊടിയിടകൊണ്ട് എന്റെ ചുമലിലേക്ക് ചാഞ്ഞ് അവൾ പൊട്ടിക്കരഞ്ഞു.

"തണുക്കുന്നുണ്ടോ നിനക്ക്? ഇത് നട്ടുച്ചയാണെന്നും മുകളിൽ കത്തുന്ന സൂര്യനുമാണെന്ന് സങ്കല്പിക്കൂ. തണുപ്പ് മാറും."

മേഘ്ന തേങ്ങുന്നുണ്ടോ? ചെവിയിൽ ചിതലുകൾ പുറ്റുകൾ തീർത്തതുകൊണ്ട് ഒന്നും കേൾക്കാൻ വയ്യ. തണുത്ത കാറ്റ് മഞ്ഞിന്റെ മണവുമായി പാഞ്ഞുവന്നു. ഞാവൽമരത്തിന്റെയാണോ പുണർന്നമർന്നു കിടന്നിരുന്ന കത്തിത്തീർന്ന ശരീരങ്ങളുടെയാണോ എന്ന് വ്യവച്ഛേദിച്ചറിയാനാവാത്ത ചാരം കാറ്റിൽ. മേഘ്നയെയും മഞ്ഞു മണക്കുന്നു. കാമനകളുറഞ്ഞ ദേഹങ്ങൾക്ക് ഒരേ മണമാണോ?

പതിനഞ്ച്

കടിഞ്ഞാൺ പൊട്ടിപ്പോയ കുതിരയെപോലെ രണ്ടു കാലുകളും ഉയർത്തി ചിനച്ചുകൊണ്ടു പേടിപ്പെടുത്തിയിരുന്നു മനസ്സ്. അതിന്റെ ഉരുണ്ടമരുന്ന കരുത്തുറ്റ പേശികളും നുരയും പതയുമൊലിപ്പിച്ച വായും കണ്ണുമടയ്ക്കാൻ സമ്മതിക്കാതെ രാപകൽ മുന്നിൽ. മേഘ്നയും ദേബബ്രതയുമൊക്കെ സ്വപ്നങ്ങളിൽ ആർത്തു ചിരിച്ചു, ചിലപ്പോൾ കരഞ്ഞു. നീലച്ച വനവീഥികളിലെ നിശ്ശബ്ദതയിൽ ഉയർന്നു കേൾക്കുന്ന വന്യമായ കുളമ്പടിയൊച്ച. വീശിയടിക്കുന്ന കാറ്റിൽ കണ്ണുകളിൽ ആളിപ്പടരുന്ന കാട്ടുതീ. ആവർത്തിച്ചുള്ള ജപത്തിനു പോലും ശാന്തമാക്കാനാകാത്ത തിരയുടെ തള്ളൽ. ജപമാല കൈയിലെടുത്തു മണികളിലൂടെ നീങ്ങുമ്പോൾ മിന്നൽപ്പിണർപോലെ രക്തവർണ്ണത്തിലുള്ള നാക്ക് നീട്ടി സംഹാരരുദ്രയായി അവൾ മുന്നിൽ. വെട്ടിത്തിളങ്ങുന്ന വാൾ, രക്തമിറ്റുന്ന ശിരസ്സ്, ഉള്ളിലാളുന്ന അഗ്നിയിൽ നിന്നൊരു മോക്ഷത്തിന് പലപ്പോഴും കേണു. കണ്ണുകളിൽ ദയ ഒട്ടുമില്ലാത്തപോലെ.

വെളിച്ചം കാണാതെ അടച്ചിട്ട മുറിയിലൊരു ദിവസം. സകലതും കടപുഴക്കി ആഹരിച്ചുകൊണ്ടു കുതിക്കുന്ന തിരകളിൽ ഇടറി വീണ് ഒഴുകിപ്പോകുമെന്നായപ്പോൾ റീത്ത നൗട്ടിയാലിനോട് പറഞ്ഞു വീട് വിട്ടിറങ്ങി. ഹരിദ്വാറിലെ ഓംകാരാശ്രമത്തിലെ രണ്ടു ദിവസം. രണ്ടു ദിവസത്തെ അതിഭീകരമായ യുദ്ധത്തിനൊടുവിൽ കടിഞ്ഞാൺ തിരിച്ചു കിട്ടി. കുഞ്ചിരോമങ്ങളിൽ തഴുകി തഴുകി മെരുക്കി നിർത്തിയിരിക്കുകയാണ്. അനുസരണയോടെ ശിരസ്സ് താഴ്ത്തിആജ്ഞാനുവർത്തിയായി കറുത്ത കുതിര ഇപ്പോൾ മെരുങ്ങി നിൽക്കുന്നു. ഓളങ്ങളൊഴിഞ്ഞ ജലാശയം പോലെ നിശ്ചലമായ മനസ്സ്. നിശ്ശബ്ദയായൊഴുകുന്ന ഗംഗ.

തീർത്ഥാടനം കഴിഞ്ഞ് വിഷാദവാനായി തിരിച്ചെത്തിയ ശ്രീരാമനോട് വസിഷ്ഠമഹർഷി. ഹേ, രാമചന്ദ്രാ! രഘുവംശത്തിലെ പ്രതിഭാശാലിയായ

രാജാവായിരുന്നുവല്ലോ ഇക്ഷ്വാകു. അദ്ദേഹം മോക്ഷത്തെ പ്രാപിച്ച കഥ ഞാൻ പറയാം. ശ്രദ്ധിക്കൂ, മിഥ്യാഭ്രമങ്ങളായ സംസാരത്തിൽനിന്നും പുറത്തു വന്നു സ്വരൂപസ്ഥനും സുഖവും ആനന്ദവും അനുഭവിക്കുന്ന വനുമായിത്തീരൂ.

ഇക്ഷ്വാകുവിന്റെ യശ്ശസ്സുകൊണ്ട് ലോകം മുഴുവൻ നിറഞ്ഞു. പക്ഷേ സ്വാഭാവികമായും എല്ലാം തികഞ്ഞവന് ഉണ്ടാകേണ്ട പരിണാമംകൊണ്ട് അദ്ദേഹത്തിനീ ലോകത്തിൽ വലിയ താത്പര്യമൊന്നുമില്ലാതായി. മനസ്സു നിറയെ അനാദികാലം മുതൽക്കിങ്ങോട്ട് മനുഷ്യൻ നിരവധി തവണ സ്വയം ചോദിച്ചിട്ടുള്ള വിവിധ ചോദ്യങ്ങൾ. എങ്ങനെയാണീ ലോകമുണ്ടായത്? എന്താണിതിന്റെ അവലംബം? ആരാണ് ഞാൻ? ജീവിതത്തിൽ എന്താണ് നേടേണ്ടത്? എന്തു കിട്ടിയാൽ സംതൃപ്തനാവും? എവിടെയാണ് സന്തോഷം? ഒന്നിനും ഉത്തരമില്ല. മനസ്സ് കലങ്ങിയ രാജാവ് മനുവിനെ കണ്ടു സംശയനിവൃത്തിക്കായി അപേക്ഷിച്ചു. മനു ഇക്ഷ്വാകുവിനെ ഉപ ദേശിക്കാൻ തുടങ്ങി.

സ്വാമിജി തുടർന്നു.

“കുമാരാ, കേൾക്കൂ. നിന്റെ മുന്നിലുള്ള ഈ ലോകം മൃഗതൃഷ്ണ പോലെ, ഉറക്കത്തിൽ കാണുന്ന സ്വപ്നം പോലെ വെറും മായയാണ്. ഈ ദൃശ്യത്തിൽ ഭ്രമിച്ച് സത്യത്തിൽ നിന്നു വ്യതിചലിച്ച് സത്യത്തെ കാണാനുള്ള കണ്ണ് നഷ്ടപ്പെട്ടവരായി തീർന്നിരിക്കുന്നു നാം. ഒരേ ജലം ഓളങ്ങളും കുമിളകളുമായി പ്രത്യക്ഷപ്പെടുംപോലെ ബ്രഹ്മം തന്നെയാണ് ദൃശ്യപ്രപഞ്ചമായി ചുറ്റും നിറഞ്ഞു നിൽക്കുന്നത്. ബ്രഹ്മത്തിൽ ലയിച്ചു കിടക്കുന്ന സ്വത്വം പല രൂപത്തിൽ കാണപ്പെടുന്നുവെന്നു മാത്രം. മായ എപ്രകാരം ദർശനസുഖം തരുന്നുവോ, അത്ര മാത്രമാണ് ഈ ദൃശ്യ ങ്ങളും തരുന്നത്. പ്രപഞ്ചത്തെ കാണുമ്പോഴൊക്കെയും കാഴ്ചയ്ക്ക പ്പുറത്ത് അതെന്താണെന്നാണ് നാം ഓർക്കേണ്ടത്. കാണുന്നു എന്ന ബോധം മാത്രമാണ് ചുറ്റുമുള്ള ഈ ലോകം ഉണ്ടെന്നുള്ളതിന്റെ ഒരേ യൊരു തെളിവ്. സുഖദുഃഖങ്ങളും പുണ്യപാപങ്ങളും ജനനമരണങ്ങളും ബന്ധമോക്ഷങ്ങളുമെല്ലാം അങ്ങനെതന്നെ. ജലം പല രൂപത്തിൽ കാണ പ്പെടുംപോലെ ബ്രഹ്മസത്ത പലതായി കാണപ്പെടലല്ലാതെ മറ്റൊന്നും തന്നെ ഇവിടെ സംഭവിച്ചിട്ടില്ല, സംഭവിക്കില്ല. ഈ പരമാർത്ഥത്തെ അറിഞ്ഞു ദൃശ്യാത്മകമായ ഭ്രമത്തെ അകറ്റി സത്തയായ ബ്രഹ്മത ത്ത്വത്തെ അറിയാൻ ശ്രമിക്കണം. ശാസ്ത്രബോധവും ഗുരൂപദേശവും ബ്രഹ്മതത്ത്വത്തെ അറിയാനുള്ള ഉപായങ്ങളെന്നു പറയുന്നുവെങ്കിലും സ്വന്തം ബുദ്ധിശക്തിയും പ്രയത്നവും മാത്രമാണൊരാളെ പ്രബുദ്ധനാ ക്കുന്നത്. അതിനാൽ എപ്പോഴും കർമ്മനിരതനായിരിക്കണം. അങ്ങനെ യുള്ളൊരാൾക്കു മാത്രമേ കാലംകൊണ്ട് സ്വത്വബോധത്തിൽ ദൃഢതയും വ്യാപ്തിയും കിട്ടുന്നുള്ളൂ. അതായത് ഗീതയിൽ പറയുമ്പോലെ സ്ഥിത പ്രജ്ഞൻ ആകുന്നുള്ളൂ. അതുതന്നെയാണ് ദുഃഖനിവൃത്തിക്കുള്ള

ഒരേയൊരു മാർഗ്ഗം. മോക്ഷവും മറ്റൊന്നല്ല. ബാഹ്യമായി കിട്ടുന്ന ഉപദേശങ്ങളും അറിവുകളും ഉപായങ്ങളാണെങ്കിലും നിശ്ചിതമായ ചിന്തനവും പ്രയത്നവും തന്നെയാണ് ത്യാഗത്തിനുള്ള ഏകമാർഗ്ഗം.

ഓംകാരാശ്രമത്തിന് ഒരു വശത്തുകൂടി ചുറ്റി ഗംഗയുടെ ഒരു കൈവരി ഒഴുകുന്നുണ്ട്. അവസാനത്തെ പടവിൽ ചെന്നിരുന്നു കൈയിലെ ജപമാല പടവിൽ വെച്ച് രണ്ടുകൈകൊണ്ടും വെള്ളം മുക്കി എടുത്തു തലവഴിയൊഴിച്ചു. പെട്ടെന്ന് അമ്മയുടെ മടിയിൽ ചെന്ന് വീണപോലെ. തണുത്ത വെള്ളം തലവഴി താഴെ അരിച്ചിറങ്ങുമ്പോൾ തലോടലേറ്റ പ്രതീതി. ജപമാല വീണ്ടുമെടുത്തു മണികളിലൂടെ യാത്ര തുടർന്നു. കണ്ണ് തുറക്കുമ്പോൾ വിമലാമ്മ അരികെ.

"ഭക്ഷണത്തിനു നോക്കിയപ്പോൾ കണ്ടില്ല. തെരഞ്ഞു കുറെ. പിന്നെ ജപം തീരട്ടെ എന്ന് കരുതി." അവർ ഇടതുകൈയിൽ തലോടി, പുഞ്ചിരിച്ചു.

"വിമലാമ്മ കഴിച്ചില്ലേ?"

"ഇല്ല, നിന്നെ തിരഞ്ഞിറങ്ങിയതാണ്, അപ്പോൾ തപസ്സിൽ." അവർ കൈത്തണ്ടയിൽ മുറുക്കിപ്പിടിച്ചു.

"എന്താണ് നിന്നെ അലട്ടുന്നത് കുട്ടീ? രണ്ടു ദിവസമായി കാണുന്നുണ്ടല്ലോ ഞാൻ."

"ഞാൻ സന്ന്യസിക്കട്ടെ വിമലാമ്മേ?"

"ഇത്ര പെട്ടെന്ന് വേണ്ട, കഴിച്ചിട്ടാവാം. വാ..." വിമലാമ്മ എണീറ്റു.

വിമലാമ്മയുടെ പരിഹാസം കേട്ടപ്പോൾ പിന്നെ പറയാനാഞ്ഞതൊക്കെ മൗനത്തിലൊതുക്കി പുറകെ നടന്നു.

നനഞ്ഞ പൂഴിമണലിൽ മുന്നേ നടക്കുന്ന വിമലാമ്മയുടെ കാലടിപ്പാടുകൾ നോക്കി ചവിട്ടി നടന്നു. സ്ലേറ്റുകല്ലുകൾ വിരിച്ച നീണ്ട വരാന്തയിൽ കാവിയുടുത്തതും അല്ലാത്തതുമായ അനാഥരും സനാഥരും. നരവീഴാത്ത തലയുമായി കാവിയുടുപ്പിൽ ആരെങ്കിലുമുണ്ടോ എന്ന് കണ്ണുകൾ തേടി. ഭക്ഷണശാലയും പ്രാർത്ഥനാഹാളും മാത്രമേ ഒരുമിച്ചുള്ളൂ. ബാക്കി താമസിക്കാനുള്ള സ്ഥലം വേറെ വേറെയാണ്. വിമലാമ്മ രണ്ടു കൈകളിൽ ഭക്ഷണ താലികളുമായി വന്നു നിലത്തു വിരിച്ചിട്ട പായിലിരുന്നു. അടുത്തിരിക്കാൻ ആംഗ്യം കാണിച്ചു. വിമലാമ്മ ഒന്നും മിണ്ടിയില്ല, ഞാനും.

ആശ്രമം നേരിയ മയക്കത്തിലാണ്. സപ്പോട്ടമരത്തിന്റെ തറയിൽ കണ്ണടച്ചിരുന്നു വിമലാമ്മ ഏറെ നേരമായി ഓരോ ഭജൻ പാടിക്കൊണ്ടിരിക്കുന്നു. ലോകത്തിലെ ഏറ്റവും വലിയ സന്തോഷം ഇതാണെന്നു തോന്നിപ്പോകുന്നു. എന്ത് തിരഞ്ഞാണോ വന്നത് അത് ചുറ്റും നിറയുന്ന പോലെ. ഒരുവേള വിമലാമ്മയുടെ മടിയിൽ തലവെച്ചു കിടക്കാൻ തോന്നി. എങ്ങനെ ചോദിക്കും? എന്ത് വിചാരിക്കും?

"വിമലാമ്മേ..." രണ്ടും കല്പിച്ചു വിളിച്ചു

അവർ കണ്ണ് തുറന്നു...

"ഞാനാ മടിയിലൊന്നു കിടന്നോട്ടെ?" കണ്ണുകൾ നിറഞ്ഞു, തൊണ്ട യിടറി.

അടുത്തേക്ക് ചേർന്നിരുന്ന് വിമലാമ്മ വലതുകൈകൊണ്ടു മടിയിൽ ചായ്ച്ചു കിടത്തി. പരുപരുത്ത കാവിസാരിക്കു മതിയാകും മുൻപ് കൈ വിട്ടുപോയ, കേട്ട് മറന്ന മണം. കവിളിനു താഴെ വിമലാമ്മയുടെ സാരി യിൽ നനവ് പടർന്നു. തലയിൽ തലോടിക്കൊണ്ട് വിമലാമ്മ ബാകെബി ഹാരിയെ മനംനിറഞ്ഞു വിളിച്ചു പതിഞ്ഞ സ്വരത്തിൽ പാടിക്കൊണ്ടേ യിരുന്നു.

ശ്രീബാങ്കെ ബിഹാരിലാൽ ഗോപാലാ
മൻരഖിയോ അപ്നേ ചരണാൻമെൻ
തൻരഖിയോ ശ്രീബ്രിന്ദാവൻമെൻ

വിധി ഓരോരുത്തരെയായി പലപ്പോഴും മുന്നിൽ കൊണ്ടു വന്നു നിർത്തി തരും. നഷ്ടങ്ങളാണെന്ന് നാം കരുതുന്നവ മറ്റേതെങ്കിലും കണ ക്കിൽ ഏറെക്കുറെ നികത്തും. നമുക്കു വേണ്ടതെന്തെന്ന് നമ്മേക്കാൾ മറ്റാർക്കോ നിശ്ചയമുണ്ട്. നഷ്ടപ്പെട്ടതിനെ അന്ധമായി തേടിക്കൊണ്ടിരി ക്കുന്നതുകൊണ്ട് പലപ്പോഴും മുന്നിൽ കൊണ്ടുവന്നു നിർത്തി തരുന്ന തിനെ കാണാൻ കഴിയാതെ പോകുന്നു പലർക്കും. വിമലാമ്മയെ കുറച്ചു മാസങ്ങൾക്കു മുൻപ് അങ്ങനെ കിട്ടിയതാണ്. ഇന്നേവരെ ഒന്നും ചോദി ച്ചിട്ടില്ല അവരോടും അവരെന്നോടും. അവർ പറഞ്ഞ ചില വിവരങ്ങൾ മാത്രമേ ഉള്ളൂ. ഗവണ്മെന്റ് ഓഫ് ഇന്ത്യയിൽ അണ്ടർസെക്രട്ടറി ആയി രുന്നു. സർവീസ് തീരും മുൻപേ വോളണ്ടറി റിട്ടയർമെന്റ് വാങ്ങിച്ചു. ഭർത്താവു വിദേശത്ത് ഏതോ യൂണിവേഴ്സിറ്റിയിൽ പ്രൊഫസർ ആണ്, മക്കൾ അവിടെ പഠിച്ചു, ജോലിയായി, സ്ഥിരതാമസമായി. പറിച്ചെറിയാൻ കഴിയാത്ത വേരുകൾ, കേട്ടില്ലെന്നു നടിക്കാൻ കഴിയാത്ത പിൻവിളികൾ, ഭേദിക്കാൻ ധൈര്യപ്പെടാത്ത ആജ്ഞകൾ വിമലാമ്മയെ ഇവിടെ എത്തി ച്ചിരിക്കുന്നു. ഓംകാരശ്രമത്തിലും സ്വാമിജിയുടെ സവിധത്തിലും മാസ ങ്ങൾക്കുമുൻപ് ആദ്യമായി എത്തിപ്പെടാൻ കാരണവും വിമലാമ്മയാണ്. എന്നെക്കുറിച്ചു കുറെയൊക്കെ അവർക്കറിയാം. എന്നന്നേക്കുമായി ഉള്ളിൽ കുഴിച്ചുമൂടിയ, ഓർക്കാനിഷ്ടപ്പെടാത്ത പലതും വലിച്ചു പുറത്തി ടാൻ ശ്രമിച്ചിട്ടില്ല. പറഞ്ഞതിനേക്കാൾ കൂടുതൽ പറയാത്തത് ഉണ്ടെന്ന് അറിയാതിരിക്കില്ല വിമലാമ്മയ്ക്ക്.

ഈ വരവിൽ രണ്ടുദിവസമായി, സ്വാമിജിയെ കണ്ടതേയില്ല. ശ്രമി ക്കാഞ്ഞിട്ടല്ല നടന്നില്ല. അല്ലെങ്കിലും രൂപമല്ലല്ലോ അത് കൊണ്ടുവരുന്ന ആർദ്രതയും സഹജാവബോധവുമല്ലേ, അത് ചുറ്റിലും നിറയുന്നുണ്ട്. പിന്നെ തേടിപ്പോയില്ല.

നേരത്തെ ചോദിച്ച ചോദ്യം ആവർത്തിച്ചു.

“വിമലാമ്മേ, ഞാൻ സന്ന്യാസിക്കട്ടെ?”

തലയിൽ ചലിച്ചുകൊണ്ടിരുന്നു വിമലാമ്മയുടെ കൈ നിശ്ചലമായി. മടിയിൽ നിന്നും പിടിച്ചെഴുന്നേല്പിച്ചു.

“നിന്റെ ലക്ഷ്യമെന്താണ് കല്പനാ? എന്തിൽനിന്നെങ്കിലും ഓടി ഒളിക്കാനാണെങ്കിൽ അതിവിടമല്ല. അലയുന്നത് മറ്റെന്തെങ്കിലും തേടിയാണെങ്കിലും അതിന് ഇതല്ല പരിഹാരം. സ്വയം കണ്ടെത്തണം. സന്ന്യാസത്തിനു മുൻപ് ചെയ്യേണ്ടതായ പലതും ബാക്കിയുണ്ട് നിനക്ക്. അതൊക്കെ തീർത്തു വരൂ. നാളെ തിരിച്ചുപൊയ്ക്കൊള്ളണം.” വിമലാമ്മ എഴുന്നേറ്റു.

“വരൂ, പ്രാർത്ഥനാലയം വൃത്തിയാക്കണം, അത്താഴമുണ്ടാക്കണം. സ്വാമിജിയെ എഴുതാൻ സഹായിക്കണം. ഓഫീസിലും ജോലിയുണ്ട്.”

വിമലാമ്മയുടെ മുഖം കണ്ടപ്പോൾ മറ്റൊന്നും പറയാൻ തോന്നിയില്ല. എന്നിൽ നിന്നും ഈ വിഷയത്തിൽ ഇനി ഒന്നും കേൾക്കാൻ അവർ ആഗ്രഹിക്കുന്നില്ല, അല്ലെങ്കിൽ ഈ വിഷയത്തിൽ സംഭാഷണം നീട്ടിക്കൊണ്ടുപോകാൻ അവർക്കു താത്പര്യമില്ല എന്നു വ്യക്തം.

വിമലാമ്മയുടെ കൂടെ ഹാൾ മുഴുവനും തൂത്തു തുടച്ചു വൃത്തിയാക്കി. വിളക്കുകൾ തുടച്ച് ആരതിക്ക് തയ്യാറാക്കി. അപ്പോഴേക്കും മറ്റൊരു സ്വാമി വന്നു, സ്വാമിജി വിമലാമ്മയെ അന്വേഷിക്കുന്നുവെന്നു പറഞ്ഞു. അടുക്കളയിലെ കാര്യം ഏല്പിച്ചിട്ടു വിമലാമ്മ പോയി.

അടുക്കളജോലി കഴിഞ്ഞ് കുറച്ചു നേരം പുറകിലെ കൃഷിസ്ഥലത്തു പോയി സഹായിച്ചു, ആരതിക്ക് മുൻപ് കുളി കഴിഞ്ഞു വന്നപ്പോൾ വിമലാമ്മ ഓഫീസിൽ ഉണ്ട് വിളിക്കുന്നുവെന്ന് ഒരാൾ വന്നു പറഞ്ഞു. ചെന്നപ്പോൾ കമ്പ്യൂട്ടറിൽ എന്തോ ജോലിയിലാണ്.

“അന്വേഷിച്ചുവെന്നു പറഞ്ഞു.”

“ഉവ്വ്, സ്വാമിജിയെ കാണണോ?”

“വേണ്ട. വിമലാമ്മേ, നാളെ രാവിലേക്കൊരു ബസ് ടിക്കറ്റ്.”

“ഞാൻ വിളിച്ചു പറയാം. ഭജൻ തുടങ്ങാറായില്ലേ, ചെല്ലൂ, ഞാൻ വരാം.”

ഞാനെന്നും എന്റേതെന്നുമുള്ള അവസ്ഥയ്ക്കപ്പുറത്തു മറ്റെന്താണുള്ളത്? എന്റേതെന്നു കരുതുന്നത് അമ്മയ്ക്കപ്പുറമൊന്നുമുണ്ടായിട്ടില്ല. ഞാൻ എന്ന് കരുതിയിട്ടുമില്ല. ത്യജിക്കാൻ ഈ ഇരുപ്പിലും ഒന്നുമില്ല. ത്യജിക്കാൻ ഒന്നും ബാക്കിയില്ലാത്തവൻ സന്ന്യാസി അല്ലെങ്കിൽ മറ്റെന്താണ്? ഏത് കൊടുങ്കാറ്റിലും നേർത്തുകത്തുന്ന തിരിനാളം അവിടെത്തന്നെയുണ്ട്. അടുത്തുമല്ല, അകലെയുമല്ല.

"രാമാ, മോക്ഷകവാടത്തിലെ നാലു ദ്വാരപാലകർ, ആത്മസംയമനം, അന്വേഷണത്വര, സംതൃപ്തി, സത്സംഗം എന്നിവരാണ്. ബുദ്ധിമാനായ സാധകന് ഈ നാലു സുഹൃത്തുക്കളും ഉണ്ടായിരിക്കണം. അവരിൽ ഒരാളെയെങ്കിലും ഉത്തമസുഹൃത്താക്കുകയും വേണം. രാമൻ വസിഷ്ഠ മുനി നൽകുന്ന ഉപദേശത്തിന്റെ സംഗ്രഹവും ഉദ്ദേശ്യവും സാധകനെ പ്രശാന്തതയിൽ എത്തിക്കുവാനാണ്. എന്തിനാണിത്? യോഗം എന്തിനാണ്? ഹൃദയം പ്രശാന്തമായാലും യാതൊന്നിനും ഒരു മാറ്റവുമില്ല. എന്തുകൊണ്ടെന്നാൽ സത്യം മാറ്റങ്ങൾക്ക് വിധേയമല്ല."

ഓംകാരാശ്രമം മറ്റൊരു ലോകംപോലെ, മറ്റൊരു ജന്മംപോലെ. കാലെടുത്തു വെയ്ക്കുമ്പോൾ പൂർവ്വജന്മസ്മൃതികൾക്ക് ഭ്രംശം സംഭവിക്കുന്ന, ദ്വന്ദബോധത്തിൽ നിന്ന് മുക്തി നൽകുന്ന ഒരിടം. വിമലാമ്മയടക്കം ഇവിടെയുള്ളവരൊന്നും ആരുമല്ല. എന്നിട്ടും എന്താണിങ്ങനെ? അപ്പോൾ ആര് ആർക്ക് എന്താണെന്നു നിശ്ചയിക്കുന്നത് എന്താണ്? ജന്മബന്ധങ്ങളോ, കർമ്മബന്ധങ്ങളോ?

വിമലാമ്മ എല്ലായിടത്തും പരിശോധിച്ച്, എല്ലാവരും ഉറങ്ങിയെന്നുറപ്പ് വരുത്തി ഒച്ചയുണ്ടാക്കാതെ, ലൈറ്റ് പോലും തെളിയിക്കാതെ വന്നു കിടന്നതറിഞ്ഞു.

"വിമലാമ്മേ."

"ഊം" ഒരു മൂളൽ മാത്രം മറുപടി.

"ഞാൻ പോകുമ്പോൾ ചിലപ്പോൾ കണ്ടെന്നുവരില്ല." പതിഞ്ഞ ശബ്ദത്തിൽ ഞാൻ യാത്ര പറഞ്ഞു.

പതിനാറ്

സമയം ഏഴുമണിയാവുന്നു. ഇനിയും വൈകിയാൽ ദീപ്തി വഴക്കു പറയും. ദേബബ്രത ഒരിക്കൽ തന്ന ലാൽപാർ സാരി കവറിൽനിന്നും പുറത്തെടുത്തു നിവർത്തി. അന്ന് കൊണ്ടുവെച്ചതാണ്. നോക്കണമെന്ന് പല തവണ തോന്നിയിട്ടും എന്തോ ചെയ്തില്ല. വീതിയേറിയ ചുവന്ന കരയുള്ള വെളുത്ത സാരി. ചുവപ്പിൽ സ്വർണനൂലുകൾ. സാരി ഉടുക്കുന്ന പതിവില്ല, എന്നിട്ടും ഞൊറിഞ്ഞുടുത്തു. ഉടുക്കുമ്പോൾ മനസ്സിൽ മാളവികയാണ് പെട്ടെന്ന് തെളിഞ്ഞത്. പല്ലു അലസമായി വലിച്ചിട്ടു. കണ്ണെഴുതി, നെറ്റിയിൽ വലിയ കുങ്കുമപ്പൊട്ടും വെച്ചു. മാളവികയുടെ നാസാഗ്രത്തിലെ വെളുത്ത, വലിയ മൂക്കുത്തിക്കല്ല് ചിന്തകളിൽ തിളങ്ങി. അപ്പോഴേക്കും താഴെനിന്ന് കാറിന്റെ ഹോൺ കേട്ടു, ദീപ്തി എത്തി. കൂടെ അതാ മൊബൈലിലും വിളിക്കുന്നു.

"ഇതാ വരുന്നു." മൊബൈൽ എടുത്തിട്ട് പറഞ്ഞു. വേഗം റൂം പൂട്ടി താഴെ ഇറങ്ങി. ഇല്ലെങ്കിൽ അവളുടെ വായിലിരിക്കുന്നത് കേൾക്കേണ്ടി വരും.

കാറിൽ കയറിയപ്പോൾ ദീപ്തി അടിമുടി ഉഴിഞ്ഞുനോക്കി,

"നീ ബംഗാളിയാണോ?"

"ഇപ്പൊ അങ്ങനെ തോന്നുന്നുണ്ടോ?"

"ഇനി ഇതിനേക്കാൾ ബംഗാളിയാവാൻ ആർക്കു പറ്റും? എന്താ ഉദ്ദേശ്യം?"

"ദുരുദ്ദേശ്യമൊന്നുമില്ല."

ചിത്തരഞ്ജൻ പാർക്കിലാണ് മഹിമ മുഖർജിയുടെവീട്. ഇന്ന് ദുർഗ്ഗാഷ്ടമി, മഹിമയുടെ വീട്ടിലെ ദുർഗാപൂജയ്ക്കു വിളിച്ചിട്ടുണ്ട്. ഓഫീസിലെ കുറച്ചു സുഹൃത്തുക്കളെ. പോകുന്നില്ലെന്ന് വിചാരിച്ചതാണ്. ദീപ്തിക്കു പോയേ ഒക്കൂ, ഒപ്പം കൂട്ടും വേണം. നിർബന്ധിച്ചപ്പോൾ സമ്മതിച്ചു. കാർ മൂൽചന്ദ് ഫ്ളൈഓവർ കടന്നു നെഹ്റു പ്ലേസിൽ എത്താറായി. മൂടൽ മഞ്ഞു പടർന്നുതുടങ്ങുന്നു. കൂടെ ദില്ലിയിലെ കുപ്രസിദ്ധമായ വൃത്തികെട്ട വായുവും. രണ്ടുംകൂടി കാഴ്ചയ്ക്ക് മങ്ങലേല്പിച്ചുകൊണ്ടു നിറഞ്ഞു നിൽക്കുന്നു.

പൊടുന്നനെ ദീപ്തിയുടെ ചോദ്യം. "എവിടന്നു കിട്ടി ഈ ടിപ്പിക്കൽ ബോങ് സാരി?'

ദീപ്തിക്ക് ഉത്തരം നൽകുന്നതിന് പകരം ദേബബ്രതയെ ഓർത്തു. സാരി ഉടുത്തു കാണിക്കണമെന്ന് പറഞ്ഞതോർത്തു, കാളീഘട്ടിനു മുന്നിലെ റാഷ് ബിഹാരി അവന്യൂവിൽനിന്നും ലാൽപാർ സാരി തിരഞ്ഞെടുക്കുന്ന അയാളുടെ ചിത്രമോർത്തു. ഫോൺ എടുത്തു നമ്പർ തിരഞ്ഞു. ഡയൽ ചെയ്യുന്നതിന് മുൻപ് ഒരു നിമിഷം ശങ്കിച്ചു, വിളിക്കണോ വേണ്ടയോ? വിളിക്കാം. ഒരു പരീക്ഷണം, ഞാൻ ഈ സാരി ഉടുത്തു കാണണമെന്ന ദേബബ്രതയുടെ ആഗ്രഹം ആത്മാർത്ഥമാണോ എന്ന ഒരു പരീക്ഷണം. ഇന്ന് ദില്ലിയിൽ ഉണ്ടെങ്കിൽ, ചിത്തരഞ്ജൻ പാർക്കിലെ വീട്ടിൽ ഉണ്ടെങ്കിൽ അദ്ദേഹത്തിന്റെ ആഗ്രഹം സത്യമായിരിക്കാം. ബെല്ലടിക്കുന്നുണ്ട്.

ഫോൺ എടുത്തു, ഹലോയുടെ ഔപചാരികത ഒന്നുമില്ലാതെ ചോദ്യം, "കുറെ നാളായല്ലോ?"

"അതെ", നെഞ്ചിടിപ്പോടെചോദിച്ചു, "എവിടെയാണ്?"

"വീട്ടിൽ."

"വീട്ടിൽ എന്നുവെച്ചാൽ? കൊൽക്കത്തയിലാണോ?"

"അല്ല, സി.ആർ. പാർക്കിൽ. ദുർഗാപൂജയല്ലേ, ഇവിടെ ഉണ്ടാവണമല്ലോ?"

"അഡ്രസ് എന്താണ്?"

"C124, first floor. What happened?"

"Nothing, see you in a while"

ഫോൺ വെച്ചു.

“മഹിമയുടെ ഹൗസ് നമ്പർ എന്താണ്?” അപ്പോഴാണ് ദീപ്തിയുടെ ചോദ്യത്തിന് ഉത്തരമൊന്നും പറഞ്ഞില്ലല്ലോ എന്ന് ഓർത്തത്.

“ആ ഡാഷ് ബോഡിൽ കാർഡ് കിടപ്പുണ്ട്, നോക്കിയേ.” ദീപ്തി പറഞ്ഞു.

“A 328.”

മഹിമയുടെ വീട്ടിലെത്തുമ്പോൾ ഏഴര കഴിഞ്ഞു. പൂജ തുടങ്ങിയിരുന്നു. കുറച്ച് അറിയപ്പെടുന്ന ഏതോ ഒരു ഗായികയുടെ ഭജൻ ഉണ്ട്. പിന്നെ ഭക്ഷണം. ഓഫീസിലെ കുറച്ചാളുകൾ, അവളുടെ ബന്ധുക്കൾ, അയൽക്കാർ. മഹിമ എല്ലാവരെയും പരിചയപ്പെടുത്തി. ഇരിക്കാൻ ക്ഷണിച്ചു. ഒരിടത്തിരിക്കാൻ കസേര അന്വേഷിക്കുമ്പോൾ മുന്നിൽ മേഘ്ന. ഓടിവന്നു കെട്ടിപ്പിടിച്ചു. കൈയിലെ പിടിവിടാതെ അവൾ പിന്നിലെ നിരകളിലൊന്നിലെ കസേരയിലേക്ക് നടന്നു. ഞാൻ ദീപ്തിയെ തിരഞ്ഞു. കാണുന്നില്ല.

മേഘ്നയുടെ കണ്ണിനു താഴെ നേർത്ത കറുപ്പ് മനസ്സിലൊരു അലോസരം പടർത്തി. വിശേഷങ്ങൾ പറയുമ്പോഴും അവളുടെ ചിരിയിലെ ആഴങ്ങളിലെവിടെയോ കുരുങ്ങിക്കിടക്കുന്ന നൊമ്പരം ഞാൻ വേർതിരിച്ചെടുക്കാൻ ശ്രമിച്ചു. ഞാൻ താമസം മാറ്റിയതിന്റെ ഒറ്റപ്പെടൽ അവളെ പൂർണമായും വിട്ടൊഴിഞ്ഞെന്നു തോന്നുന്നു. മനഃപൂർവം രണ്ടാളും ഹാരിയെക്കുറിച്ച് സംസാരിച്ചതേയില്ല. പൂജ കഴിഞ്ഞു, ഭജൻ ആരംഭിക്കാറായി. ദീപ്തി അടുത്തു വന്നിരുന്നു. ഒരു മണിക്കൂർ എന്തായാലും ഭജൻ ഉണ്ടാവും. അതിന്നിടയിൽ ദേബബ്രതയെ കണ്ടിട്ട് വരാം. ദീപ്തിയോടുംമേഘ്നയോടും ഇപ്പോൾ വരാമെന്നു പറഞ്ഞ് ഇറങ്ങുമ്പോൾ രണ്ടാളുടെയും കണ്ണുകളിലെ ചോദ്യങ്ങൾ അവഗണിക്കാനായില്ല. ഇവിടെ ഒരു സുഹൃത്തുണ്ട്, ഒന്ന് കണ്ടിട്ട് വരാമെന്നു മാത്രം പറഞ്ഞ് ഇറങ്ങി. C124 എവിടെയാണെന്ന് പുറത്തിറങ്ങി ഗാർഡിനോട് ചോദിച്ചു. മുന്നിലെ പാർക്കിന് എതിർവശത്തെ നേരെ പോകുന്ന റോഡിലെ ഇടതുവശത്തെ നാലാമത്തെ വീട്. കണ്ടുപിടിക്കാൻ ബുദ്ധിമുട്ടിയില്ല, ഫസ്റ്റ് ഫ്ളോറിൽ ചെന്ന് ബെല്ലടിച്ചു. തുറക്കുന്നില്ല, കുറച്ചുനേരം കാത്തു വീണ്ടും ബെല്ലിൽ വിരലമർത്തിയപ്പോഴേക്കും വാതിൽ തുറന്നു.

“കല്പനാ...” ദേബബ്രത വിശ്വാസം വരാത്തപോലെ നോക്കി.

“കല്പനാ, ഇത് സ്വപ്നമാണോ? I can't believe it”

അകത്തേക്ക് വിളിക്കാൻപോലും മറന്ന്, വാക്കുകൾ കിട്ടാതെ ഉഴറുന്നു.

“പുറത്തു നിർത്തുവാണോ?” ദേബബ്രതയുടെ പരിഭ്രമം കണ്ടപ്പോൾ എനിക്ക് ചിരി വന്നു.

“Come, come inside, I am sorry!”

സ്വീകരണമുറിയിലെ സോഫയ്ക്ക് നടുവിൽ സെന്റർ ടേബിളിൽ കുപ്പിയും പകുതിയൊഴിഞ്ഞ ഗ്ലാസും. ഏതോ ഇംഗ്ലീഷ് മൂവി ടിവിയിൽ. വലിച്ചുവാരിയിട്ടിരിക്കുന്ന പുസ്തകങ്ങൾ, പത്രങ്ങൾ, മാസികകൾ.

"സീ യു ഇൻ എ വൈൽ എന്ന് പറയുമ്പോഴും, കുറച്ചു കഴിഞ്ഞു വീണ്ടും വിളിക്കുമെന്നാണ് ഞാൻ ചിന്തിച്ചത്."

ഇരിക്കാൻ കൈ ചൂണ്ടിക്കൊണ്ട് അയാൾ പറഞ്ഞു.

"ഒരു വിവാഹമോചിതന്റെ ഫ്ളാറ്റ് ആണ്, കൂടുതൽ വൃത്തിയും അച്ചടക്കവുമൊന്നും പ്രതീക്ഷിക്കരുത്. അതൊക്കെ ആവശ്യങ്ങളല്ല ആഡംബരങ്ങളാണ് എനിക്ക്.'

ദേബബ്രത എതിരെ സോഫയിലിരുന്നുകൊണ്ടു ചോദിച്ചു, "പറയൂ എങ്ങനെ ഇവിടെ, ഈ നേരത്ത്?"

"ഓഫീസിലൊരു കുട്ടിയുണ്ട് ഇവിടെ ബി ബ്ലോക്കിൽ, അവൾ ദുർഗ്ഗാ പൂജയ്ക്കു ക്ഷണിച്ചു, ഭജൻ നടക്കുന്നു, അതിന്നിടയിൽ ഒന്ന് മുങ്ങിയ താണ്."

"ഈ ദർശനസൗഭാഗ്യത്തിന് എങ്ങനെയാണ് നന്ദി പറയേണ്ടത് ഞാൻ കൽപനാ? പുറത്തായിരുന്നു ഞാനും. കുറെ സുഹൃത്തുക്കൾ ഉണ്ടിവിടെ. ഇപ്പോൾ വന്നതേ ഉള്ളൂ. രണ്ടു ദിവസമായേ ഉള്ളൂ ദില്ലിയിൽ. ഭുവനേശ്വറിൽ ആയിരുന്നു കുറെനാൾ. കൈയിലൊരു ഗ്ലാസ് ഇല്ലാതെ ഇംഗ്ലീഷ് മൂവി കാണാനൊരു മടി. തനിച്ചായവന്റെ ആഘോഷം ഇതൊക്കെ യാണ്. കല്പനയ്ക്ക് കുടിക്കാൻ എന്താണ്, ചായ? കോഫി?"

"ഒന്നും വേണ്ട, എനിക്ക് പെട്ടെന്ന് പോണം."

കാലിൽ ചങ്ങലയുമായി മുറിവേറ്റു കിടക്കുന്ന കെവിൻ കോസ്റ്റ്നർ സ്ക്രീനിൽ. ലെഫ്റ്റനന്റ് ജോൺജെ ഡാൻബർ. ഹോളിവുഡ് ഇതിഹാസ ചിത്രം Dances with Wolves. അമേരിക്കൻ സിവിൽവാറിന്റെ കഥ പറ യുന്ന മിഷേൽ ബ്ലേക്കിന്റെ നോവൽ.

"ഞാനൊരു കോസ്റ്റ്നർ ഫാൻ ആണ്."

സ്ക്രീനിൽനിന്ന് കണ്ണെടുക്കാതെ കുറെ നേരത്തെ മൗനത്തിനൊടു വിൽ ഞാൻ പറഞ്ഞു. ദേബബ്രതയുടെ ഉത്തരം വന്നത് നിമിഷങ്ങളുടെ ഇടവേള കഴിഞ്ഞാണ്.

"Really? me as well. ഞാൻ എന്റെ ആഘോഷം തുടരുന്നതിൽ വിരോ ധമുണ്ടോ?"

"ആരുടെയും ആഘോഷങ്ങൾ മുടക്കുന്നതെനിക്ക് ഇഷ്ടല്ല, You carry on."

അയാൾ ഗ്ലാസ് എടുത്തു സിപ് ചെയ്തിട്ട് പ്ലേറ്റിലെ Peanuts എനിക്ക് നേരെ നീട്ടി. കുറച്ചു വാരിയെടുത്തു ഞാൻ ചാഞ്ഞിരുന്നു, സ്ക്രീനിലെ കെവിൻകോസ്റ്റ്നറെ സാകൂതം നോക്കി.

“താൻ വന്നത് കെവിൻകോസ്റ്റ്നറെ കാണാനോ, അതോ എന്നെ കാണാനോ?”

വീണ്ടും ഒരെണ്ണം ഒഴിച്ചുകൊണ്ട് ദേബബ്രത തലയുയർത്തി.

“ആ ഫ്രിഡ്ജിൽ സോഡയുണ്ട്, ഒന്നെടുത്തു കൊണ്ടുവരാമോ?”

റൂമിലെ മറ്റേയറ്റത്തു ഡൈനിങ്ങ് ടേബിളിനരികെ ഫ്രിഡ്ജ് കണ്ടു. എന്തൊക്കെയോ പാത്രങ്ങളിൽ ടേബിളിൽ അടച്ചുവെച്ചിട്ടുണ്ട്.

“ഫുഡ് സ്വയം ഉണ്ടാക്കുമോ?”

“പാചകം ഒരു കലയാണ്, ഞാൻ ഒരു കലാകാരനേ അല്ല.”

കൈയിലെ ഗ്ലാസ്സുമായി ദേബബ്രത എതിരെ സോഫയിൽ നിന്നെ ണീറ്റ് അടുത്തു വന്നിരുന്നു.

“കല്പന സത്യത്തിൽ ബംഗാളിയാണോ? ഈ സാരി ഇത്രയും ഭംഗി യിൽ മറ്റാരും ഉടുത്തു ഞാൻ കണ്ടിട്ടില്ല. എന്റെ മുഴുവൻ ബംഗാളി സ്ത്രീ സങ്കല്പവും അഭിനിവേശവും ഉരുക്കിയൊഴിച്ചു വാർത്തെടുത്തതാണ് ഞാൻ മാളവികയെ. നിഗൂഢതയിൽ ആറാടി നിൽക്കുന്ന, അറിഞ്ഞാലും വായിച്ചാലും തീരാത്ത ഒരു മിത്തുപോലെ. അവളെ ഞാനെന്റെ ഭാവന യാലും പ്രണയത്താലും ഭാഷയുടെ അറിയാവുന്ന പരിധിയിൽ എഴുതി ത്തീർക്കുമ്പോൾ പോലും ഞാൻ ഈ സാരിയിൽ ഇത്രയും മാദകത്വ ത്തോടെ, ദൈവികതയോടെ ദർശിക്കാനായിട്ടില്ല. എഴുതുമ്പോഴൊക്കെ വല്ലാത്ത ആവേശത്തോടെ ഒന്നു കാണാനാഗ്രഹിച്ചിട്ടുണ്ട്, പക്ഷേ പ്രതീ ക്ഷിച്ചിട്ടില്ല. എന്തൊരു പരീക്ഷണമാണിത് ദൈവമേ!”

അയാൾ തലപുറകോട്ടു ചായ്ച്ചുവെച്ച് കണ്ണടച്ചുകൊണ്ടു തുടർന്നു

“ഒരിക്കൽ ഒരു ചോദ്യം മുന്നോട്ടുവെച്ചിരുന്നു, മറന്നിട്ടുണ്ടാവില്ലെന്നു കരുതുന്നു.”

“ഇല്ല.”

“ഉത്തരം കിട്ടിയില്ല.”

“ഉത്തരം കിട്ടുമെന്നും തോന്നുന്നില്ല. ഒരുപാടു മാനസിക സംഘർഷ ങ്ങൾ അനുഭവിക്കുന്ന ഒരാളാണ് ഞാൻ. നിങ്ങൾക്ക് ചിന്തിക്കാവുന്നതി ലധികം. മുറിവേറ്റു വീണുകിടക്കുമ്പോൾ പോലും ഒട്ടും ദയയില്ലാതെ വേട്ടയാടുന്ന ഒരു ഭൂതകാലമുണ്ടെനിക്ക്. ഒളിച്ചോടുംതോറും പിന്തുടർന്ന് കീഴ്പ്പെടുത്തുന്ന, മുഴുവൻ വിഴുങ്ങാൻ, ഏതുസമയവും മുന്നിൽ ചാടി വീണേക്കാവുന്ന ഒരു ശത്രു ഉള്ളിൽ തന്നെയുണ്ട്. ചോരയൊലിപ്പിച്ചു നിൽക്കുമ്പോൾ ചിലപ്പോൾ വേദനപോലും ഹരമായി തോന്നുന്ന ഒരവസ്ഥ അറിയാമോ? വഴിയറിയാതെ ഇരുട്ടിൽ തപ്പുന്ന ഒരാൾക്ക് മുന്നിൽ കൈ ത്തിരിയായി തെളിയാൻ കഴിയുന്നത് എന്താണെന്നു കണ്ടെത്താനുള്ള യാത്രയിലാണിപ്പോൾ. പലപ്പോഴും കൈവിട്ടു പോകുമെന്ന് തോന്നിയ മനസ്സ് തിരിച്ചുപിടിച്ചിട്ട് ഏറെ നാളായിട്ടില്ല.”

ടി.വിയിൽ കെവിൻകോസ്നറുടെ ഒരു ദീർഘചുംബനം, ഒരു മരത്തിനു പുറകിൽ, പുല്ലുകൾക്കിടയിൽ.

ഞാൻ പോകാനെണീറ്റു വാതിലിനു നേർക്ക് രണ്ടടി നടന്നു. ദേബ ബ്രത കൈയിൽ ഗ്ലാസ്സുമായി വഴി തടയുംപോലെ മുന്നിൽ.

“മാളവികാ, എന്റെ ജീവിതത്തിൽ ഇതാദ്യമാണ്, 'Shadow of a woman' എഴുതുമ്പോഴുള്ള അതേ മാനസികസംഘർഷം ഞാനിന്നു വീണ്ടും അനുഭവിക്കുന്നു. അന്ന് കണ്ട കാഴ്ചകൾ ഉള്ളിൽ വീണ്ടും പകർന്നാടുന്നു. തനിച്ച് അത് അനുഭവിക്കാനുള്ള മാനസികാവസ്ഥ ഇപ്പോഴില്ല. ഉപേക്ഷിച്ചു പോകരുത്, യാചനയാണ്.”

പറഞ്ഞു തീരുന്നതിനു മുൻപ് ദേബബ്രത മുന്നോട്ടാഞ്ഞു വലത്തേ കൈവിരലുകൾ എന്റെ ഇടത്തെ കൈവിരലുകളിൽ കൊരുത്തുപിടിച്ചു. വിടുവിക്കാൻ ശ്രമിച്ചു നോക്കി. കഴിയുന്നില്ല. കണ്ണുകളിലേക്ക് ഉറ്റുനോക്കിക്കൊണ്ട് അയാൾ ശബ്ദം താഴ്ത്തി പറഞ്ഞു,

“ഈ കൈകൾ വിടുവിക്കാതിരുന്നുകൂടെ, പ്ലീസ്.'

ശ്വാസം കവിളിൽ തട്ടുന്നപോലെ. ഇത്രയും അടുത്തൊരു പുരുഷനെ ഇന്നേവരെ അനുവദിച്ചിട്ടില്ല, അനുവാദമില്ലാതെ അടുത്തുവരാൻ ശ്രമിച്ചിട്ടുള്ളവരെ അകറ്റി നിർത്തിയിട്ടും ഉണ്ട്. അയാളുടെ ഇടത്തെ കൈയിൽ അപ്പോഴും ഗ്ലാസ് ഉണ്ട്. ഗ്ലാസ്സോടുകൂടി ഇടതുകൈ ഉയർത്തി എന്റെ കഴുത്തിന് പുറകിലൂടെ കൈയിട്ടു മുഖം അയാളുടെ മുഖത്തോടടുപ്പിച്ചു ചുണ്ടുകളിൽ അമർത്തി ചുംബിച്ചു. മറുപടി പറയാനാഞ്ഞ എന്റെ വാക്കുകൾ അയാളുടെ ചുണ്ടുകളിൽ തട്ടി വായ്ക്കുള്ളിൽ അമർന്നലിഞ്ഞു. ചൂട് നിശ്വാസം അകംവരെ പൊള്ളിച്ചുകൊണ്ട് ഉഷ്ണക്കാറ്റുപോലെ. വലിയൊരു തിര ശക്തിയോടെ പാഞ്ഞുവന്നു, നിൽക്കുന്ന മണ്ണടക്കം വീശിയെടുത്തുകൊണ്ട് പോയി. ഒരൊറ്റ നിമിഷംകൊണ്ട് നിലതെറ്റി വീഴാനാഞ്ഞു. ഇടതുകൈയിലെ വിരൽക്കുരുക്കഴിച്ചു, ആ കൈകൊണ്ടു മരത്തിൽനിന്നും ഞെട്ടറ്റു വീഴുന്ന പൂവിനെ കൈയെത്തിപ്പിടിക്കുന്ന ലാഘവത്തോടെ അയാൾ താങ്ങി. വികാരത്താൽ ചുട്ടുപഴുത്ത മാംസത്തിന്റെ ഗന്ധം അയാളുടെ പരുക്കൻ ജുബ്ബയിൽനിന്നും ചുറ്റും ചൂഴ്ന്നു നിന്നു.

സർവശക്തിയുമുപയോഗിച്ച് അയാളെ രണ്ടുകൈ കൊണ്ടും തള്ളിമാറ്റി. ശ്വാസം വീണ്ടെടുത്ത് കണ്ണ് തുറക്കുമ്പോൾ ദേബബ്രത കൈയിലെ തുളുമ്പിത്തുടങ്ങിയ ഗ്ലാസ് മേശമേൽ വെച്ചു കൊണ്ട് പറഞ്ഞു.

“ഇന്നിനി ഇതിന്റെ ആവശ്യമില്ല, ഇന്നല്ല, നീ സമ്മതിക്കുകയാണെങ്കിൽ ഇനി ഇതിന്റെ ആവശ്യമേ വരില്ല. മദ്യത്തേക്കാൾ ലഹരിയുള്ള മറ്റൊന്നുണ്ട് എന്ന് എനിക്കറിയില്ലായിരുന്നു, ഇന്നേവരെ.”

മേശമേൽ നിന്നും ഫോൺ എടുത്തു യാത്രപോലും പറയാതെയിറങ്ങി. കണ്ണുകളിൽ ഉരുണ്ടുകൂടിയ നനവ് കാഴ്ചയെ മറച്ചെങ്കിലും തുടയ്ക്കാൻ മെനക്കെട്ടില്ല. പുറകിൽനിന്നും ദേബബ്രത:

"കൽപനാ, എന്തെങ്കിലും പറഞ്ഞിട്ട് പോ, പ്ലീസ്."

ഇരുട്ട് പടർന്നു കഴിഞ്ഞു, നേരിയ തണുപ്പും. പടികളിറങ്ങി ഓടുകയായിരുന്നു.

പതിനേഴ്

വാരാണസി, രണ്ടാമത്തെ തവണയാണ് ഇവിടെ. ചരിത്രവും മരണവും മോക്ഷവും അദൃശ്യമായി ഒഴുകുന്ന പുരാതനനഗരി, സംസ്കൃതിയുടെ ഒരിക്കലും വറ്റാത്ത ഉറവ. ഇത്തവണയടക്കം രണ്ടു തവണയും അലയുന്ന പിതൃക്കൾക്ക് ശാന്തിക്കുവേണ്ടി മോക്ഷദായിനിയായി ഒഴുകുന്ന ഗംഗയിൽ ഒന്ന് മുങ്ങാനോ, ഒരു ഉരുളയുരുട്ടാനോ കാശി വിശ്വനാഥന്റെ മുന്നിൽ ചെന്ന് വെറുതെയെങ്കിലും നിൽക്കാനോ ത്രിപുരസുന്ദരിയുടെ ദ്വാരപാലകൻ ഭൈരവനെ വണങ്ങാനോ തോന്നിയതേയില്ല. വന്നത് അതൊന്നും മോഹിച്ചുമല്ല. പതിനെട്ടു വർഷങ്ങളായി മുടങ്ങിക്കിടക്കുന്ന അമ്മയ്ക്കൊരു ബലി എന്നും ഓർമകളിൽ ഉണ്ടായിരുന്നു, പക്ഷേ സമയമായിട്ടില്ലെന്ന തോന്നൽ. ആരോ പുറകോട്ടു വലിക്കുന്നപോലെ. വരുന്നുണ്ട് മറ്റൊരിക്കൽ, കടങ്ങളൊക്കെ വീട്ടാൻ.

അമേരിക്കയിലേക്ക് ഞങ്ങൾ കയറ്റി അയയ്ക്കുന്ന ഇന്ത്യൻ കാർപെറ്റ് നിർമിക്കുന്ന ഒരേയൊരു ഫാക്ടറി വാരാണസിയിലെ ബദോഹിയിൽ മഖ്ബൂൽ ആലം റോഡിലാണ്. ഫാക്ടറി മാനേജ്മെന്റുമായി ചർച്ച ചെയ്യേണ്ട കുറച്ചു വിഷയങ്ങൾ, അതിനാണ് വന്നത്. കൃത്യനിഷ്ഠയില്ലാത്ത ഷിപ്പിംഗ്, ഗുണനിലവാര പ്രശ്നങ്ങൾ ഇതിനൊക്കെവേണ്ടി തികച്ചും ഒഫീഷ്യൽ സന്ദർശനം. ഫാക്ടറിക്ക് സ്വന്തമായി കയറ്റി അയയ്ക്കാനുള്ള പരിതഃസ്ഥിതി ഇല്ലാത്തതിനാൽ സമ്പന്നനായ, സ്വന്തമായി മറ്റു പല സ്ഥാപനങ്ങളും തേയില കയറ്റുമതി അടക്കം നോക്കി നടത്തുന്ന രുദ്ര അഗർവാളിന്റെ പേരിലാണ് രജിസ്ട്രേഷൻ. ഫാക്ടറി കണ്ടു, കപ്പാസിറ്റി, responsible sourcing, (അത് മേഘ്നയുടെ വകുപ്പാണെങ്കിലും ഓടിച്ചൊന്ന് പരിശോധിച്ചു) ഓഡിറ്റിൽ കണ്ട പിഴവുകൾ എഴുതിയെടുത്തു. ഫാക്ടറിയിലെ ഉച്ചഭക്ഷണത്തോടെ സ്ഥലം വിട്ടു. കാശിയുടെ അടിയൊഴുക്കുകൾ മധുരമുള്ള ബനാറസിപാൻപോലെ രുചിച്ചു അലഞ്ഞു നടക്കാൻ ആദ്യമേ ചിന്തയുണ്ടായിരുന്നതുകൊണ്ട് ബാക്കിയുള്ളവർ വൈകിട്ടത്തെ ഫ്ളൈറ്റിൽ സ്ഥലം വിടുമ്പോഴും താജ് വാരാണസിയിലെ താമസം സ്വന്തം ചെലവിൽ നീട്ടിവെച്ച്, ഒരു ദിവസം ലീവ് കൊടുത്തു ഫ്ളൈറ്റ് അടുത്ത ദിവസത്തേക്ക് ബുക്ക് ചെയ്യാൻ കമ്പനിയുടെ പോളിസി അനുവദിക്കുന്നത് കാരണം അങ്ങനെ ചെയ്തു. ഒഴുക്കിനൊപ്പം നീന്താൻ നാളെകൂടി ഉണ്ട്. തികച്ചും ഒറ്റപ്പെട്ട ഒരു ദിവസം.

രണ്ടു ദിവസം മുൻപത്തെ ദേബബ്രതയുമായുള്ള ആ കൂടിക്കാഴ്ച യ്ക്കു ശേഷം രണ്ടു തവണ അയാൾ വിളിച്ചു. എടുത്തില്ല. ഒന്ന് മിണ്ടണം എന്ന് അപേക്ഷിച്ചുകൊണ്ട് മൂന്നുനാല് മെസ്സേജുകൾ വന്നു, ഒന്നിനും മറു പടി അയച്ചില്ല. ഒരിക്കലും തെളിഞ്ഞൊഴുകാത്ത ഗംഗപോലെ കലുഷി തമാണ് മനസ്സ്. ഒന്നല്ലെങ്കിൽ മറ്റൊന്ന്. പരീക്ഷണങ്ങളുടെ നിലയ്ക്കാത്ത മഴ. ഇടറി വീഴുമോ എന്ന ഭയം കൂടിയുണ്ട് സംസാരിക്കാത്തതിന് പിന്നിൽ. പക്ഷേ, ഇപ്പോൾ ഒന്ന് വിളിക്കാൻ, മിണ്ടാൻ തോന്നുന്നു. മറ്റൊരിക്കലു മുണ്ടായിട്ടില്ലാത്ത പ്രതിസന്ധി, ധർമ്മസങ്കടം ഹിമാലയംപോലെ മുന്നിൽ. തിരിഞ്ഞു നടക്കണോ അതോ ധൈര്യപൂർവം കീഴടങ്ങണോ? സകല പ്രതീക്ഷകളും അണയുമ്പോഴും ദൂരെ തെളിഞ്ഞു കത്തുന്ന ചിരാത് ഒരുവശത്ത്, സൂര്യരശ്മിയേറ്റു സ്വർണവർണത്തിൽ വെട്ടിത്തിളങ്ങുന്ന, ധവള ശൃംഗങ്ങളാൽ മാടിവിളിക്കുന്ന മൃഗതൃഷ്ണകളുടെ മർമ്മരങ്ങൾ മറുവശത്ത്. ആകാശം കാണാതെ പുഴുവായി നീണ്ട സുഖനിദ്രയിൽ ആയിരുന്നു ഇത്രയും നാൾ. ഇപ്പോൾ വശങ്ങളിൽനിന്നും ചിറകുകൾ മുളക്കുന്നതുപോലൊരു തരിപ്പ്. ഉള്ളിലെവിടെയോ വെൺപ്രാവുകൾ കുറു കുന്നു.

വെയിലൊന്ന് ചാഞ്ഞപ്പോൾ പുറത്തിറങ്ങി ഒരു ഓട്ടോ പിടിച്ചു ആസിഘാട്ടിൽ പോകാനിറങ്ങി. അധികം ദൂരമില്ല. ഞാനെന്ന ബോധ ത്തിനപ്പുറത്ത്, കാശിക്ക് മാത്രം നൽകാൻ കഴിയുന്ന ഏറ്റവും നൂതന മായ സഹജാവബോധത്തിന്റെ അതിപ്രാചീനമായ തിരുശേഷിപ്പുകൾ. ഘാട്ടിന്റെ പടികൾ ഇറങ്ങാൻ തുടങ്ങുമ്പോഴേക്കും ഒരു കൊച്ചുപെൺ കുട്ടി വന്ന് വഴി തടഞ്ഞു മുന്നിൽനിന്നു. ചെറിയ ഒരു ഇലത്തളികയിൽ എണ്ണ നനച്ച തിരി, കുറച്ചു പൂക്കൾ. ഗംഗാമായ്ക്ക് ഒരു ആരതി, പത്തു രൂപ. അവളുടെ കണ്ണുകളിലെ പ്രതീക്ഷയുടെ തിളക്കം കണ്ടപ്പോൾ വാങ്ങാതിരിക്കാനായില്ല. ഒരു ഫാക്ടറിയുടെ രജിസ്ട്രേഷൻ റദ്ദു ചെയ്യ പ്പെടുന്നതടക്കമുള്ള ശിക്ഷാനടപടികൾ സ്വീകരിക്കാവുന്ന കുറ്റമാണ് ബാലവേല. ഞങ്ങളുടെ നിയമാവലിയിൽ, കാർപെറ്റ് ഫാക്ടറിയിൽ ഇപ്പോൾ പോലും ഉറപ്പുവരുത്തിയ ഒരു കാര്യം. അവളെ കണ്ടപ്പോൾ പെട്ടെന്ന് പത്തുരൂപ കൊടുത്ത് ആരതി വാങ്ങിയെങ്കിലും ബാലവേല പ്രോത്സാഹിപ്പിക്കാൻ കാരണമായോ എന്ന് ഞാൻ ചിന്തിച്ചു,

പടികളിറങ്ങുമ്പോൾ കൂടെ അവൾ വന്നു. പല കുറ്റികളിൽ താഴെ കെട്ടിയിട്ട അസംഖ്യം തോണികൾ ഓളത്തിനനുസരിച്ചു നൃത്തം വെക്കുന്നു. നിർത്താതെ പെയ്ത മഴയിൽ തടിച്ചു വീർത്ത ഗംഗ. മണ്ണിൻ നിറമുള്ള കലങ്ങിമറിഞ്ഞ വെള്ളം വീണ്ടും മനസ്സിന്റെ നേർക്കാഴ്ച പോലെ. മീനുകൾക്കുള്ള തീറ്റയുമായി കുഞ്ഞിനെ ഒക്കത്തുവെച്ചു ഒരമ്മ മുന്നിൽ നിന്നു മാറാതെ. പതിനെട്ടു പോലും തികഞ്ഞു കാണില്ല ആ അമ്മയ്ക്ക്. “കൈയിൽ ആരതി കാണുന്നില്ലേ, അത് കൊളുത്തിയിട്ടു പോരെ അടുത്തത്” എന്ന ചോദ്യത്തോടെ ആരതി വില്പനക്കാരി

പെൺകുട്ടി എന്റെ രക്ഷാകർതൃത്വം ഏറ്റെടുത്തു. കുഞ്ഞുമായി വന്ന വൾ തൽക്കാലം വഴിമാറി. കാലും മുഖവും കഴുകാനുള്ള അവളുടെ ആജ്ഞയനുസരിച്ചു മെല്ലെ താഴേക്കിറങ്ങുമ്പോൾ നീലകണ്ഠന്റെ ജട യിൽനിന്നും പ്രവാഹമായി, ഇവിടെ കാശിയിൽ എത്തുന്നതുവരെയുള്ള ഗംഗയുടെ യാത്രയെ വെറുതെയൊന്ന് ഓർത്തു. തൃപ്പങ്ങോട്ടെ അമ്പല ക്കുളത്തിലെ വെള്ളത്തേക്കാൾ തണുപ്പ്. കൈയിലെ ഭാണ്ഡത്തിൽനിന്നും തീപ്പെട്ടിയെടുത്ത് അവൾ തിരി കൊളുത്തി. ഗംഗാമായെ ധ്യാനിച്ച് ഒഴുക്കി വിട്ടുകൊള്ളാൻ അടുത്ത ആജ്ഞ. ഒന്നു മടിച്ചു. പിന്നെ മെല്ലെ കത്തി തെളിഞ്ഞ ആരതി പ്രാർത്ഥനയോടെ ഗംഗയിൽ ഒഴുക്കുമ്പോൾ അമ്മയെ ഓർത്തു, സർപ്പക്കാവിലെ അന്തിത്തിരി ഓർത്തു. "അശ്രീകരം, ഇനി രാത്ര്യാണോ ദീപം കൊള്ത്വാ" അമ്മമ്മ.

ഇനിയൊരു വരവുണ്ടെങ്കിൽ അത് ബലിച്ചോറുരുട്ടാനായിരിക്കും. കടങ്ങളിങ്ങനെ എത്ര നാൾ? ഒരാത്മാവ് വീണ്ടും ജന്മമെടുക്കേണ്ടി വരു ന്നത് അഞ്ചു കടങ്ങൾ മൂലമാണത്രെ. ദേവകടം, പിതൃകടം, ഋഷികടം, മനുഷ്യകടം, ഭൂതകടം. ബാക്കിയാക്കിയ കടങ്ങൾകൊണ്ട് മാത്രമെങ്കിലും ഇനിയൊരു ജന്മം വേണ്ട.

പടി കയറുമ്പോൾ സവാരി പോകണോ എന്ന ചോദ്യവുമായി തോണി ക്കാരൻ മുന്നിൽ.

"മേരാ ബാബാ ഹൈ" അവൾ ആവേശത്തോടെ ഇടയിൽ കയറി പറഞ്ഞു.

"ഉസ്പാർ ഹോകെ ആന ഹൈ. കിത്ന ഹൈൻ?" ഗംഗയെ ഏറ്റവും അടുത്തു നിന്നു, ആഴങ്ങൾക്കുമേലെ നിന്നു കാണാൻ ആർത്തി.

"തീൻ സൗ."

"കൂടെ വരാമോ" എന്ന ചോദ്യത്തിന് അവൾ സന്തോഷത്തോടെ തലയാട്ടി. ഇളകരുത്, എണീക്കരുത്, വെള്ളത്തിൽ കൈ ഇടരുത് എന്ന നിബന്ധനകളോടെ കയറി ഇരുന്നു. പടികളിൽ കനിവോടെ ഒഴുകിയ ഗംഗയല്ല അമ്പതടി കഴിഞ്ഞപ്പോൾ. മറ്റൊരു മുഖം. തികച്ചും രൗദ്രം. ഭയം മെല്ലെ തല പൊക്കി. തോണിയുലയുമ്പോൾ ഉള്ളിലൊരാൾ. ശാപം കിട്ടിയ ഋഷിമാർ ഗംഗയിൽ മുതലകളായി വസിക്കുന്നുണ്ടത്രേ. എന്റെ കണ്ണുകളിലെ ഭീതി കണ്ടിട്ടാവണം അയാൾ സമാധാനിപ്പിക്കാൻ ശ്രമിച്ചു. അമ്പലക്കുളത്തിലെ അക്കരെ ഇക്കരെ നീന്തി ജയിച്ചെത്തിയ വിജിഗീ ഷുവാണ് ഞാൻ എന്ന് മനസ്സിൽ പറഞ്ഞതേയുള്ളൂ, പുച്ഛത്തിലൊരു ചിരി യോടെ വലിയ തിര വന്നു കുലുക്കിയിട്ടു പോയി. കഴുത്തിൽക്കിടന്ന ജപമാല ഊരി മണികളിൽ മനസ്സുറപ്പിച്ചു. പിന്നെ ഇക്കരെയെത്തുന്ന വരെ മേരുവിൽ തടഞ്ഞു മാല അങ്ങോട്ടുമിങ്ങോട്ടും എത്രയോ തവണ തിരിഞ്ഞു.

പേടിപ്പെടുത്തുന്ന സ്നേഹം, ആർദ്രതയുടെ നനവാർന്ന ബീഭത്സത, ഓളക്കൈകളിൽ ഊഞ്ഞാലാട്ടുന്ന വാത്സല്യം. തോണിയിറങ്ങുമ്പോൾ

ആശ്ചര്യത്തോടെ തിരിഞ്ഞു നോക്കി. എന്തൊക്കെയാണ് നിന്റെ ഉള്ളിൽ? ജലസമാധിയായി ഉള്ളിലുറങ്ങുന്ന അസംഖ്യം യോഗികൾ, ജീവിതം തോൽപ്പിക്കുമ്പോൾ ആഴങ്ങളിലേക്ക് സ്വയം ഇറങ്ങിപ്പോയവർ, മോഹങ്ങൾ ബാക്കിയാക്കി നിനച്ചിരിക്കാതെ തിരകൾ വാരിയെടുത്തുകൊണ്ടുപോയവർ, കാത്തിരിക്കാൻ ക്ഷമയില്ലാതെ പകുതി കത്തിവലിച്ചിട്ട ജഡങ്ങൾ, കണ്ണീരോടെ ബലിച്ചോറുരുട്ടി മുങ്ങി തലയ്ക്കു പിറകിലൂടെ ഒഴുക്കിവിട്ട ആത്മാവുകൾ.

തോണിക്കാരന് മുന്നൂറു രൂപ കൊടുത്തു പടവിൽ കാൽവെച്ചതും ഒക്കത്തു കുട്ടിയുമായി അവൾ വീണ്ടും മുന്നിൽ. പണം കൊടുത്തു മീൻ തീറ്റ വാങ്ങി മീനുകൾക്കിട്ടു കൊടുക്കാൻ പറഞ്ഞ് പെൺകുട്ടിയുടെ കൈയിൽ കൊടുത്തു, അവളുടെ കവിളിലൊന്ന് തലോടി പടികൾ കയറുമ്പോൾ യാചിച്ചു കിട്ടിയ ഭക്ഷണം സന്തതസഹചാരിയായ നായയുമായി പങ്കുവെയ്ക്കുന്ന മറ്റൊരു ജടാധാരി. എന്തൊരാനന്ദമാണ് ആ മുഖത്ത്. വായിച്ചാലും തീരാത്ത ജീവിതമെന്ന പുസ്തകത്തെ ഒറ്റവാക്കിലൊതുക്കിയവന്റെ നിസ്സംഗതയും. അല്പമിരിക്കാൻ സമയമില്ലാതെ ലോകം എങ്ങോട്ടോ ഓടുമ്പോൾ ഇവിടെ സമയത്തെ ഉള്ളംകൈയിൽ കൊണ്ടു നടക്കുന്നു ചിലർ.

ഇടുങ്ങിയ, വൃത്തിഹീനമായ കാശിയിലെ ഗലികൾ കണ്ടുകൊണ്ട് മെല്ലെ പോകണം. ഒട്ടും ധൃതിയില്ല. മണികർണികാഘാട്ടിലേക്കെന്നും പറഞ്ഞു ഒരു സൈക്കിൾറിക്ഷയിൽ കയറി ഇരുന്നു. ചാണകവും ഓടയും മണക്കുന്ന, ഇടുങ്ങിയ വഴികളിലൂടെ കൈയടക്കത്തോടെ റിക്ഷാക്കാരൻ ആഞ്ഞു ചവിട്ടി. അയാളുടെ ഇരുണ്ട കൈകളിലെ ദൃഢമായ പേശികളിൽ വിയർപ്പുതുള്ളികൾ പോക്കുവെയിലേറ്റു തിളങ്ങി.

രണ്ടുവശത്തേയും ചെങ്കൽനിറമുള്ള മന്ദിരങ്ങൾ പ്രൗഢമായ ഏതോ കാലത്തിന്റെ ഓർമ്മകൾ അയവിറക്കിനിൽക്കുംപോലെ. ജീർണ്ണിച്ച പ്രാകാരങ്ങൾ, പൊട്ടിയ കിളിവാതിലുകൾ, കാലത്തെ നോക്കി കൊഞ്ഞനം കുത്തുന്ന കൊത്തളങ്ങൾ. രണ്ടു വശത്തും പാവിരിച്ചും അല്ലാതെയും യാചിക്കാനിരിക്കുന്ന വൃദ്ധർ. ഒരേ പായ പങ്കിട്ടെടുക്കുന്നസന്ന്യാസിയും നായയും. ചില കണ്ണുകളിൽ ദയനീയത, ചിലതിൽ നിഗൂഢത.

മണികർണികയിൽ ശവമെരിയുന്ന കറുത്ത പുക ആകാശത്തേക്ക് നോക്കി കൈകൂപ്പി ആരെയോ തൊഴുതു നിൽക്കുംപോലെ. കൂട്ടിയിട്ട വിറകുകൾ, എരിയുന്ന അനേകം ചിതകൾ. ഇവിടെ ഈ തങ്ങി നിൽക്കുന്ന മണമാണോ മരണത്തിന്റെ മണം? അമ്മ മരിച്ചു കുറെ കാലത്തോളം ചന്ദനത്തിരി മണം മരണത്തിന്റെ മണമായി തോന്നിയിരുന്നു. പിന്നീടെപ്പോഴോ ആ ചിന്ത ജീവിതത്തിന്റെ കുത്തൊഴുക്കിൽ കാണാതായി. ഇപ്പോൾ മനസ്സിലേക്ക് തള്ളിക്കയറിവരുന്നത് മറ്റെന്തൊക്കെയോ ആണ്. ഒക്കെയും മുറിഞ്ഞു പോകുന്നു. ഒന്നും ചിന്തിച്ചു മുഴുവനാക്കാൻ കഴിയുന്നില്ല. മണികർണികയിൽ ജ്വാല നിലയ്ക്കാറില്ലത്രേ. മരണമുള്ളിടത്തോളം മണികർണികയിലെ ചിതയെരിയും. ലോകമുള്ളിടത്തോളം

മരണവുമുണ്ടാവും. സൂക്ഷിച്ചു നോക്കിയാൽ ഈ മുഖങ്ങളിലെവിടെയെങ്കിലും ജടാധാരി കാശി വിശ്വനാഥനെ കണ്ടേക്കാം, കാലഭൈരവനെയും. അതീന്ദ്രിയശക്തികളുടെ സാന്നിധ്യം ചുറ്റും പുകപോലെ നിറയുന്നു.

വാസാം സി ജീർണാ നിയതാ വിഹായ
നവാ നിഗൃഹ്ണാതിനരോ? പരാണി
തഥാ ശരീരാണി വിഹായ ജീർണാ
ന്യന്യാനി സംയാതിന വാനിദേഹീ

വേണ്ട, വീണ്ടും ജീർണവസ്ത്രങ്ങളുടെ ആവർത്തനങ്ങൾ വയ്യ. ഇതിവിടെ തീർന്നോട്ടെ.

വൃത്തിശൂന്യമായ വഴികളിലും താഴേക്കിറങ്ങുന്ന ഘാട്ടിലും ആർക്കും വേണ്ടാത്തവർ, അല്ലെങ്കിൽ ആരെയും വേണ്ടാത്തവർ - എവിടെനിന്നു വന്നവരായിരിക്കും? ഈ കാണുന്നതൊന്നുമല്ല കാശിയുടെ യഥാർത്ഥ മുഖം. ഈ നഗരത്തിന് മറ്റൊരു മുഖമുണ്ട്, ആവശ്യമുള്ളവരുടെ മുന്നിൽ മാത്രം പ്രത്യക്ഷമാകുന്ന ഒരു കാശിയുണ്ട്. ഒളിപ്പിച്ചുവെച്ച കാശി. അതിന്റെ അലയുംചുഴിയും അവ്യക്തമായെങ്കിലും എവിടെയൊക്കെയോ അറിയാതെയാണെങ്കിലും അനുഭവിക്കാനാകുന്നുണ്ട്. പടിയിൽ ചാരിയിരുന്നു ധ്യാനിക്കുമ്പോഴും കറുപ്പുടുത്ത ആ വൃദ്ധന്റെ കണ്ണുകൾ എന്റെ നേർക്ക് നീളുന്നു. ആ നോട്ടത്തിൽ അനാവരണം ചെയ്യപ്പെടാൻ ആഗ്രഹിക്കാത്ത കാശിയുടെ അടിയൊഴുക്കുകളുണ്ട്. ആഗ്രഹിക്കുന്നവർക്ക് മുന്നിൽ മാത്രം വെളിപ്പെടുന്ന ഏതോ ചില നേരുകൾ.

ഗംഗയ്ക്കു മുകളിൽ അസ്തമയസൂര്യന്റെ കുങ്കുമം പടരുന്നു. ഇനിയൊരു അരമണിക്കൂർകൂടി. ഇരുട്ടാകും. ഫോൺ ബെല്ലടിക്കുന്നു. എടുത്തു നോക്കുമ്പോൾ ദേബബ്രത. ഹോട്ടലിൽ ചെന്നിട്ടു തിരിച്ചു വിളിക്കാം. ഒന്ന് സംസാരിക്കണമെന്നു തോന്നാൻ തുടങ്ങിയിരിക്കുന്നു. എടുത്തില്ല. പോകാമെന്നു മനസ്സിലോർക്കുമ്പോൾ കറുപ്പുടുത്ത വൃദ്ധൻ അടുത്ത് വന്നു.

“കുച്ച് കാം ഹൈ ഇഥർ?”

ഇല്ലെന്നു ഞാൻ തലയാട്ടി.

“കിസി കാ ഇന്ദസാർ ഹെ?”

“ന” ഞാൻ അയാളുടെ കണ്ണുകളിലേക്കു നോക്കി.

“ഫിർ ചലേ ജാവോ.”

ഒന്നും മിണ്ടാതെ പടികൾ കയറി. ഗലിയിലൂടെ നടക്കുമ്പോൾ ആദ്യം കണ്ട റിക്ഷയിൽ കയറി മെയിൻറോഡിലിറങ്ങി. പിന്നെ ഒരു ഓട്ടോ പിടിച്ചു ഹോട്ടലിനു മുന്നിൽ വന്നിറങ്ങി. അത്രയും നേരം ചിന്തിച്ചതൊക്കെയും അയാളെക്കുറിച്ചായിരുന്നു. അയാളുടെ കണ്ണുകളിൽ കാശിയിൽ തിരഞ്ഞു

നടന്നതൊക്കെയും ഉണ്ടായിരുന്നു. റൂമിൽ ചെന്ന് കിടക്കയിൽ വീഴുമ്പോഴും കിടക്കുമ്പോഴും മനസ്സിൽ ജഡങ്ങളിഴഞ്ഞു നടന്നു. ചാരനിറമുള്ള രണ്ടു കണ്ണുകൾ ആഴങ്ങളിൽ നിന്ന് ജ്വലിക്കുന്നു.

കുളിച്ചു വന്നു. ദേബബ്രതയെ വിളിക്കാൻ ഫോൺ എടുത്തു നോക്കുമ്പോൾ വീണ്ടുമൊരു മെസ്സേജ്: “Kill me, but not this.”

രണ്ടു ബെല്ലടിച്ചപ്പോഴേക്കും എടുത്തു. വല്ലാതെ പ്രതീക്ഷിച്ചിരിക്കുകയായിരുന്നെന്നു തോന്നുന്നു. സ്വരത്തിന് പതിവ് ലാഘവമില്ല. ചിരിയുമില്ല.

“കൽപനാ” പതിവിനു വിപരീതമായി പേർ വിളിച്ചു ഫോൺ എടുത്തു.

“കൽപനാ, ഇതിൽക്കൂടുതൽ എനിക്ക് താങ്ങാനാവില്ല. ഇങ്ങനെ ശിക്ഷിക്കരുത്, അപേക്ഷയാണ്, അല്ലെങ്കിൽ യാചനയാണ്. അല്പം ദയ കാണിക്കൂ.” ഒറ്റശ്വാസത്തിൽ പറഞ്ഞു നിർത്തി.

“എവിടെയാണ്?” മറ്റൊന്നും ചോദിക്കാൻ തോന്നിയില്ല

“സി ആർ പാർക്ക്. ഇന്നലെ പോകേണ്ടതായിരുന്നു. കഴിയുന്നില്ല ഒന്നിനും. നീയൊന്നു ഫോൺ എടുത്തെങ്കിൽ, ഒന്ന് മിണ്ടിയെങ്കിൽ ഞാൻ പോയേനേ. ഇന്നീ സമയത്ത് ജയ്പൂരിൽ ഒരു പരിപാടിയിൽ ഉണ്ടാവേണ്ടതാണ്. ഇത്രയും irresponsible ആയി ഞാൻ ഒരിക്കലും മുൻപ് പെരുമാറിയിട്ടില്ല. last moment cancel ചെയ്തു. ഒരു മെസ്സേജ് എങ്കിലും കൽപനാ? ഞാൻ ചെയ്തത് തെറ്റാണ്. സമ്മതിക്കുന്നു. രണ്ടു വഴക്കു പറഞ്ഞോളൂ, പക്ഷേ അവഗണിക്കരുത്.”

ഗംഗയിലെ കലക്ക വെള്ളത്തിൽ ശാപം കിട്ടിയ ഏതോ ഋഷി ഒരു വലിയ ചീങ്കണ്ണിയായി വാലിട്ടു തല്ലി. ഒരു പിടച്ചിൽ മനസ്സിൽ. കൂർത്ത കോമ്പല്ലുകൾ കൊണ്ടപ്പോൾ ചോര പൊടിഞ്ഞു.

“എന്ത് പറയണം എന്നറിയാഞ്ഞിട്ടാണ്. അവഗണിച്ചതല്ല.”

“ഒന്നും പറയണ്ട കൽപനാ, എനിക്കറിയാം.” സ്വരത്തിൽ ഇപ്പോൾ ആർദ്രതയും ആശ്വാസവും. “എവിടെയാണ്?”

“വാരാണസിയിൽ. ഫാക്ടറി വിസിറ്റ്. നാളെ വരും.”

“പോകുന്നതിനു മുൻപ് ഒന്ന് കാണണമെന്നുണ്ട്. നാളെ എയർപോർട്ടിൽ വരട്ടെ?”

“വേണ്ട, പിന്നെയാകാം.”

“കൽപനാ, എന്നോട് ക്ഷമിക്കൂ. ചെയ്തത് തെറ്റാണെങ്കിലും, പറഞ്ഞതിൽ ഇപ്പോഴും ഉറച്ചു നിൽക്കുന്നു.”

മൺനിറമാർന്ന വെള്ളത്തിനു മുകളിൽ ഒരു കാറ്റ് വീശിയടിച്ച് ഓളങ്ങൾ തീർത്തുപോയി. പുറകെ ചാഞ്ഞു പെയ്യുന്ന ഒരു ചാറ്റൽമഴ. ഒരു മഴത്തുള്ളി വീണ് ദൂരെ ചിരാതു കൺചിമ്മി.

“ഞാൻ വിളിക്കാം. ഇപ്പോൾ എട്ടുമണി ആയില്ലേ. Look for your glass and find a good English Movie. Carry on. Good night. ഞാനുമെന്റെ പേരറിയാത്ത ചിന്തകളും കാശിയിലൊന്ന് അലഞ്ഞു നടന്നോട്ടെ.

അവന്തിയുടെ സായാഹ്നങ്ങളിലൊന്നിൽ
ഭൂർജപത്രങ്ങളിൽ
മേഘരൂപനായ കവി ഒരു സന്ദേശമെഴുതി.
കൊമ്പു കുത്തിക്കളിക്കുന്ന
കൊമ്പനാന സമാനമാം
മേഘങ്ങൾ വഴി കൊടുത്തയച്ചില്ല.
ഉത്തരദേശത്തു
ഭൂമിയുടെ അളവുകോൽപോലെ വിരാജിക്കുന്ന
ഹിമവാന്റെ താഴ്‌വരകളിലെ കിന്നരന്മാരോട്
എനിക്കായി പാടാൻ പറഞ്ഞതേയില്ല.
വാക്കും അർത്ഥവുംപോലെ
ഒന്നായിരിക്കുന്നതെങ്ങനെയെന്നു
എത്രയെഴുതിയിട്ടും
വിദിഷത്തിലെ അഗ്നിമിത്രനെയും
മാളവികയെയും പോലെ
ഋതുസംഹാരത്തിലെ ഒട്ടും ലോഭമില്ലാത്ത
ഋതുപ്രണയോന്മാദ വർണ്ണനപോലെ
പറഞ്ഞു തീരാത്തതെന്താണ്?
വിന്ധ്യാപർവ്വതത്തിൽ നിന്നും
അളകാപുരിയിലേക്കു ദൂത് പോകാനായി
വഴി പറഞ്ഞുകൊടുത്തുവിട്ട മേഘങ്ങളെല്ലാം
ഒന്നും പറയാതെ മഴയായ് പെയ്ത്
ആകെ നനച്ചു മൗനമായ് പോയതറിഞ്ഞില്ലേ?
ഉജ്ജയിനിയുടെ ആകാശത്തു
കൊമ്പുകുത്തുന്ന കരിമേഘങ്ങൾക്ക്
ഞാൻ പറഞ്ഞയച്ച കഥകളേറെ പറയാനുണ്ടാകും
ചോദിച്ചു നോക്കൂ...

പതിനെട്ട്

ആകാശത്തിൽ ഒരൊറ്റ നക്ഷത്രം കണ്ണിറുക്കി. അമ്മയായിരിക്കുമോ?

സമയമെത്രയായെന്ന് പോലുമറിയില്ല. ഇരുട്ട് പടരാൻ തുടങ്ങുന്നു. ചേക്കേറാൻ കലപില കൂട്ടുന്ന പക്ഷികൾ. കുളത്തിലേക്ക് ചാഞ്ഞു

നിൽക്കുന്ന വെള്ളിലത്താളി കൂട്ടത്തിൽനിന്നും കുളക്കോഴികൾ ആരെയോ നീട്ടിവിളിക്കുന്നുണ്ട്. മേലെ ഉദിച്ചു തുടങ്ങുന്ന അമ്പിളിമാമന്റെ രൂപം കുളത്തിലെ ഓളങ്ങൾക്കൊപ്പം കിടന്നാടി. നീന്തിക്കുളിക്കാൻ തുടങ്ങിയിട്ട് നേരമേറെയായിക്കാണും. ഓരത്തെ വാകയിൽ സ്ഥിരം വന്നിരിക്കാറുള്ള പൊന്മാൻ അവസാനത്തെ മീനിനെയും കൊത്തിക്കൊണ്ടു പോയി.

കുളത്തെ ഒന്നുകൂടി ചുറ്റി നീന്തിക്കയറി. ഈറനോടെ സർപ്പക്കാവിന്റെ പടികൾ കയറുമ്പോൾ ഓർത്തു. മുത്തശ്ശന്റെ അമ്മ സുന്ദരിയായ കുഞ്ഞിക്കാവമ്മയെ കണ്ടു മോഹിച്ച ഗന്ധർവനെവിടെ? ഇവിടെ ഞാൻ, യാത്ര പറയും മുൻപേ ഒന്ന് കാണാൻ കാത്തിരിക്കുന്നുണ്ട്. പാല പൂക്കുന്ന ശരത്കാല രാത്രികളിൽ എത്രയോ തവണ തെക്കേ ജനൽ തുറന്നു രാവെളുക്കുവോളം നോക്കിയിരുന്നിട്ടില്ലേ? മത്തു പിടിപ്പിക്കുന്ന പാലപ്പൂ മണമുള്ള രാത്രികളിലാണ് വരവ് എന്നാണല്ലോ അമ്മമ്മ പറഞ്ഞത്? രാത്രിയുടെ അവസാന യാമങ്ങളിൽ വെള്ളയുടുത്തു പനയോളം പൊക്കത്തിൽ പതിവ് വഴിയേ മാത്രം യാത്ര പോകുന്ന ബ്രഹ്മരക്ഷസ്സ്, ബാലശാസ്താവ്, കല്ലിൽ കൊത്തിവെച്ച നാഗയക്ഷി, ഭദ്രകാളി. പിന്നെ പേരറിയാത്ത ആറ് പേർ. പതിനൊന്നാളുകൾ കുടിയിരിക്കുന്ന സർപ്പക്കാവ്.

സന്ധ്യ രാവിന് വഴി മാറുന്നു. തിരിയില്ലാതെയാണ് ഞാനീ വരുന്നത്. ഇനിയങ്ങോട്ട് പ്രതീക്ഷിക്കുകയും അരുത്, ഞാനുണ്ടാവില്ല. കാലടി ശബ്ദം കേട്ട് കരിയിലയനങ്ങി. സർപ്പക്കാവിൽ അരളി വിടരുന്ന സമയമാണ്. വല്ലാത്ത സുഗന്ധം. കാലിൽ എന്തോ തടഞ്ഞു. അരണ്ട വെളിച്ചത്തിൽ അവ്യക്തമായി കണ്ടു, പാമ്പ് ഉപേക്ഷിച്ചു പോയ ഉറ. തുളസിത്തറ ചുറ്റി മണ്ഡപത്തിനു മുന്നിൽ ചെന്നു നിന്നു.

ഓർമവെച്ച നാൾതൊട്ട്, കേട്ട് വളർന്ന കഥകളിൽ നിങ്ങളൊക്കെയാണ് ഉണ്ടായിരുന്നത്. ചുറ്റുമുള്ള മനുഷ്യരേക്കാൾ അടുപ്പം തോന്നിയിട്ടുള്ളതും നിങ്ങളോടൊക്കെയാണ്. യാത്ര പറയാനുള്ളതും മറ്റാരോടുമല്ല. ഉപേക്ഷിച്ചു പോകാൻ വേദന തോന്നുന്നതും മറ്റൊന്നല്ല. കൈകൂപ്പുന്ന പതിവില്ലൊരിക്കലും തിരിവെയ്ക്കാൻ വരുമ്പോൾപോലും. പിന്നെ ഇന്നായിട്ടെങ്ങനെ ഞാൻ? നനഞ്ഞ ദേഹത്തിൽ ഒരു രോമാഞ്ചം പടർന്നു കയറി. വലംവെച്ചില്ല. ഇടതുവശത്തു നാഗയക്ഷിയുണ്ട്. കഴിഞ്ഞ കൊല്ലം ആറാടിച്ച മഞ്ഞളിൽ ഇപ്പോഴും സുന്ദരി. നാലാൾവണ്ണത്തിൽ പടർന്നു കയറിയ അരളിച്ചുവട്ടിൽ കൽത്തിട്ടിനുമേൽ ഇരിപ്പാണ്. പുല്ലാനിക്കാടിനൊപ്പം പേരറിയാത്ത വള്ളികൾ പടർന്നു കയറിയതിൽ ഇരുട്ടിലും വെളുത്തപൂക്കളെ കാണാം. നിലത്തിരുന്നു. ദൂരെ ആമിനുമ്മയുടെ അടുക്കളയിൽനിന്നും മണ്ണെണ്ണവിളക്കിന്റെ വെളിച്ചം ജനലിലൂടെ കണ്ണുപൊത്തിക്കളിക്കുന്നു.

പറയാൻ സങ്കടങ്ങളൊന്നുമില്ലെനിക്ക്. എന്റെ സങ്കടങ്ങൾക്ക്, എന്റെ സന്തോഷങ്ങൾക്ക്, എന്റെ ഓരോ നിമിഷങ്ങൾക്കുപോലും കാവൽ

നിൽക്കുന്നവരോട് ഞാൻ എന്ത് പറയാൻ? ഒന്നേ പറയാനുള്ളൂ, കൂടെ യുണ്ടാവണം. ഏതാൾക്കൂട്ടത്തിലും ഏതു മഹാനഗരത്തിലും ഒറ്റപ്പെടുത്തരുതെന്നെ, വേറെ ആരുമില്ലെനിക്ക് കൂട്ടിന്.

രാക്കാറ്റേറ്റു ദേഹവും ഉടുത്ത നനഞ്ഞ തുണിയും ഉണങ്ങാൻ തുടങ്ങി. തിരിച്ചു നടക്കുമ്പോൾ അകം ശൂന്യം. കിഴക്കിനിയിലെ അയയിൽ നിന്നും മാറാനുള്ള തുണിയുമെടുത്തു അകത്തേക്കു നടക്കുമ്പോൾ ശാന്തേച്ചിയുടെ നീട്ടിയുള്ള വിളി.

"കല്ലൂ, അച്ഛൻ വന്നോ?"

"ഇല്ല ശാന്തേച്ചി."

നനഞ്ഞ തുണി അയയിൽ വിരിക്കുന്നതിനിടെ ലൈറ്റ് പോയി. അടുക്കളയിൽ നിന്നും വിളക്ക് കത്തിച്ചു കൊണ്ടുവന്നു മുറ്റത്തുവെച്ച് ബാക്കി തുണി വിരിക്കുമ്പോൾ കിഴക്കേ ഇടവഴിയിലേക്കിറങ്ങുന്ന പടികളിലൂടെ ഒരു ടോർച്ചിന്റെ വെളിച്ചം കയറിവരുന്നു.

"കല്ലൂ, നിന്നെ സമ്മതിക്കണം. ഇക്കണ്ട നേരമായിട്ടും ഇതിനകത്തു തന്നെയിരിക്കാൻ നിനക്ക് പേടിയാവില്ലേ? ഇപ്പഴാണെങ്കി കറണ്ടും പോയി. പാച്ചു വന്നപ്പഴേ പറഞ്ഞത് ടൗണിൽ ബസുകാര് എന്തോ അടിപിടി, അഞ്ചു മണിമുതൽ മിന്നൽപണിമുടക്കാണത്രെ. അച്ഛൻ വന്നിട്ടില്ലെങ്കിൽ നിനക്കൊന്നു വിളിക്കായിരുന്നില്ലേ? രമ ചെറ്യേമ്മ പറഞ്ഞിട്ടാണ് പോയത്, ഒന്ന് നോക്കിക്കോളണം എന്ന്. ഞാൻ വെറുതെ ഒന്ന് വിളിച്ചു നോക്കീതാണ് നിനക്ക് നേരത്തേ പറഞ്ഞൂടായിരുന്നോ കുട്ടീ, ഞാൻ ലതയെ വിടൂല്ലേ?"

"ശാന്തേച്ചി എനിക്ക് പേടിയുണ്ടെങ്കി ഞാൻ വിളിക്കില്ലേ? ഞാനിവിടെ ആരെ പിടിക്കാനാണ്?"

അപ്പോഴേക്കും സുന്ദരിക്കോത ശ്രീലത ഇടയിൽക്കേറി.

"എനിക്കിവിടെ പകലും പോലും പേടിയാണ്, ഇപ്പഴും പേടിയായിട്ടാണ്, അമ്മ നിർബന്ധിച്ചതുകൊണ്ട് വന്നതാണ്."

പോത്തുപോലെ വളർന്നു, പേടിയാത്രെ. ഇള്ളക്കുട്ടിയാണെന്നാണ് ഇപ്പഴും വിചാരം.

"പേടിയുണ്ടെങ്കിൽ ലതേച്ചി പൊയ്ക്കോ, ഞാനിവിടെ തന്നെ ഇരുന്നോളാം. എനിക്കു പേടിയൊന്നും ഇല്ല."

ശാന്തേച്ചി ലതേച്ചിയെ കണ്ണുരുട്ടി കാണിച്ചു.

"അച്ഛൻ വന്നാൽ വിളിച്ചാൽ മതി കല്ലൂ, ഞാൻ വന്നോളാം." ശാന്തേച്ചി ടോർച്ചിന്റെ വഴിയേ തിരിച്ചുപോയി.

ചെറ്യേമ്മ സ്കൂൾ പൂട്ടിയതു കാരണം അമ്പലപ്പാട്ടാണ്, ചെറിയച്ഛന്റെ വീട്ടിൽ. ചെറിയച്ഛൻ ഗൾഫിൽനിന്നും വന്നിട്ടുണ്ട്. വിദ്യയും വൈശാഖും ആരുമില്ല. അച്ഛൻ അതിനാൽ മൂന്നാലു ദിവസമായി പാലാട്ട് പോകാറില്ല.

വൈകീട്ട് ഇങ്ങോട്ടാണ് വരാറ്. എന്താണ് വൈകുന്നതെന്ന് ഓർത്തു. ബസ് കിട്ടാഞ്ഞിട്ടാവും.

തുണി വിരിച്ചു വിളക്കുമെടുത്തു അകത്തേക്കു കയറുമ്പോൾ വടക്കേ വരിക്കപ്ലാവിൽ നിന്നും കാലൻകോഴി നീട്ടി കൂവി. ലതേച്ചി ഓടി വന്നു വട്ടം പിടിച്ചു. എനിക്ക് ചിരി വന്നു. അപ്പോഴാണ് ഓർത്തത്, ലൈറ്റ് പോയപ്പോൾ പൂമുഖത്തെ വാതിൽപോലും അടക്കാൻ ഓർത്തില്ല.

“ലതേച്ചി ഇവിടെ നിക്ക്, ഞാൻ പൂമുഖത്തെ വാതിലടച്ചിട്ടു വരാം.”

“അയ്യോ വേണ്ട, ഞാനും വരുന്നു” ലതേച്ചി കൈയിൽനിന്നും വിടാതെ ഒപ്പം നടന്നു.

തളത്തിൽനിന്നും തുറന്ന പൂമുഖത്തേക്കാണ് കയറുന്നത്. മുറ്റത്തു കണ്ണു പൊത്തിക്കളിക്കുന്ന നിലാവ്. മീനമാസത്തിലെ പകലിനു നല്ല ചൂടുണ്ടെങ്കിലും രാവിന് ഉണർവ്വ്. ഒമ്പതു മണിയായിക്കാണും. ഗന്ധരാജൻ മരത്തിൽ പടർന്നു കയറിയ മുല്ലയിൽ നിറയെ മൊട്ടുകളുണ്ട്, വിരിയുന്ന മണം വരുന്നു. വാതിലടച്ചു അകത്തേക്കു പോകാൻ തോന്നിയില്ല.

“അല്ലെങ്കി വേണ്ട, നല്ല നിലാവുണ്ട്, നമുക്കിവിടെയിരുന്നു വർത്തമാനം പറയാം.”

“അയ്യോ വേണ്ട കല്ലൂ, നീ വാതിലടയ്ക്ക്, നമുക്കകത്തിരിക്കാം.”

“ലതേച്ചി എന്താണിങ്ങനെ പേടിക്കുന്നത്? ആരാ ഇവിടെ ഇപ്പൊ ഉള്ളത് നമ്മളല്ലാതെ?”

“നീയാ തെക്കോട്ടൊന്നു നോക്കിക്കേ, പാമ്പുംകാവ്. പകലുപോലും എനിക്കങ്ങോട്ടു നോക്കാൻ പേടിയാ. ചെമ്മാട്ടെ നാരാണി ഇന്നലെ കൂടി അമ്മോടു പറേണ് കേട്ട് തെക്കേ ഇട്ട്ളികൂടെ ഉച്ചയ്ക്കും കൂടി വഴി നടക്കാൻ നടക്കാൻ വയ്യ, പത്തി വിരിച്ചു നിക്കാത്രെ മുമ്പില്. നല്ല കെട്ടൊക്കെള്ള മുന്തിയ ഇനം. കൊറേ നേരം നാരാണി കാത്തു. പോണില്ല. പിന്നെ തിരിച്ചു പോയി, അമ്മോമ്മടെ പിന്നിലെ എടോഴിക്കൂടെ പാടത്തേക്കിറങ്ങി. അതും പോരാഞ്ഞിട്ടു ദേ, ഇപ്രത്തേക്കൊന്നു നോക്ക്യാ നിന്റമ്മൂമ്മേം, മുത്തശ്ശനും അമ്മേം, ഭദ്രേടത്തീം. എന്റെ കല്ലൂ, നിന്റത്ര ധൈര്യോന്നും നിക്കില്ല്യ.”

“ഇവരൊക്കെയാണോ ലതേച്ചിക്ക് പേടി? പാമ്പുകാവിലുള്ളോരൊക്കെ മനുഷ്യമ്മാരെക്കാളും പാവങ്ങളാ. പിന്നെ മരിച്ചവരെക്കാളും പേടിക്കണ്ട ജീവിച്ചിരിക്കൊന്നൊരെയാ. ലതേച്ചിക്കറിയോ മുല്ലക്കര എൽ പി സ്കൂളി പഠിക്കുമ്പോ ഈ ചെക്കന്മാരോടൊപ്പം ആകെ സ്കൂളി പോകാനുണ്ടാരുന്ന ഒരു പെണ്ണ് ഞാനാർന്നു. നാലുപുറവുമുള്ള കാഴ്ച കണ്ടു എന്നും ഞാൻ പിന്നിലാവും. ഒരീസം ഉച്ചബെല്ലിനു ഉണ്ണാൻ വന്നു ഇടൊഴിക്കൂടെ തിരിച്ചു പോവുമ്പോ ഒരെണ്ണം എടോഴി മുറിച്ചു കടക്കാണ്. അവരൊക്കെ മുന്നില് പോയി. ഞാൻ പുറകിലും. നടുക്ക് പാമ്പ്. നടുക്കെത്തീപ്പൊ

അത് പോണില്ല. അവിടത്തന്നെ കിടക്കാണ്. കുറച്ചു നേരം നോക്കി. എല്ലാരും പോയി, ഞാൻ മാത്രം. സ്കൂളിൽ ബെല്ലടിക്കും. ആകെ പരിഭ്ര മായി. അവസാനം രണ്ടും കല്പിച്ചു പാമ്പിനെ ചാടിക്കടന്നു ഞാൻ പോയി. അത് അറിഞ്ഞ പോലും ഇല്ല. ഇത്രേ ള്ളൂ കാര്യം."

ഞാൻ ഉറക്കെ ചിരിച്ചു. "പേടിക്കുമ്പഴാണ് പ്രശ്നം. പേടിച്ചില്ലെങ്കി ഒരു കുഴപ്പോം ല്യ."

"ചിരിക്കല്ലേ കല്ലൂ" ലതേച്ചി ചുണ്ടു കൂർപ്പിച്ചു ശബ്ദം താഴ്ത്തി പിറു പിറുത്തു. "അതിന്റകത്തു ബ്രഹ്മരക്ഷസ്സ് ണ്ടു, നിനക്കറിയോ?"

"പിന്നറിയാണ്ടെ? പൂജയ്ക്കു വെറും വെള്ളരി നേദ്യം ആർക്കാന്നാ ലതേച്ചീടെ വിചാരം? അത് ബ്രഹ്മരക്ഷസ്സിനാ. പാലും പഞ്ചാരേം ഒന്നു ല്യാണ്ടെ."

"ആരൊക്കെയോ കണ്ടിട്ടുണ്ടത്രെ പൊലർച്ചെയ്ക്കു മുന്നേ പൊക പോലെ ങ്ങനെ പോണത്. നിനക്കൊർമ്മെണ്ടോ ഒരഞ്ചാറു കൊല്ലം മുമ്പ് നമ്മടെ പുഞ്ചപ്പാടത്തു വേലായുധൻ മരിച്ചു കിടന്നത്? ബ്രഹ്മരക്ഷസ്സിനെ കണ്ടുപേടിച്ചിട്ടാത്രേ."

"ആവോ നിക്കറീല്യ, ഞാൻ കേട്ടിട്ടില്യ."

"ണ്ട്, നിനക്കോർമല്യഞ്ഞിട്ടാ. കൊയ്ത പാടത്തു കാവല് കേടാ ക്കേർന്നു, പാവം. കരിമ്പനക്കുറ്റി പോലാരുന്നു വേലായുധൻ. ഇവിടെ പണിക്കു വന്നീര്ന്നത് നെനക്കൊർമല്യേ?"

"ആര് പറഞ്ഞു വേലായുധൻ ബ്രഹ്മരക്ഷസ്സിനെ കണ്ടു പേടിച്ചു മരിച്ച താണെന്നു ലതേച്ചിനോട്?"

"മുല്ലക്കരേല് ഇനി അതറിയാൻ നീയേ ബാക്കീള്ളൂ. ന്റെ കല്ലൂ, നീയേത് ലോകത്താ?"

ലതേച്ചീടെ കണ്ണുകളിൽ പേടി നിറഞ്ഞു. ആ സംസാരം നീട്ടി ക്കൊണ്ടുപോകാൻ താത്പര്യമില്ലാത്തോണ്ടാവും പെട്ടെന്ന് ഓർത്ത പോലെ,

"കല്ലൂ, നീ നാളെ പോവില്ല്യേ? എപ്പഴാ പോണേ? എറണാകുളത്തല്ലേ ജോലി. താമസോക്കെ ശര്യാക്കിയോ?"

"ഉവ്വ്, രാവിലെ പൂവും, അച്ഛൻ ന്തെ വൈകണെ ആവോ. ഏട്ടൻ ആരോടൊക്കെയോ അന്വേഷിച്ചിട്ടു കാര്യങ്ങളൊക്കെ. അച്ഛന് വിശദമായി എഴുതീട്ടുണ്ട്.'

ദൂരെ ടോർച്ചു മിന്നുന്നു. ഇരുമ്പു ഗേറ്റിലെ കുറ്റി നീങ്ങുന്ന കരകരാ ശബ്ദം. നിലവുണ്ടെങ്കിലും ഇരുട്ടത്ത് അത്ര ദൂരം കാണാൻ വയ്യ. ഇത്തിരി അധികം ദൂരമുണ്ട് പൂമുഖത്തുനിന്നും പടിവരെ. വെളിച്ചം അടുത്ത് വന്നു. അച്ഛൻ. കൈയിൽ ഒരു കവറും ഒരു സഞ്ചിയുമുണ്ട്.

"അച്ഛൻ വന്നല്ലോ, ഞാൻ പോണു കല്ലൂ. അമ്മേ വിളിച്ചോളാം." ലതേച്ചി എണീറ്റു.

“വേണ്ട, ലതേച്ചി നടക്കൂ, കൊണ്ടുവിടാം.” അച്ഛന്റെ കൈയിൽ നിന്നും ടോർച്ചു വാങ്ങി ഞാൻ മുൻപേ നടന്നു.

“കല്ലൂ, ന്നിട്ട് നീയു തിരിച്ചു തനിയെ വരവോ?” ലതേച്ചിയുടെ സന്ദേഹം തീരുന്നില്ല. എനിക്ക് ദ്വേഷ്യം വന്നു.

“ല്യ, ന്നെ തിരിച്ചു കൊണ്ടാക്കാൻ ലതേച്ചി കൂടെ പോന്നോളൂ.”

പിന്നെ എന്തോ ഒന്നും മിണ്ടിയില്ല. ലതേച്ചിയെ കൊണ്ടുവിട്ടു വന്നു ഞാനും അച്ഛനും കഞ്ഞി കുടിക്കാനിരുന്നു.

“കുറച്ചു തോർത്തും സോപ്പും കാര്യങ്ങളൊക്കെ വാങ്ങീട്ടുണ്ട്. ബാക്കി ഒക്കെ നീയ് സൗകര്യം പോലെ വാങ്ങിച്ചാൽമതി. ഏഴു മണീടെ ബസ്സിനെ പോവാം. ചെർപ്പ്ളശീരീന്നു ഒറ്റപ്പാലത്തേക്കു ബസ്സ് ണ്ടല്ലോ. അവിടന്ന് വണ്ടീണ്ട് എറണാകുളത്തേക്കു ഒമ്പതു മണിക്ക്.”

ക്ലാസ്സു വാങ്ങി എംകോം പാസ്സായ ഞാൻ അങ്ങനെ എറണാകുളത്തെ ഒരു കമ്പനിയിൽ ട്രെയിനി ആയി പോകുന്നു. പത്രത്തിൽ പരസ്യം കണ്ട് അപേക്ഷിച്ചതാണ്. രണ്ടു മാസം മുൻപ് ഇന്റർവ്യൂവിനെ കൊണ്ടുപോയത് ഏട്ടനാണ്. നാളെ ജോയിൻ ചെയ്യാൻ പറഞ്ഞു കാർഡ് വന്നത് മിനി ഞ്ഞാന്നാണ്.

ഇതൊരു രക്ഷപ്പെടലാണോ അതോ ശിക്ഷയാണോ എന്നൊന്നും അറിയില്ല. പക്ഷേ ഒരു പരീക്ഷണം ഇപ്പോൾ ഏറ്റവും അഭികാമ്യമാണ്, കാത്തിരുന്നതുമാണ്. അനന്തരഫലം എന്തുതന്നെയായാലും സന്തോഷ ത്തോടെ അനുഭവിക്കാൻ തയ്യാറുമാണ്. ഇവിടെനിന്നും ഒരു മോചനം വേണം. എന്റെ കല്യാണം കൂടി എത്രയും പെട്ടെന്ന് നടത്തി തറവാട് ഭാഗം വെയ്ക്കാം എന്ന് കാത്തിരിക്കുന്ന മൂന്നു അമ്മാവന്മാരോടും രമ ച്ചെറ്യേമ്മയോടും പറയാൻ വയ്യ, കല്യാണം എന്ന പരീക്ഷണത്തിന് ഞാൻ തയ്യാറല്ലെന്ന്. അതിനേക്കാളും ഭേദം ഇതുതന്നെയാണ്, വിവാഹ ത്തെക്കാൾ വിജയിക്കുമെന്നുറപ്പുള്ള ഈ പരീക്ഷണം.

ഇത് ചിറയ്ക്കലെ അവസാന രാത്രിയാണ് എന്ന് തീർച്ചയാണ്. ഉറക്കം വരുന്നില്ല. തെക്കേ ജനാല തുറന്നു കിടപ്പുണ്ട്. വേനൽ ഏതാണ്ട് തീരാ റായി. കാറ്റിന് പെയ്യാൻ പോകുന്ന വേനൽ മഴയുടെ ഗന്ധം. മഴയുടെ വരവറിയിച്ചുകൊണ്ടു ഒരു മിന്നൽ പാഞ്ഞുപോയി. സർപ്പക്കാവിനു മുക ളിൽ നിലാവിന്റെ വെള്ളിവെളിച്ചം. ആരെങ്കിലുമുണ്ടോ അവിടെ? ഞാനിതാ ഒരിക്കൽ കൂടി കാത്തിരിക്കുകയാണ്. അമ്മ ഉറങ്ങുന്നിടം കാടു പിടിച്ചി രിക്കുന്നു. മഴ പെയ്തു നനഞ്ഞ ആ പച്ചമണ്ണ് നോക്കിക്കിടന്നു കരഞ്ഞ രാത്രികൾ അധികം ദൂരെയല്ല. തൊട്ടാവാടികൾ ആക്രമിച്ചു കീഴ്പ്പെടുത്തി മുരടിച്ചു പോയ വാഴത്തൈ നിസ്സഹായതയോടെ തലയാട്ടി. കൽപനയുടെ തനിച്ചുള്ള യാത്രകൾ തുടങ്ങാറായി. നിറം മങ്ങിയ പച്ചസാരിയിൽ അമ്മ യുടെ മണം. കാലത്തു എണീറ്റു വരുമ്പോൾ മഴ നനഞ്ഞു കിടക്കുന്ന, ചൂലിന്റെ പാടുകളുള്ള പടിഞ്ഞാറേ മുറ്റത്തു വീണുകിടക്കുന്ന പവിഴമല്ലി പൂക്കൾ. അമ്മ ഉണരുന്നത് കണ്ടിട്ടേയില്ല ഒരിക്കലും. അമ്മ ഉറങ്ങുന്നതും

കണ്ടിട്ടില്ല. എല്ലായിടത്തും എല്ലാറ്റിനും ഓടിയെത്തിയിരുന്നു. ആർക്കും പരാതികൾക്ക് ഇടകൊടുത്തിട്ടില്ല. എന്നിട്ടും എവിടെയാണ് പിഴച്ചത്? ഈ ലോകത്തോട് മുഴുവൻ വെറുപ്പ് നുരഞ്ഞു പൊന്തി. കാണിച്ച അനുസരണക്കേടുകൾ, പറഞ്ഞിട്ടുള്ള നുണകൾ, ധിക്കാരങ്ങൾ. പശ്ചാത്തപിക്കാൻ ഒരു നിമിഷംപോലും തന്നില്ലല്ലോ? ആരോടൊക്കെയോ വെറുപ്പ് നുരഞ്ഞു പൊന്തി.

സിരകളിലോടുന്ന ചുടു രക്തമായിരുന്നു പേനയിൽ നിറച്ചത്.
അതുകൊണ്ട് നിങ്ങൾ ആഭിചാരക്കുരുതി നടത്തി.

ആവാഹനത്തിന്റെ പുതിയ അധ്യായങ്ങൾ തീർക്കാൻ
അറുത്തെടുത്ത എന്റെ തലയും ഹൃദയവും
ആഴിയിൽ ഹോമിച്ചു.

ആസുരതയുടെ മൂർധന്യത്തിൽ
എന്റെ വിരലുകൾ അറുത്തെടുത്ത്
രക്ഷസ്സിന് മാല ചാർത്തി.

അർപ്പിച്ച ചുവന്ന പൂക്കളിൽ
എന്റെ കുങ്കുമത്തിന്റെ അസ്തമന-
സൂര്യൻ ഉണ്ടായിരുന്നു.

എന്റെ കണ്ണുകളാണ്
ഇരുട്ടിൽ കുത്തിനിർത്തിയ പന്തത്തിന് തീ പടർന്നത്!

നേര് ചികഞ്ഞ, ചോര വറ്റിയ
എന്റെ പേന കൂടി
അന്ധകാരത്തിന്റെ ആഴിയിൽ ഹോമിക്കുമ്പോൾ
ഷഡ്യന്ത്രം പൂർത്തിയാവും.

പിന്നെ എനിക്ക്
കത്തുന്ന ചുടലയ്ക്കരികെ വെറുതെ തീ കാഞ്ഞിരിക്കാം...

തീയാളി കത്തുന്നു. അസ്ഥികൾ പൊട്ടുന്ന ശബ്ദം. എവിടെയോ കാൽ വഴുതി വീഴും പോലെ.

പത്തൊമ്പത്

നല്ല മഞ്ഞും തണുപ്പുമുണ്ട്. സാകേതിലെ ഗവണ്മെന്റ് ഫ്ളാറ്റുകളുടെ ഇടയിൽ ക്ലിനിക് തിരഞ്ഞു കണ്ടുപിടിക്കാൻ കുറച്ചു ബുദ്ധിമുട്ടി. അത്ര നല്ലയിടമൊന്നുമല്ല. റോഡ് അവസാനിക്കിന്നുടത്തു പഴയൊരു കെട്ടിടം, പ്രായം മറയ്ക്കാൻ ഒരുങ്ങിക്കെട്ടി നിൽക്കുന്ന പഞ്ചാബി മധ്യവയസ്കയെപ്പോലെ, ചായംപൂശി പുതുക്കിയിട്ടുണ്ടെന്നേയുള്ളൂ. രാവിലെതന്നെ

മേഘ്ന വിളിച്ചു വരാൻ പറയുമ്പോൾ ആവർത്തിച്ച് ചോദിച്ചതാണ് എന്തുപറ്റിയെന്ന്. ഒന്നും പറഞ്ഞില്ല. അത്യാവശ്യമാണ്, ലീവ് കൊടുത്തിട്ടു വരാനും അഡ്രസ് മെസ്സേജ് ചെയ്യുന്നുണ്ടെന്നും പറഞ്ഞു ഫോൺ വെച്ചു. കരച്ചിലോളം എത്തിയിരുന്ന അവളുടെ ശബ്ദം വിഷമിക്കാൻ എന്തോ ഉണ്ടെന്നതിന്റെ സൂചനപോലെ തോന്നി. അസുഖമാണെങ്കിൽ എത്രയോ നല്ല ആശുപത്രികളുണ്ട്, ഓഫീസിൽനിന്നും reimbursement കിട്ടുന്നതുമാണ്. എന്നിട്ടും ഇവിടെ?

ഓട്ടോയ്ക്ക് കാശു കൊടുത്ത് അകത്തേക്കു കയറുമ്പോൾ, നിന്നു തിരിയാൻ ഇടമില്ലാത്ത റിസപ്ഷനിൽ മേശയ്ക്കു പുറകിലിരിക്കുന്ന, മുഖത്ത് ഉറക്കച്ചടവുള്ള പെൺകുട്ടി ആരെയാണ് കാണേണ്ടത് എന്ന് ചോദിച്ചു. രജിസ്റ്ററിൽ പേരും വിലാസവുമൊക്കെ എഴുതിക്കഴിഞ്ഞു മേഘ്നയുടെ പേര് പറഞ്ഞപ്പോൾ അവൾ കൂടെ വന്നു. വീതി കുറഞ്ഞ ഇടനാഴിയിൽനിന്നും രണ്ടു വശത്തേക്കുമായി ആകെ നാല് വാതിലുകൾ. ഒന്നിൽ ഡോ. ഷീല ശർമ്മ എന്ന ബോർഡ് ഉണ്ട്. അടുത്ത കതകിനു മേലെ No Etnry എന്ന് എഴുതിവെച്ചിരിക്കുന്നു. ഇടതുവശത്തെ രണ്ടാമത്തെ വാതിലിൽകൂടി അകത്തേക്കു ചെല്ലുമ്പോൾ മനസ്സിൽ ഒന്നിനു മുകളിൽ ഒന്നായി ഒരുപാടു ചോദ്യങ്ങൾ, ആശങ്കകൾ.

പച്ചവിരിയിട്ട വെള്ള ഇരുമ്പുകട്ടിലിൽ ആശുപത്രിയിലെ പച്ചയുടുപ്പിട്ടു മേഘ്ന കിടക്കുന്നു. അര വരെ കമ്പിളി പുതച്ചിട്ടുണ്ട്. മുറി കാണിച്ചു തന്നിട്ട് പെൺകുട്ടി തിരിച്ചുപോയി.

“മേഘ്നാ, What happened to you? ഇവിടെ എന്താണ്? നിനക്ക് നല്ല സ്ഥലമൊന്നും കിട്ടിയില്ലേ?” ദ്വേഷ്യവും സങ്കടവും വന്നു.

“ആ മേശപ്പുറത്തിരിക്കുന്ന ഫോമിൽ ഒന്ന് Sign ചെയ്യൂ. ഡോക്ടർ ഇപ്പോൾ വരും. നിന്നെ കാത്തിരിക്കുകയാണ്.” മേഘ്ന മുഖത്തു നോക്കാതെ പറഞ്ഞു.

മേശമേൽ കിടക്കുന്ന കടലാസെടുത്തു നോക്കി. അബോർഷന്റെ സമ്മതപത്രം! മേഘ്ന ഒപ്പിട്ടിട്ടുണ്ട്. കൂടെ ഒരാളിന്റെകൂടെ ഒപ്പു വേണം. കൂടെ ഒരാളും വേണം. എങ്കിലേ അബോർഷൻ നടക്കൂ. കാര്യങ്ങളൊക്കെ വിശദമായി അതിൽ എഴുതിയിട്ടുണ്ട്. വായിച്ചു പകുതി കഴിഞ്ഞപ്പോഴേക്കും കണ്ണിൽനിന്നും ഒരു തുള്ളി അടർന്നു കടലാസ്സിൽ വീണു. ബാക്കി വായിക്കാൻ കഴിയുന്നില്ല. മേഘ്നയെ നോക്കിയപ്പോൾ അവൾ പുറം തിരിഞ്ഞു കിടക്കുകയാണ്. കണ്ണിലിരുട്ടു കയറുന്നപോലെ. കസേരയിൽ ഇരുന്നു.

“Please sign on the form, we are already late.”

വെളുത്തു തടിച്ച് മുടി കഴുത്തറ്റം വെച്ച് വെട്ടിയ സ്ത്രീ. ഡോക്ടർ ആയിരിക്കും. ഒന്നും ചോദിക്കാതെ ഒപ്പിട്ടു കൊടുത്തു. പുറകെ സ്ട്രെച്ചർ വരുന്നു.

എണിറ്റ് സ്ട്രെച്ചറിൽ കിടക്കാനുള്ള ഡോക്ടറുടെ ആജ്ഞ മേഘ്ന അനുസരിച്ചു.

"ഒരു മണിക്കൂർ എടുക്കും, ഇവിടെ ഉണ്ടാവണം. ഇവർക്ക് സഹായം വേണ്ടിവരും. ആറുമണിക്കൂർ ഇവിടെ ഒബ്സർവേഷനിൽ കിടക്കേണ്ടി വരും. അത് കഴിഞ്ഞാൽ പോകാം." അവർ എന്നോടായി പറഞ്ഞു. പോകുന്ന വഴിയേ സ്ട്രെച്ചറിൽ കിടന്നുകൊണ്ട് മേഘ്ന മുഖംതരാതെ എന്റെ കൈ അമർത്തിക്കൊണ്ടു പറഞ്ഞു, 'Sorry'. എല്ലാം മൗനമായി നോക്കിക്കൊണ്ടു നിൽക്കാനല്ലാതെ മറ്റൊന്നിനും ആവില്ലായിരുന്നു.

ഒന്നുമറിയില്ല. ഹാരിയുമായുള്ള ബന്ധം തുടങ്ങിയിട്ട് അധികമായില്ല. അതിനകം എന്താണുണ്ടായത്? ഓഫീസിൽവെച്ച് കണ്ടിട്ട് പോലും കുറെ നാളായി. ഒന്നുകിൽ മേഘ്ന, അല്ലെങ്കിൽ ഞാൻ യാത്രയിലായിരുന്നു. മഹിമയുടെ വീട്ടിലെ ദുർഗാപൂജയിൽ വെച്ചാണ് ശരിക്കൊന്ന് അവസാന മായി കണ്ടത്. ഏതാണ്ട് ഒരു മാസമാകുന്നു. അതിനിടയിൽ ഹോങ്കോ ങ്ങിൽനിന്ന് പോൾ ബൗസ് വന്നപ്പോൾ വിളിച്ച ഒരു മീറ്റിംഗിൽവെച്ച് കണ്ടു, പക്ഷേ, ഫ്ളൈറ്റ് ഉണ്ടെന്നും പറഞ്ഞുതീരുന്നതിനു മുമ്പേ അവൾ ക്ഷമാ പണം നടത്തിപ്പോയി. പോകുന്നതിനുമുൻപ് എന്നെയൊന്ന് പാളി നോക്കി യത് വ്യക്തമായി ഓർക്കുന്നു. അവൾക്കെന്തൊക്കെയോ പറയാനുണ്ടാ യിരുന്നിരിക്കണം. ജാള്യതയും ഭയവുമാവും അകറ്റിനിർത്തിയത്. മഹിമ യുടെ വീട്ടിൽവെച്ച് കണ്ടപ്പോഴും അവളുടെ മുഖത്തെ മ്ലാനത ശ്രദ്ധിച്ചി രുന്നു. പക്ഷേ, അന്നും ഒന്നും ചോദിച്ചില്ല, അവൾ പറഞ്ഞുമില്ല.

സമൂഹം അംഗീകരിക്കില്ലെങ്കിൽകൂടി മേഘ്ന സന്തോഷവതിയാണെ ന്നറിഞ്ഞപ്പോൾ ഒരിക്കലും അവളെ കുറ്റപ്പെടുത്താനോ ഉപദേശിക്കാനോ തുനിഞ്ഞിട്ടില്ല. ശരിയും തെറ്റും തികച്ചും വ്യക്തിപരങ്ങളാണ്. മറ്റൊ രാൾക്ക് ഉപദ്രവമാവാത്തിടത്തോളം എല്ലാം എല്ലാവരും അംഗീകരിക്കണം എന്ന ബാലിശമായ ചിന്തകൾ ഇല്ലാത്തതുകൊണ്ട് അതിൽനിന്നും മനഃപൂർവം അകലം പാലിച്ചു. പക്ഷേ, ഞാൻ ഹാരിയെ ഒന്ന് കാണണ മെന്നും സംസാരിക്കണമെന്നും അവൾക്ക് ആഗ്രഹമുണ്ടായിരുന്നു. അത് അറിഞ്ഞതുമാണ്. എന്നിട്ടും അറിയില്ലെന്ന് നടിച്ചു.

മേഘ്നയെ കൊണ്ടുപോകുമ്പോൾ സമയം നോക്കിയില്ലായിരുന്നു. ഇപ്പോൾ എത്ര നേരമായിക്കാണുമെന്ന് വെറുതെ ഓർത്തുനോക്കി. ഒരു രൂപവുമില്ല. റിസപ്ഷനിൽ ഉറക്കച്ചടവുള്ള പെൺകുട്ടിയില്ല. അവളുടെ ഡ്യൂട്ടി തീർന്നുകാണും. പകരം ഗാർഡ് ഇരിപ്പുണ്ട്. അയാളും ഉറക്കം തൂങ്ങുന്നു. സമയം പത്തര. പുറത്തിറങ്ങി. വെയിൽ തീരെയില്ല, നല്ല തണുപ്പുണ്ട്. റോഡിന് എതിർവശത്തെ മരത്തിനു താഴെ പ്ലാസ്റ്റിക്ഷീറ്റ് വിരിച്ച ഒരു ചായക്കട. കട എന്ന് പറയാൻ മാത്രമൊന്നുമില്ല, ഒരു സ്റ്റവ്വും പിന്നെ രണ്ടുമൂന്നു ചില്ലുഭരണിയിൽ എന്തൊക്കെയോ. ഒരു ചായ പറഞ്ഞു. അത് കുടിച്ചുകൊണ്ടിരിക്കുമ്പോൾ ഡോക്ടർ അന്വേഷിക്കുന്നുവെന്ന് ഗാർഡ് വന്നു വിളിച്ചു.

മേഘ്നയെ രണ്ടു നേഴ്സുമാർ ചേർന്ന് എടുത്തു ബെഡ്ഡിൽ കിടത്തുന്നു. ഡ്രിപ് കേറുന്നുണ്ട്.

"മയക്കത്തിലാണ്, അരമണിക്കൂറിനകം ശരിയാവും. പേടിക്കാനൊന്നുമില്ല. ഇപ്പോൾ പതിനൊന്നാകുന്നു. അഞ്ചുമണിയോടെ പോകാം. ഡ്രിപ് കിടന്നോട്ടെ, ക്ഷീണം കാണും. ഒരാഴ്ച റസ്റ്റ് വേണം." കൂടെ വരാൻ ആംഗ്യം കാണിച്ചിട്ട് ഡോക്ടർ റൂമിലേക്ക് നടന്നു. പത്തുദിവസത്തെ മരുന്നിനെഴുതി. ഒരു മാസം ശ്രദ്ധിക്കണം. കൂടുതൽ ഭാരമുള്ള ജോലികൾ ചെയ്യരുത്. മറ്റെന്തെങ്കിലും അവർ ചോദിച്ചേക്കുമോ എന്ന ഭയമുണ്ടായിരുന്നു ഉള്ളിൽ. ഉണ്ടായില്ല. അവർക്കൊരുപക്ഷേ എല്ലാം ശീലമായിക്കാണും.

മേഘ്ന മയക്കത്തിൽതന്നെയാണ്. അവളെ നോക്കുമ്പോൾ മനസ്സ് വല്ലാതെ അസ്വസ്ഥമാകുന്നു. ബാഗിൽനിന്നും ജപമാലയെടുത്തു കണ്ണടച്ചിരുന്നു.

"കല്പനാ... നീയെവിടെയാണ്? തുളഞ്ഞുകേറുന്ന ഒരു കരച്ചിൽ. കണ്ണ് തുറന്നുനോക്കി. ഇല്ല അവൾ ഉണർന്നിട്ടില്ല. അടുത്തുചെന്ന് ഇരുന്നു. രണ്ടു കണ്ണുകളിൽനിന്നും ഒഴുകുന്നുണ്ട്.

"മേഘ്നാ..." മെല്ലെ തൊട്ടുവിളിച്ചു. മറുപടിയില്ല

"മേഘ്നാ, ഞാനുണ്ട് ഇവിടെ. വിഷമിക്കണ്ടാ."

ഞെരക്കമാണോ കരച്ചിലാണോ എന്ന് തിരിച്ചറിയാനാവുന്നില്ല.

"നിനക്കെന്നോട് ദേഷ്യമാണോ?" കണ്ണ് തുറക്കാതെ അവൾ, "ഇല്ല മേഘ്നാ, ഒട്ടുമില്ല."

അവളുടെ കവിളിൽ തലോടിയ എന്റെ കൈ മുറുകെ പിടിച്ചുകൊണ്ടു കൂടുതൽ അടുത്തേക്കു വലിച്ചു.

"നീ കിടന്നോ. നമുക്ക് പിന്നെ സംസാരിക്കാം"

"കൽപനാ, ഹാരി എന്നെ തനിച്ചാക്കി ഒരാഴ്ച മുമ്പ് യു.എസ്സിൽ പോയി. നാല് വർഷത്തെ വിസയിൽ. എയർപോർട്ടിൽനിന്നാണ് എന്നെ വിളിച്ചു പറയുന്നത്. അതിനും രണ്ടാഴ്ച മുൻപ് ഈ വിവരം ഞാൻ അവനോടു പറഞ്ഞിരുന്നതാണ്. ഛവിയുമായി വല്ലാതെ അകന്നെന്നും ഡിവോഴ്സ് ഫയൽ ചെയ്യുന്നു എന്നും എന്നെ വിശ്വസിപ്പിച്ചിരുന്നു. ഫാമിലി വിസ ശരിയാക്കി അവൻ ഭാര്യയെയും കുട്ടികളെയും കൊണ്ടുപോകുന്നു എന്ന് ഞാൻ രണ്ടു ദിവസം മുൻപ് അറിഞ്ഞു. അതുകൊണ്ടാണ് പെട്ടെന്ന് ഇങ്ങനൊരു തീരുമാനം എടുത്തത്. ചതിക്കപ്പെട്ടതിന്റെ അടയാളങ്ങൾ ജീവിതകാലം മുഴുവൻ പേറിനടക്കാൻ വയ്യ എനിക്ക്. അതിലും ഭേദം ഈ തെറ്റ് ചെയ്യുന്നതാണ്. തെറ്റാണെങ്കിലും വലിയൊരു ശരിയാണിപ്പോൾ ഇതെനിക്ക്. ഒരു തെറ്റിൽനിന്നും രക്ഷപ്പെടുത്തുന്ന ശരി." അവൾ തേങ്ങി.

"നിനക്കറിയാമായിരുന്നല്ലേ ഞാൻ ഇതിൽ തോറ്റുപോകുമെന്ന്? അതുകൊണ്ടല്ലേ നീ എന്നെ അവഗണിച്ചിരുന്നത്?"

"ഞാൻ അവഗണിച്ചിട്ടില്ല മേഘ്നാ, നിനക്ക് സന്തോഷം തരുന്ന തെറ്റുകൾ എന്റെ ശരിയുടെ പേരിൽ വേണ്ടെന്നുവെയ്ക്കാൻ ഞാൻ എങ്ങനെ പറയും? തെറ്റുകളും ശരികളുമൊക്കെ കൂട്ടിക്കിഴിച്ച് ഉത്തരം കണ്ടെത്താൻ ഇത് കണക്കല്ലല്ലോ, ജീവിതമല്ലേ? പക്ഷേ, ഇത്ര പെട്ടെന്ന് ഇത് ഞാൻ പ്രതീക്ഷിച്ചില്ല. ഒരു വർഷം പോലുമായില്ലല്ലോ?"

"സാരമില്ല കല്ലൂ, നീ കേട്ടിട്ടില്ലേ Dont cry that its over, smile that it happened. ഞാൻ അവനെ സ്നേഹിച്ചിരുന്നു. ഇപ്പോഴും സ്നേഹിക്കുന്നു. വെറുത്തുകൊണ്ടു സ്നേഹിക്കുന്നു. ഇത് രണ്ടാമത്തെ തവണയാണ് ഞങ്ങൾ അകലുന്നത്. കാലം അവനെ ഇനിയും എന്റെ മുന്നിൽ കൊണ്ടു വന്നു നിർത്തും കൽപനാ, എനിക്കുറപ്പാണ്." മേഘ്നയുടെ മുഖത്ത് വേദന കലർന്ന വെറുപ്പ് നിഴൽ വീശി.

"അന്ന് മഹിമയുടെ വീട്ടിൽവെച്ച് കാണുമ്പോൾതന്നെ നിന്നോടെ നിക്ക് ഒരുപാട് പറയാനുണ്ടായിരുന്നു. പേടിയായിരുന്നു. ഒന്നും പറഞ്ഞി ട്ടില്ലെങ്കിലും എന്റെ ഈ ബന്ധം നിനക്ക് സങ്കടമാണെന്നറിഞ്ഞിരുന്നു ഞാൻ. പക്ഷേ, വല്ലാതെ ഒറ്റപ്പെട്ടുപോയൊരു സമയത്താണ് ഹാരി വന്നത്. നിന്നോടുള്ള emotional dependencyയുടെ വിടവിൽ അവനെ കാണാൻ ശ്രമിച്ചു. അത് നടന്നില്ല. ബാക്കി ഞാൻ biological necesstiyയുടെ കണ ക്കിൽ എഴുതിത്തള്ളുന്നു കല്ലൂ. അതിൽക്കൂടുതൽ വില അവനു കൊടു ക്കാൻ മനസ്സ് സമ്മതിക്കുന്നില്ല."

ഇതൊക്കെ അവൾ പറയുമ്പോഴും പറയുന്നതുപോലെ അത്രയെളു പ്പമല്ല കാര്യങ്ങൾ എന്ന് പറയാതെതന്നെ എനിക്ക് മനസ്സിലാവുന്നുണ്ട്. സ്വയം വിശ്വസിപ്പിക്കാനും ആശ്വാസം കണ്ടെത്താനുമുള്ള ഒരു ശ്രമം. തിരസ്കാരത്തിന്റെ ചൂടേറ്റു പൊള്ളുന്ന ഒരിടം ഉള്ളിലുണ്ട്, അതൊളിപ്പി ക്കാനും അല്ലെങ്കിൽ അതിനു മുകളിൽ ഇത്തിരി തണുത്ത വെള്ളം കോരി യൊഴിക്കാനും പിന്നെ ഒന്നും സംഭവിച്ചിട്ടില്ലെന്ന് എന്നെ വിശ്വസിപ്പിക്കാനു മാണ് എല്ലാം.

"നീയിതേവരെ ഒന്നും കഴിച്ചില്ലല്ലോ. വല്ലതും മേടിച്ചു കൊണ്ടു വരാനോ അല്ലെങ്കിൽ ഓർഡർ ചെയ്യാനോ ആ ഗാർഡിനോട് ചെന്ന് പറ. സമയം കുറെയായി കല്പനാ."

ശരിയാണ്, ഇന്നൊന്നും കഴിച്ചിട്ടില്ല. ഇടയ്ക്കെപ്പോഴോ വിശപ്പ് തോന്നി യിരുന്നു. ഇപ്പോൾ അതുമില്ല. പറഞ്ഞു തീർന്നില്ല, അതിനുമുന്നേ ഒരു പ്ലേറ്റിൽ എന്തോ മൂടിക്കൊണ്ടുവന്നു ഒരു പയ്യൻ. എനിക്കുള്ള ഉച്ചഭക്ഷണ മാണെന്നു പറഞ്ഞു മേശയിൽ വെച്ചിട്ടു പോയി. മേഘ്ന നിർബന്ധിച്ച പ്പോൾ അതിലൊരല്പം എടുത്തുകഴിച്ചു. ഇടയ്ക്കിടെ നേഴ്സ് വന്നു ഡ്രിപ് പരിശോധിക്കുന്നുണ്ട്. മരുന്നിന്റെയാവും. ഇടയ്ക്കിടെ അവൾ മയങ്ങുന്നുമുണ്ട്.

നാല്മണി കഴിഞ്ഞപ്പോൾ ഡോക്ടർ വന്നു. ഡ്രിപ് മാറ്റി, ഒരു ഇൻ ജെക്ഷൻ കൂടി കൊടുത്തു. പോകാൻ തയ്യാറായിക്കോളാൻ പറഞ്ഞു.

അടയ്ക്കാനുള്ള ബില്ല് തന്നു. എന്റെ കൈയിൽ അത്രയും പണമില്ല. ക്രെഡിറ്റ് കാർഡ് എടുക്കുമോ എന്ന് ചോദിക്കുന്നത് കേട്ടപ്പോഴേക്കും മേഘ്ന ഇടപെട്ടു.

"ഞാൻ ക്യാഷ് കൊണ്ടുവന്നിട്ടുണ്ട്. നീയാ ബാഗ് ഇങ്ങെടുക്ക്."

അവൾ പേഴ്സ് എടുത്തു കൈയിൽ തന്നു. പണമടച്ചു തിരിച്ചുവരുമ്പോൾ ഗാർഡിനോട് ഒരു ടാക്സി വിളിക്കാൻ പറഞ്ഞു. പത്തുമിനിട്ടിനകത്തു വണ്ടിയെത്തി. മേഘ്നയെ മെല്ലെ കൈപിടിച്ച് ഇരുത്തി ഞാൻ അകത്തു കയറുമ്പോൾ എങ്ങോട്ടാണ് പോകേണ്ടതെന്ന ഡ്രൈവറുടെ ചോദ്യം ഒരു നിമിഷത്തേക്ക് സന്ദേഹത്തിലാഴ്ത്തി. എന്ത് ചെയ്യണം?

"ലജ്പത്നഗർ." ഞാൻ തിടുക്കപ്പെട്ടു പറഞ്ഞു. വഴി പറഞ്ഞു കൊടുത്ത് ഞാൻ തന്നെയാണ്.

"Wait for 5 minutes."

റീത്ത നൗട്ടിയാലിന്റെ ഗേറ്റിനു മുന്നിലെത്തിയപ്പോൾ കണ്ണടച്ചിരിക്കുന്ന മേഘ്നയോടും ഡ്രൈവറോടുമായി പറഞ്ഞിട്ട് ഞാൻ തിടുക്കപ്പെട്ടിറങ്ങി. മുറി തുറന്നു രണ്ടു ദിവസത്തേക്ക് ആവശ്യമുള്ള സാധനങ്ങൾ ബാഗിൽ നിറച്ചു മുറി പൂട്ടിയിറങ്ങി കാറിൽ കയറുമ്പോൾ കണ്ണ് തുറക്കാതെ മേഘ്ന ആരോടെന്നില്ലാതെ പറഞ്ഞു:

"എനിക്കറിയാമായിരുന്നു, നിനക്കെന്നെ തനിച്ചാക്കാൻ കഴിയില്ലെന്ന്."

ഇരുപത്

ഒരു സ്ത്രീശബ്ദം. ഉറക്കെയുള്ള സംസാരമാണ്. ആരാണ് പുറത്തു വന്നിട്ടുള്ളത്? മേഘ്നയെ കൊണ്ട് കിടത്തി, വീടൊക്കെ ഒന്ന് അടുക്കിപ്പെറുക്കി വൃത്തിയാക്കി, ചായയിട്ട് അവളുടെ കൂടെ ഇരുന്ന് അത് കുടിച്ചിട്ടാണ് കുളിക്കാൻ കയറിയത്. പത്തുമിനിറ്റ് ആവുന്നതേയുള്ളൂ. വാതിലടച്ചിട്ടു പോലും പുറത്തു നടക്കുന്ന വാഗ്വാദങ്ങൾ അവ്യക്തമായി കേൾക്കാനാവുന്നുണ്ട്.

"നിന്നോട് ഞാൻ പലപ്പോഴും പറഞ്ഞിട്ടുണ്ട്, To keep distance from him. he has a family, both of them are my friends, you too are. but നീ കേട്ടില്ല. ഇപ്പോൾ അനുഭവിക്കുന്നില്ലേ? ഇത്രേയുള്ളൂ കാര്യങ്ങൾ. ഛവിയോടും നിന്റെ വീട്ടിലും ഞാൻ പറയാനിരുന്നതാണ്. പിന്നെ നിന്നെയോർത്തു ഞാൻ വേണ്ടെന്നു വെച്ചു. ഇതിൽ നഷ്ടം നിനക്ക് മാത്രമാണ് മേഘ്നാ."

ഇപ്സിതയാണെന്ന് തോന്നുന്നു. മേഘ്നയുടെ സ്കൂൾകാലം തൊട്ടുള്ള സുഹൃത്ത്. വേഗം കുളി കഴിച്ചു വസ്ത്രം മാറി വാതിൽ തുറന്നു നോക്കുമ്പോൾ മേഘ്ന സോഫയിൽ ഇരിക്കുന്നുണ്ട്. അപ്പോഴേക്കും ഇപ്സിത പുറത്തേക്കുള്ള വാതിലോളം എത്തി പോകാനായി നിൽക്കുന്നു.

പോകുന്ന പോക്കിലും എന്തൊക്കെയോ പറഞ്ഞുകൊണ്ടേയിരുന്നു. വാതിൽ തുറക്കുന്ന ശബ്ദം കേട്ടിട്ടാവണം അവൾ തിരിഞ്ഞു നിന്നു.

"ഓ, നീയുണ്ടോ ഇവിടെ? നന്നായി, ഇവൾക്ക് ഇപ്പോൾ ഒരാൾ കൂടെ വേണം. കൂട്ടുകാരിയോട് പറ, അത്യാവശ്യമാണെങ്കിൽ ആരെയെങ്കിലും കെട്ടി കൂടെ താമസിക്കാൻ. അല്ലാതെ വേറൊരാളുടെ ഭർത്താവിനെ അടിച്ചുമാറ്റാൻ നോക്കുകയല്ല വേണ്ടത്. ഞാൻ ആവുന്നതും ഉപദേശിച്ചു നോക്കിയതല്ലേ, നന്നാവുന്ന ലക്ഷണമില്ല, ഇനി നീയൊന്നു ശ്രമിക്ക്."

"ഇപ്സീ, ഒരല്പം കരുണ. ഹാരി എന്നോടിത് ചെയ്തതിൽ നിനക്കും പങ്കുണ്ടെന്ന് എനിക്കറിയാം. എന്നിട്ടും ഞാൻ ഒന്നും ചോദിച്ചിട്ടില്ല, അർഹതയുമില്ല. ചോദിക്കാനും പറയാനുമൊന്നുമില്ലെനിക്ക്. ശരിയും തെറ്റുമൊന്നും ചിന്തിച്ചില്ല, തെറ്റായിരിക്കാം. തെറ്റാണെങ്കിൽ ആ തെറ്റിന് ഞാൻ മാത്രമാണോ അവകാശി? ഹാരിയുടെ പങ്ക് കൂടി അതിനുള്ള ശിക്ഷ ഞാൻ അനുഭവിക്കുന്നുമുണ്ടല്ലോ? ഇനി നീ കൂടി വിധിക്കാതിരിക്കൂ."

ആവനാഴിയിലെ അവസാനത്തെ അമ്പും എയ്തുതീർന്ന്, ശത്രുവിനെ മുഖാമുഖം നോക്കിനിൽക്കേണ്ടി വരുന്ന യുദ്ധഭൂമിയിലെ യോദ്ധാവിനെ പോലെ മേഘ്ന. ശരിയും തെറ്റും പറഞ്ഞുകൊടുത്ത് അഴിച്ചെടുക്കാവുന്ന ഒന്നല്ല അകമേയുടക്കുന്ന കുരുക്കുകൾ. എങ്ങനെയെന്നും എന്തിനെന്നുമറിയാതെ സംഭവിച്ചുപോകുമ്പോൾ, കൊരുത്തുപോകുമ്പോൾ അവിടെ ശരികൾ മാത്രമേയുള്ളൂ. ആ ശരികളുടെ ലോകത്ത് തെറ്റുകളുടെ അപായ സൂചനയുമായി കടന്നുചെന്ന് വൃഥാ തർക്കിച്ചു തോൽപ്പിക്കപ്പെടാൻ ഒട്ടും താത്പര്യമില്ലാത്തതുകൊണ്ടാണ് ഒക്കെയറിഞ്ഞിട്ടും മാറിനിന്നത്. ഏതു കണക്കിൽപ്പെടുത്തുമെന്നറിയാത്ത, പേരിട്ടു വിളിക്കാൻ കഴിയത്തതായും ചില ബന്ധങ്ങൾ ഉണ്ടാവാം. അതിനെ ഇഴപിരിച്ചെടുത്ത് ഉരച്ചുനോക്കി ശരിയോ തെറ്റോ എന്ന് തരംതിരിച്ചെടുക്കാനും മാറ്റ് നോക്കാനും മാത്രം ബുദ്ധിശൂന്യത കാണിക്കാൻ വയ്യ.

"ഞാൻ പോകുന്നു. ഒരുപാടു തവണ മുന്നറിയിപ്പുകൾ തന്നതാണ് ഞാൻ. നീ കേൾക്കാൻ തയ്യാറായില്ല. ഈ ഒരവസ്ഥയിൽ ഇനി കൂടുതലൊന്നും പറയാനില്ലെനിക്ക്. But stay away." ഇപ്സിത പോകുന്ന പോക്കിൽ പുറകിൽ വാതിൽ വലിച്ചടച്ചു.

"കല്പനാ, എന്റെ സൈഡ്ടേബിൾ ഡ്രോയറിൽ സിഗരറ്റ് കാണും. ഒരെണ്ണം താ. എണീക്കാൻ വയ്യെനിക്ക്."

"നിനക്ക് ഭ്രാന്ത് പിടിച്ചോ? ഇപ്പൊ സിഗരറ്റ് തരില്ല."

"കല്പനാ, പ്ലീസ്. ഭ്രാന്ത് പിടിക്കാതിരിക്കാനാണ്. ഇനി ഇതിൽ ക്കൂടുതൽ എനിക്കെന്തു വരാനാണ്? നീ കൂടെ വന്നില്ലായിരുന്നെങ്കിൽ ഞാനിപ്പോൾ ഇവിടെ കിടന്നു ജീർണിച്ചേനേ. വിചാരണ ചെയ്യാതെ, ശിക്ഷ വിധിക്കാതെ സ്നേഹമോ അനുതാപമോ അതോ രണ്ടുംകൂടിയോ

എന്റെ നേർക്ക് നീട്ടിയിട്ടുള്ളത് നീ മാത്രമാണ്. ഇപ്പോൾ ഇത്തിരികൂടെ. ഇതൊക്കെ കടന്നുകിട്ടണ്ടെ എനിക്ക്?

സിഗരറ്റും ലൈറ്ററും ആഷ്ട്രേയുംകൂടി കൊണ്ട്കൊടുത്തിട്ടു ഞാൻ അവൾക്കുനേരെ സോഫയിൽ, അവൾ സിഗരറ്റ് കത്തിക്കുന്നതും പുക യൂതി വിടുന്നതും നോക്കിയിരുന്നു. സാവധാനം വലിച്ചിട്ടു തീർത്തു. ഇരുന്ന ഇരുപ്പിൽ കാലുനീട്ടി അവൾ അവിടെത്തന്നെ കിടന്നു. കാലു കൾ മെല്ലെ വിറയ്ക്കുന്നുണ്ടെന്നു തോന്നിയപ്പോൾ റൂമിൽനിന്നും കമ്പിളി യെടുത്തു കൊണ്ടുവന്നു പുതപ്പിച്ചു.

വേറെ ആരെയും വിളിക്കാൻമാത്രം അടുപ്പമില്ലാത്തതുകൊണ്ടാണോ അതോ ദേബബ്രതയുടെ സ്വരമൊന്നു കേൾക്കണമെന്ന തോന്നലു കൊണ്ടാണോ എന്ന് അറിയില്ല, ഒന്ന് സംസാരിക്കണമെന്നു തോന്നി.

"ഇന്നലെ തൊട്ടു ഞാൻ വിളിക്കണമെന്ന് കരുതുന്നു കല്പനാ. പക്ഷേ, കാത്തിരിക്കുകയായിരുന്നു, നീ ഇങ്ങോട്ടൊന്നു വിളിക്കാൻ ആഗ്രഹം. അത് നടക്കാണേയെന്ന പ്രാർത്ഥനയിലായിരുന്നു."

ദേബബ്രതയുടെ ഉന്മാദത്തോടെയുള്ള ചിരി.

"കല്പനാ, സുഖമാണോ? നീ വിളിക്കുമെന്നുള്ള പ്രതീക്ഷയിലാണ് എന്റെ ഓരോ ദിനങ്ങളും തുടങ്ങുന്നത്. നീ വിളിക്കാത്ത സങ്കടങ്ങളി ലാണ് അത് തീരുന്നത്. മറ്റൊന്നിനുവേണ്ടിയും ഞാൻ ഇത്ര കാത്തിരു ന്നിട്ടില്ല കല്പനാ."

എന്തെങ്കിലും തിരിച്ചുപറയാനുള്ള ഇടപോലും തരാതെ ദേബബ്രത മനസ്സ് കുടഞ്ഞു മുന്നിലിട്ടു. പോക്കുവെയിൽ പിൻവാങ്ങി സന്ധ്യ പര ക്കുമ്പോൾ ചിറയ്ക്കലെ വീടിനു പുറകിലെ ഇടവഴിക്കപ്പുറത്തെ മൊട്ട ക്കുന്നിന്മേൽ ആകാശത്തുനിന്നു നക്ഷത്രങ്ങൾ പൊഴിയുന്നത് സ്വപ്നം കണ്ടിട്ടുണ്ട്. ചിലതൊക്കെ കരിമ്പനകൾക്കുമേൽ തങ്ങിനിന്നു. കുറെ താഴെവീണു. കൈയിൽ കൊള്ളുന്നതൊക്കെ കൈനീട്ടി പെറുക്കിയെ ടുത്തു. ശരറാന്തലിന്റെ ചില്ലിനകത്തു നിറച്ചുവെക്കാം. അറ്റമില്ലാത്ത ഇരുട്ടിൽ നടക്കുമ്പോൾ അടുത്ത് ഒരിറ്റു വെളിച്ചം. മെല്ലെമെല്ലെ നക്ഷത്ര ങ്ങൾ പാറിവീഴുംപോലെ അയാൾ സംസാരിച്ചുകൊണ്ടേ ഇരുന്നു, ഞാൻ അവയൊക്കെ ഓടിനടന്നു പെറുക്കിയെടുത്തും.

"എന്താ നീ ഒന്നും മിണ്ടാത്തത്? എവിടെയാണ്? എനിക്കൊന്നു കാണണം കല്പനാ. അടുത്തയാഴ്ച വരുന്നുണ്ട്. കാണാമോ?"

നക്ഷത്രങ്ങൾ പെറുക്കിക്കൊണ്ടിരുന്നപ്പോൾ കുന്നിനപ്പുറം ദൂരെ നിന്നും മഴയുടെ ഇരമ്പൽ കേൾക്കുന്നു. കരിമ്പനകളെയും മൊട്ടക്കുന്നി നെയും അവിടെ മേഞ്ഞുകൊണ്ടിരുന്ന പശുക്കളെയും നക്ഷത്രങ്ങൾ പെറുക്കിക്കൊണ്ടിരുന്ന എന്നെയും ആകെ നനച്ചുകൊണ്ടു മഴ.

"കാണാം."

നക്ഷത്രങ്ങളെ രണ്ടു കൈയിലും താഴെ വീഴാതെ പിടിച്ചു, കുന്നിറങ്ങുമ്പോൾ ഞാൻ പറഞ്ഞു.

"ഞാൻ വരാം."

ഇല്ലിപ്പടി നീക്കി ഇടവഴിയിലെ ഇരുട്ടിലേക്കിറങ്ങിയപ്പോൾ കൈയിലിരുന്ന നക്ഷത്രങ്ങൾ മിന്നിത്തിളങ്ങി.

"കല്പനാ, ഇത് കേൾക്കാനായിരുന്നു ഞാൻ കാത്തിരുന്നതൊക്കെയും. ഞാൻ വിളിക്കാം."

ഇടവഴിയിൽനിന്നും പടി കയറി, കടമ്പ കടന്നു തെക്കേ മുറ്റത്തെത്തിയപ്പോൾ ആകെ പാലപ്പൂമണം. മുറ്റം നിറയെ കുനുകുനാ പൊഴിഞ്ഞു കിടക്കുന്ന പാലപ്പൂക്കൾ!

ഇരുപത്തൊന്ന്

"**നീ** എവിടെയായാലും നിന്റെ നാമം എന്റെ നാമത്താൽ കളങ്കിതമാണ്. ലോകം നിന്നെ അറിയുന്നത് എന്നും എന്റെ പേര് ചേർത്താണ്. എന്നെ കാണുമ്പോഴും ലോകം ഓർക്കുന്നത് നിന്റെ പേരാണ്. പക്ഷേ, ഞാൻ അതിൽ ആനന്ദിക്കുന്നു, പരാജയപ്പെട്ട പ്രണയത്തിന് ഇങ്ങനെയൊരു പര്യവസാനമെങ്കിലും ഉണ്ടായല്ലോ?"

ആര്യമാവിനെ സ്നേഹിക്കുന്ന ധിക്കാരത്തിന്

സൂര്യകാന്തിയെന്നെന്നെ പുച്ഛിപ്പതാണീ ലോകം

അങ്ങനെയല്ലേ ആ കവിത? ആണെന്ന് തോന്നുന്നു. വർഷങ്ങളായി, ഓർമ്മ വരുന്നില്ല. സൂര്യനെ സ്നേഹിച്ച കുറ്റത്തിന് മനോഹരമായ പുഷ്പത്തെ സൂര്യകാന്തിയെന്നു ലോകം വിളിച്ചത് എന്തിനാണ്? പ്രണയത്തിന് ലോകം ഒരിക്കലും അറിഞ്ഞുനല്കിയിട്ടില്ലാത്ത സ്വകാര്യത. സൂര്യനാമത്താൽ എന്നും അറിയപ്പെടുന്ന സൂര്യകാന്തിക്ക് അങ്ങനെ വിളിക്കപ്പെടുന്നത് സന്തോഷമാണോ, അതോ ദുഃഖമോ?

ഉറക്കം വരുന്നില്ല. മേഘ്നയും ദേബബ്രതയുമൊക്കെ മാറിമാറി പകർന്നാടുന്നു. മിഴികളടയുമ്പോൾ ചിറയ്ക്കലെ മിക്കവാറും തനിച്ചാവുന്ന രാപകലുകൾ. ചുണ്ണാമ്പു തേച്ച ചുമരിൽ ഇടവപ്പാതി വീഴ്ത്തിയ ചെങ്കൽ നിറമുള്ള മുറിവുകളുമായി മാനത്തേക്ക് നോക്കിനിൽക്കുന്ന പാതിഭിത്തികൾ, കാട് വിഴുങ്ങിയ സർപ്പക്കാവ്. തനിച്ചു നടന്നുതീർത്ത പാടവരമ്പുകൾ, ഇടവഴികൾ, ഒറ്റയടിപ്പാതകൾ. തനിച്ചു നേരിട്ട പ്രതിസന്ധികൾ, പൊരുതിത്തോറ്റ യുദ്ധങ്ങൾ. കണ്ണടച്ചാൽ ഏതാൾക്കൂട്ടത്തിലും തനിച്ചാവുന്ന നഗരത്തിന്റെ ഇന്ദ്രജാലം. ഇരമ്പുന്ന ഈ നഗരത്തിൽപോലും വിടാതെ പിന്തുടരുന്ന അതേ ഭീതി. ഹരമായിരുന്നു ഒറ്റപ്പെടലുകൾ പണ്ട്.

പ്രായം കൂടുന്നതിന്റെയാണോ, തനിച്ചു പോരാടി മടുത്തുപോയതിന്റെ യാണോ എന്നറിയുന്നില്ല, ഇടറിപ്പോകുന്നു.

ദേബബ്രത എന്തിനു വന്നു? ഓർത്തെടുക്കാനാവുന്നില്ല, എങ്ങനെ, എവിടെ, എപ്പോൾ, എന്തിന്? Everything got a reason എന്ന് വെറുതെ ചിന്തിക്കുമ്പോൾപോലും എന്തിനൊക്കെയോ ആണെന്ന തോന്നൽ. ദക്ഷിണേശ്വരത്തെ രൗദ്രഭാവനകളിൽ വാർത്തെടുത്ത മാളവികയെ തിരഞ്ഞു നടന്ന, ബലിച്ചോറു തൂവിയ അയാളുടെ വഴികൾ, ചക്രവാളത്തോളം നീണ്ടുകിടക്കുന്ന കാല്പനികതയിലേക്ക് തുറന്നിട്ട എന്റെ ചിറയ്ക്കലെ തെക്കേ ജനാലയും. രണ്ടറ്റങ്ങളിലെ, ഒരിക്കലും കൂട്ടിമുട്ടാനിടയില്ലാത്ത രണ്ടറ്റങ്ങളിലെ, വിധി കാത്തുവെച്ച യാദൃച്ഛികത.

'മാംസനിബദ്ധമല്ല രാഗം' എന്ന് എഴുതിയത് കുമാരനാശാനല്ലേ? എന്തൊരു നുണയാണത്? ഈ ലോകത്തെ മുഴുവൻ വഴിതെറ്റിക്കുന്ന പെരും നുണ. ഒരു രാഗവും മാംസനിബദ്ധമല്ലാത്തതായിട്ടില്ല. പുഴ ഒഴുകുന്നത് കടലിലേക്കാനാണെങ്കിൽ, പ്രണയം ഒഴുകിയെത്തുന്നതും മറ്റൊരിടത്തല്ല. platonic love എന്നതുപോലെ മറ്റൊരു ചതിയില്ല ഈ ലോകത്തിൽ. ആസക്തിയാണ് പ്രപഞ്ചത്തിന്റെ ആരൂഢം, ഭോഗമാണ് നിലനില്പ്. അപ്പുറത്തെ മുറിയിൽ ഇപ്പഴും പ്രണയത്തിന്റെ പേരിൽ രക്തമൊഴുക്കി ഉറങ്ങാതെ കിടക്കുന്ന മേഘ്ന, ഇടതുകൈ വലതുകൈയിൽ കൊരുത്തു, വലത്തേകൈകൊണ്ട് വീഴാതെ താങ്ങി, അനുവാദം ചോദിക്കാതെ അമർത്തി ചുംബിച്ച ദേബബ്രത. ഈ ലോകം മാംസനിബദ്ധമാണ്. ഒരായിരം വട്ടം അതെ!

ഒറ്റപ്പെടുന്ന യാത്രകളിലൊക്കെ കൂടെ കൊണ്ടുനടക്കുന്ന പുസ്തകമാണ് ദേബബ്രതയുടെ 'Shadow of a woman'. താഴെ ടാക്സി കാത്തുനിൽക്കുമ്പോഴും ഏറ്റവും ആവശ്യമുള്ള കുറച്ചു സാധനങ്ങളെടുക്കാൻ റൂമിൽ വന്നപ്പോൾ മനസ്സറിയാത്ത കൂടെ എടുത്തുകൊണ്ടുവന്നതാണ്. വായിക്കുമ്പോഴൊക്കെ പുതിയ വെളിപാടുകൾ, കഴിഞ്ഞ വായനയിൽ കണ്ടെത്താത്ത വരികൾക്കിടയിൽ ഒളിഞ്ഞിരിക്കുന്ന പുതിയ നേരുകൾ. എത്ര വായിച്ചാലാണ് വരികൾക്കിടയിലെ വായന തീരുന്നത്?

ശന്തനു ആരായിരുന്നു മാളവികയ്ക്ക്? കാണാൻ കാത്തുനിൽക്കുന്ന ഏതു തിരക്കിനിടയിലും ഒറ്റ വിളിയിൽ ഫോൺ എടുക്കുന്ന, പകലിന്റെ യാഥാർഥ്യത്തിൽ ഏറെ വിരളമായെത്തുന്ന, ഏതു തിരക്കിലും അയാളുടെ മുഖം കാണുമ്പോൾ, അയാളെ കാണാൻ വേണ്ടി മാത്രം ആരുമറിയാതെ അപ്രത്യക്ഷയാകുന്ന മാളവിക. തിരക്കേറിയ ദക്ഷിണേശ്വരത്തെ ഇടുങ്ങിയ വഴികളിലൊന്നിൽ, നിഗൂഢത ചൂഴ്ന്നു നിൽക്കുന്ന അവളുടെ പഴയ ബംഗ്ലാവിൽ രാത്രിയുടെ ഏതെങ്കിലും കാളിമയാർന്ന നിഴലുകളെ പിന്തുടർന്ന് പിൻവാതിലിലൂടെ മാത്രം എത്തിയിരുന്ന അയാൾ. പകൽവെളിച്ചത്തിൽ അകന്നുനിന്ന്, രാവിനെ പിൻപറ്റിയെത്തിയിരുന്ന അയാൾ തന്ത്രം മാത്രമായിരുന്നോ അഭ്യസിപ്പിച്ചിരുന്നത്? എഴുതിയതിനേക്കാൾ എഴുതാതെ വിട്ടതൊക്കെയും ഓരോ തവണ വായിക്കുമ്പോഴും ഹരിച്ചും ഗുണിച്ചും

നോക്കി. ശിഷ്ടം വന്നതല്ലാതെ കണക്കുകൾ ഒരിക്കലും പൊരുത്തപ്പെടുന്നില്ല.

മേഘ്ന ഉറങ്ങിയോ ആവോ? അവളുടെ നൊമ്പരം ഇടയ്ക്കിടെ തൊട്ടുണർത്തുന്നുണ്ട്. അതിനർത്ഥം അവൾ ഉറങ്ങിയിട്ടില്ലെന്നു തന്നെയാണ്. കുറ്റിയിടാത്ത വാതിലിന്റെ handle ചെറിയ ശബ്ദത്തോടെ തിരിഞ്ഞു. മുട്ടിവിളിക്കാതെ, അനുവാദം ചോദിക്കാതെ പതറിപ്പതറി മെല്ലെ തുറന്ന വാതിലിനു പുറകിൽ മേഘ്ന.

"അമ്മ നാളെ വരുന്നുവെന്ന്. ഞാനെന്തു പറയും കല്ലൂ? പെട്ടെന്ന് നുണയൊന്നും വന്നില്ല മനസ്സിൽ. ഇപ്പോൾ ഓർക്കുമ്പോൾ വല്ലാത്ത അപകടം മണക്കുന്നു. പേടിയാകുന്നു. അമ്മയോട് ഒന്നും ഒളിക്കാനാവില്ല. ഒളിക്കാൻ ശ്രമിച്ചാലും അമ്മയല്ലേ, അറിയും. ഇപ്സി ഇനിയെന്തെങ്കിലും പറഞ്ഞോ എന്നും അറിയില്ല."

പുസ്തകം താഴെ വെച്ച് എണീക്കുന്നതിനു മുൻപേ നേരെ നിൽക്കാൻപോലും വയ്യാതെ വിവശയായവൾ പറഞ്ഞു നിർത്തി. തണുപ്പിൽ വിറയ്ക്കുന്നുമുണ്ട്. ജോധ്പുരിൽനിന്നും രാത്രിവണ്ടിക്കാണ് അവളുടെ അമ്മ മിക്കവാറും വരുന്നത്. നാളെ രാത്രി പുറപ്പെട്ടാൽ മറ്റന്നാൾ രാവിലെ എത്തും.

"സാരമില്ല, നാളെ വൈകിട്ടല്ലേ അമ്മ പുറപ്പെടൂ, രാവിലെ വിളിച്ചു പറ, urgent ആയി പാനിപ്പത്തുവരെ പോകണം, മിക്കവാറും ശനിയാഴ്ചയേ എത്തൂ എന്ന്."

എണീറ്റ് ചെന്ന് അവളെ പിടിച്ചു കിടക്കയിലിരുത്തി. കൈപിടിച്ചമർത്തി. ചൂടാർന്നൊരു നീർത്തുള്ളി കൈയിൽ വീണപ്പോൾ ഒന്നും പറയാതെ അവളെ ഇടതുതോളിൽ ചേർത്തമർത്തി.

"കൽപനാ, എല്ലായിടത്തുമിങ്ങനെ തോറ്റു മുഖം കുനിച്ചു നിൽക്കാൻ എവിടെയനാണെനിക്ക് ചുവടുകളിടറുന്നത്? തെറ്റ് പറ്റിയത്?"

അവൾ ഒന്നുകൂടി ചേർന്നിരുന്നു.

"തെറ്റും ശരിയുമൊന്നും വേർതിരിച്ചെടുക്കാൻ ശ്രമിക്കേണ്ടെന്നു ഞാൻ നിന്നോട് പറഞ്ഞിരുന്നു. ശരീരത്തിന്റെ ഇടർച്ച മെല്ലെ മാറും. പക്ഷേ, മനസ്സിടറരുത്. തോൽക്കരുത്. പോയി കിടന്നുറങ്ങൂ."

അടർത്തിമാറ്റാൻ ശ്രമിച്ചിട്ടും അവൾ അള്ളിപ്പിടിച്ചു.

"ഞാനിന്ന് ഇവിടെ കിടന്നോട്ടെ? നിന്റെ കൂടെ? പേടിയാകുന്നു കല്ലൂ."

മുഖമുയർത്തി നോക്കാതെ ഭീരുവിനെപ്പോലെ നേർത്ത ശബ്ദത്തിൽ അവൾ.

അവളെ പിടിച്ചുകിടത്തി, കമ്പിളികൊണ്ടു പുതപ്പിച്ചു. ലൈറ്റ് അണച്ച് മറുപുറത്തു വന്നു കിടന്നു. ചില്ലുജനലിനപ്പുറത്ത് അരണ്ട വെളിച്ചത്തിൽ മഞ്ഞുകണങ്ങൾ ഒലിച്ചിറങ്ങുന്നു. കടുത്ത നീലനിറമാർന്ന വാലറ്റം

കൊണ്ട് കുത്തിനോവിക്കാൻ വരുന്ന തേൾ പോലെയാണ് ചിലപ്പോൾ ഓർമ്മകൾ. വിടാതെ ഇറുക്കിപ്പിടിച്ചു നോവിക്കും. ദയ തോന്നി വിട്ടുകളഞ്ഞാലും ദിവസങ്ങളോളം നീലച്ചു കിടക്കുന്ന നൊമ്പരം. കുത്തുകിട്ടാതെ ഓടിയൊളിക്കാൻ കണ്ണുകൾ ഇറുകെയടച്ചു.

ഇരുപത്തിരണ്ട്

മൂവായിരം രൂപയായിരുന്നു അക്കൗണ്ട്സ് ട്രെയ്നിക്കു ശമ്പളം. ഹോസ്റ്റലിൽ ഭക്ഷണമടക്കം ആയിരത്തി അഞ്ഞൂറു രൂപ. യാത്രാച്ചെലവും മറ്റുമായി മറ്റൊരായിരം. എല്ലാം കഴിഞ്ഞാൽ മാസം അഞ്ഞൂറുരൂപ ബാക്കിയാകുമായിരുന്നു. അങ്ങനെ മൂന്നുവർഷം. ഒരിക്കൽപോലും മുല്ലക്കരയിലേക്ക് പോകണമെന്ന് തോന്നിയിട്ടില്ലാത്ത മൂന്നുവർഷം. അച്ഛൻ, രമ ചെറ്യേമ്മ, ഏട്ടൻ, വല്യമ്മാമ, എല്ലാരും വിളിച്ചിട്ടും പോയില്ല. ഏട്ടൻ രണ്ടു തവണ വന്നു കണ്ടു. വഴക്കിട്ടു, ശപിച്ചു. അച്ഛൻ ആദ്യമൊക്കെ രണ്ടു മൂന്നു മാസത്തിലൊരിക്കൽ വന്നു കണ്ടിരുന്നു. പതിയെപ്പതിയെ അതും നിന്നു. രമചെറ്യേമ്മയുടെ ഹോസ്റ്റലിലേക്കുള്ള ഫോൺവിളികളും അങ്ങനെതന്നെ. അങ്ങനെ മൂന്നുകൊല്ലംകൊണ്ട് കല്പന എന്ന താന്തോന്നിയുടെ, അഹങ്കാരിയുടെ പേര് ചിറയ്ക്കലെ കുടുംബസദസ്സുകളിൽ നിന്നും മെല്ലെ മാഞ്ഞു.

ഒട്ടും സുഖമായിരുന്നില്ല ജീവിതം. ഏതെങ്കിലും മാസം അസുഖമെന്തെങ്കിലും വന്നാൽ, ഡോക്ടറെ കാണേണ്ടി വന്നാൽ സകല കണക്കുകളും തെറ്റും. പുതിയ ഉടുപ്പ്, സിനിമ, പുറത്തുനിന്നുള്ള ഭക്ഷണം എന്തിന് ഓട്ടോറിക്ഷയിലുള്ള യാത്രപോലും ആർഭാടമായിരുന്നു. ആരുടെയും മുന്നിൽ കൈ നീട്ടാതിരിക്കാൻ ഒക്കെ വേണ്ടെന്നുവെച്ചു. വാസ്തവമറിയാതെ കുറ്റപ്പെടുത്തിയ ലോകത്തോടുള്ള പകയുണ്ടായിരുന്നു, പക്ഷേ, അതൊരു ഒളിച്ചോട്ടമായിരുന്നില്ല. ഇരുപതു വയസ്സിനു മുൻപ് അമ്മ നഷ്ടപ്പെട്ട ഒരു പെൺകുട്ടിയുടെ വേദനകൾ തിരിച്ചറിയാത്ത ലോകത്തോട് പുറംതിരിഞ്ഞുള്ള നില്പ്.

ഒമ്പതു മണിക്കൂർ ജോലി. പലപ്പോഴും ഉച്ചഭക്ഷണമില്ല. ഇനിയും സഹിക്കാൻ തയ്യാറായിരുന്നു. ഒരു തിരിച്ചുപോക്കിൽ കുറഞ്ഞ എന്ത് കഷ്ടപ്പാടും സമ്മതമായിരുന്നു. ബസ്സുകൂലി ലാഭിക്കാൻ പലപ്പോഴും നടന്നു. ജോലിയൊന്നും അറിയാതെ വന്നവൾക്ക് പക്ഷേ, അതും ഒരനുഗ്രഹമായിരുന്നു. ഒന്നുരണ്ടു തവണ ഏട്ടൻ അയച്ച മണിഓർഡർ തിരിച്ചയച്ചു. അച്ഛൻ വല്ലപ്പോഴും നീട്ടിയ നോട്ടുകളും നിരസിച്ചു. മൂവായിരം രൂപയ്ക്കകത്ത് ഓരോ മാസവും ഒരു ജീവിതം ജീവിക്കേണ്ടതെങ്ങനെയെന്ന് അപ്പോഴേക്കും പഠിച്ചുകഴിഞ്ഞിരുന്നു. എന്തും ശീലിക്കുന്നതുവരെ മാത്രമേ പേടിപ്പെടുത്തുന്നുള്ളൂ. ശീലങ്ങളെ കീഴ്പ്പെടുത്തി മുന്നോട്ടുള്ള പ്രയാണമാണ് അതിജീവനം.

ഒന്നര വർഷം കഴിഞ്ഞപ്പോൾ അക്കൗണ്ട്സിൽനിന്നു ക്വാളിറ്റിയിലേക്ക് മാറ്റി. പ്രൊമോഷൻ ഒന്നുമായിരുന്നില്ല. ക്വാളിറ്റിയിൽ ആളില്ലാത്ത കാരണം അവിടേക്കു മാറാൻ പറഞ്ഞു. കല്പന എന്ന ഇരുപത്തിമൂന്നര വയസ്സുകാരിയെ സംബന്ധിച്ചിടത്തോളം അന്ന് തിരഞ്ഞെടുക്കാൻ മുന്നിൽ ഒന്നിലധികം വഴികളൊന്നുമുണ്ടായിരുന്നില്ല. അതുകൊണ്ട് അനുസരിച്ചു. ഒന്നര വർഷത്തിനുശേഷം മുന്നൂറുരൂപ ശമ്പളം കൂടി. മൂന്നുവർഷത്തിനകത്ത് ആകെ വാങ്ങിയത് രണ്ടുമൂന്ന് ഉടുപ്പുകളും ചെരിപ്പുകളുമാണ്.

അമ്മയെ ഓർത്തു കരയാത്ത രാത്രികളില്ല. ആലംബമില്ലാതെ തീർത്തും അപരിചിതമായ നഗരത്തിലകപ്പെട്ട ഇരുപത്തിരണ്ട് വയസ്സുകാരിയുടെ നൊമ്പരങ്ങൾക്ക് ആഴവും പരപ്പും കൂടുതലായിരുന്നു. ഇച്ചിരി വൈകിയിറങ്ങുമ്പോൾ, ബസ്സ് കിട്ടാതെ ഇരുട്ടിൽ നടക്കുമ്പോൾ, നഗരം പേടിപ്പെടുത്തുമ്പോൾ എല്ലാം സ്കൂൾ വിട്ടുവരുന്നതും കാത്തു പാടത്തേക്കിറങ്ങുന്ന വെട്ടുവഴിയിൽ വേലായുധന്റെ പടിയിൽ നിൽക്കുന്ന അമ്മയെ ഓർമ്മ വരും. കാത്തിരിക്കാനും സ്നേഹിക്കാനും ആരുമില്ലാത്ത ജീവിതത്തിന്റെ വ്യർത്ഥത തൊണ്ടയിൽ കിടന്നു ശ്വാസംമുട്ടി. ഫാക്ടറിയിലെ ഓരോ ദിനങ്ങളും ഒറ്റയ്ക്ക് ഹോസ്റ്റലിൽ ജീവിക്കുന്ന, നഗരത്തിന്റെ അലയും ചുഴിയും എന്തെന്നറിയാത്ത പെൺകുട്ടിക്ക് എളുപ്പമായിരുന്നില്ല. അർത്ഥം വെച്ചുള്ള നോട്ടങ്ങളും വർത്തമാനങ്ങളും മനസ്സിലാകാതെ പോയത് അനുഗ്രഹമായിരുന്നു. തിരിഞ്ഞു നോക്കുമ്പോൾ പേടി തോന്നും. ഏതു ധൈര്യത്തിലായിരുന്നു അന്ന് അതെല്ലാം അതിജീവിച്ചത്?

ക്വാളിറ്റിയിലേക്കു മാറി ഒരു മാസം പോലുമായിരുന്നില്ല. ഒരു മാനേജർ അല്ലാതെ മറ്റൊരു ആളില്ലാത്ത department, ജോലി പഠിച്ചെടുക്കുന്നതോടൊപ്പം തീർത്തും കൊടുക്കണം. അല്ലെങ്കിൽ ഡെലിവെറിയും ഷിപ്മെന്റും വൈകും. പലപ്പോഴും എട്ടുമണിയായാവും ഇറങ്ങാൻ. വൈകി ഇറങ്ങുമ്പോൾ ബസ്സ് കിട്ടാനും ബുദ്ധിമുട്ടാണ്. എട്ടുമണി കഴിഞ്ഞാൽ ബസ്സുകൾ കുറവാണ്. ഹോസ്റ്റലിൽ ഒമ്പതുമണിക്ക് മുൻപ് എത്തിയില്ലെങ്കിൽ വഴക്കു കേൾക്കും, വൈകി എത്തുമ്പോൾ കുളിക്കാൻപോലും സമയമില്ലാതെ പലപ്പോഴും അത്താഴം കഴിക്കേണ്ടിവരും. അല്ലെങ്കിൽ മെസ് അടയ്ക്കും.

നിർത്താതെ പനി. രണ്ടു ദിവസമായതോടെ ആശുപത്രിയിൽ പോകാതെ തരമില്ലെന്നായി. ടൈഫോയ്ഡ്. അഡ്മിറ്റ് ആക്കേണ്ടെന്നു യാചിച്ചിട്ടും ഫലമുണ്ടായില്ല. ആരും കൂടെയില്ലാതെ ആശുപത്രിയിൽ അഡ്മിറ്റ് ആയ എന്നെ കാണുമ്പോളൊക്കെ ഡ്യൂട്ടിനേഴ്സ് ഷെറിനും ഡോക്ടർക്കും ചോദ്യങ്ങളൊരുപാടുണ്ടായിരുന്നു. പല കള്ളങ്ങളും പറഞ്ഞു.

"ചാടിപ്പോന്നതാണോ?"

എണീക്കാൻപോലും വയ്യാതിരുന്നിട്ടും വീട്ടിൽനിന്നും ആരുമെത്താതിരുന്നതുകൊണ്ട് സംശയം തീരാഞ്ഞ് ഒരിക്കൽ ഷെറിൻ ചോദിച്ചു.

അത്രയുമെത്തിയപ്പോൾ പിന്നെ കൊച്ചിയിലെത്തുന്നതുവരെയും എത്തിയതിനുശേഷവുമുള്ള ജീവിതം ഷെറിനു മുന്നിൽ നിവർത്തിയിട്ടു.

വാക്കുകൾ മുറിഞ്ഞുവീണതു പലപ്പോഴും സമയമെടുത്ത് പൂർത്തിയാക്കും വരെ ക്ഷമയോടെ ഷെറിൻ കേട്ടു. ചാച്ചൻ മരിച്ചിട്ട് അമ്മയും അനിയത്തിയുമടങ്ങുന്ന ഉത്തരവാദിത്വങ്ങളെ തനിയെ തുഴഞ്ഞ് ഒരു കരയ്ക്കെത്തിക്കാൻ നടത്തുന്ന സാഹസങ്ങളെക്കുറിച്ചു ബെഡ്ഡിൽനിന്നും ബെഡിലേക്കുള്ള ഓട്ടങ്ങൾക്കിടയിൽ ഒരാഴ്ചയ്ക്കുള്ളിൽ ഷെറിനും പറഞ്ഞു തീർത്തു.

ഡിസ്ചാർജ് ആവുമ്പോൾ അയ്യായിരം രൂപയോളമുള്ള ആശുപത്രി ബിൽ അടയ്ക്കാൻ പൈസയില്ല. ഓഫീസിൽനിന്നും ആരോടെങ്കിലും പറഞ്ഞു ശമ്പളം അഡ്വാൻസ് വാങ്ങാനുള്ള ശ്രമം തടഞ്ഞതും ഷെറിനായിരുന്നു. ഈ അവസ്ഥയിൽ അതിനു ബുദ്ധിമുട്ടുണ്ടെന്നും ഷെറിന്റെ അടുത്ത മാസത്തെ ശമ്പളത്തിൽനിന്നും പിടിച്ചോളാൻ പറഞ്ഞ് ആശുപത്രിയിൽ ഷെറിൻതന്നെ എഴുതിക്കൊടുത്തു. അടുത്ത മാസത്തെ ശമ്പളം കിട്ടുന്നതിന് മുൻപ് തിരിച്ചു കിട്ടിയാൽ മതി ഷെറിന്.

രണ്ടു ദിവസംകൂടി ഹോസ്റ്റലിൽ വിശ്രമം. അതും കഴിഞ്ഞ് ആദ്യം പുറത്തിറങ്ങിയത് കാതിൽ കിടന്ന സ്വർണക്കമ്മൽ ഊരി വിറ്റ് ഷെറിന്റെ കടം തീർക്കാനാണ്. ടൈഫോയ്ഡിനേക്കാളും അത് ബാക്കിയാക്കിപ്പോയ ദുർബലമായ ശരീരത്തെക്കാളും ഏറെ വിഷമിപ്പിച്ചതും ബുദ്ധിമുട്ടിച്ചതും ഷെറിന്റെ കടമായിരുന്നു. പക്ഷേ, മുല്ലക്കരയിൽനിന്നും നഗരത്തിന്റെ ബാലപാഠങ്ങളൊന്നും അഭ്യസിക്കാതെ കൊച്ചിയിലെത്തിയ കല്പനയ്ക്ക് അവിടെ കിട്ടിയ ഒരേയൊരു സൗഹൃദത്തിന് ആജീവനാന്തം കടപ്പാടുള്ളത് ആ ടൈഫോയ്ഡിനോടാണ്.

ഞാൻ തുഴഞ്ഞത് എനിക്കുവേണ്ടി മാത്രമായിരുന്നുവെങ്കിൽ ഷെറിൻ മറ്റു രണ്ടുപേർക്കു വേണ്ടി കൂടിയായിരുന്നു തുഴഞ്ഞുകൊണ്ടിരുന്നത്. പിന്നെയങ്ങോട്ട് ഏതാണ്ട് ഒരു വർഷത്തോളം മിക്കവാറും ഞായറാഴ്ചകളിൽ എവിടെയെങ്കിലുമായി കണ്ടുമുട്ടി. വീട്ടിൽ നിന്നിറങ്ങിയതിനുശേഷം ആദ്യമായി ഒരു സിനിമയ്ക്ക് പോകുന്നതുപോലും രണ്ടു വർഷത്തിന് ശേഷം ഷെറിനോടൊപ്പമായിരുന്നു. കുറച്ചുകൂടി വരുമാനമുള്ള ഒരു ജോലിക്കു നിരന്തരമായി അവൾ ശ്രമിച്ചിരുന്നു എന്ന് അറിയാമായിരുന്നിട്ടും ദില്ലിയിൽ ജോലി ശരിയായി എന്ന് അവൾ പറയുമ്പോൾ പൊടുന്നനെ വീണ്ടും തനിച്ചായിപ്പോയപോലെ. ഒരു മാസത്തിനകം ഷെറിൻ യാത്രപറഞ്ഞു പോയപ്പോൾ എല്ലാം വീണ്ടും പഴയപോലെ, തനിച്ച്.

ഫാക്ടറിയിൽ കാര്യങ്ങളൊക്കെ ഒരുവിധം പഠിച്ചു എന്നതൊഴിച്ചാൽ മറ്റൊരു മാറ്റവുമില്ല. ഒമ്പതു മണിക്കൂർ ജോലി, ബസ് അല്ലെങ്കിൽ നടത്തം, ഹോസ്റ്റലിലെ വഴക്ക്, വല്ലപ്പോഴുമുള്ള, കേട്ടാലറയ്ക്കുന്ന പ്രണയാഭ്യർത്ഥനകൾ. അതോടൊപ്പം സമയം കിട്ടുമ്പോഴൊക്കെ വരുന്ന ഷെറിന്റെ വിളികളും.

അങ്ങനെയിരിക്കുമ്പോഴാണ് ഷെറിന്റെ കൂടെ, അതേ ആശുപത്രിയിലുള്ള ഒരു കൂട്ടുകാരിയുടെ ഭർത്താവ് ജോലി ചെയ്യുന്ന എക്സ്പോർട്ട് ഹൗസിൽ ക്വാളിറ്റിയിൽ ഒരു ഒഴിവുണ്ടെന്ന് ഷെറിൻ വിളിച്ചുപറയുന്നത്.

പേടിയായിരുന്നു, കൊച്ചി വിട്ട് ദില്ലിയിലേക്ക് പോകാൻ. എന്നിട്ടും ഷെറിൻ നിർബന്ധിച്ചപ്പോൾ biodata അയച്ചുകൊടുത്തു. ഇന്റർവ്യൂവിന് ഇത്രയും ദൂരം ട്രെയിനിൽ തനിച്ചു പോകാൻ ഭയപ്പാട്. ആരും തുണയില്ലാത്തവർക്ക് തനിച്ചു താണ്ടേണ്ട ദൂരങ്ങളെക്കുറിച്ച് ഷെറിൻ ഓർമ്മിപ്പിച്ചുകൊണ്ടേയിരുന്നു. തനിച്ചു പോരാടാൻ ഇറങ്ങിത്തിരിച്ച സ്ഥിതിക്ക് കുറച്ചുകൂടി ആവേശത്തോടും വീര്യത്തോടുംകൂടി ആ യുദ്ധം ഏറ്റെടുക്കാൻ അവൾ പ്രേരിപ്പിച്ചു. ആ ഓർമ്മപ്പെടുത്തലുകളും പ്രേരണകളും നിറച്ച ഊർജം കൈയിൽ പിടിച്ചുകൊണ്ടാണ് ആദ്യമായി കേരളം വിടുന്നത്.

ദില്ലിയിൽ എത്തുന്നതുതൊട്ട് തിരിച്ച് വണ്ടി കയറുന്നതുവരെയുള്ള രണ്ടു ദിവസം എല്ലാം ചെയ്തത് ഷെറിനായിരുന്നു. നീയിങ്ങോട്ടുതന്നെ വരാനുള്ളതാണെന്നും പറഞ്ഞ് ഒരു കാഴ്ചയും കാണിക്കാൻ പുറത്തിറക്കാതെ ബാക്കിയുള്ള ഒരു ദിവസം വർത്തമാനം പറഞ്ഞുതീർത്തു. ആരുടെയും ആശ്രയമില്ലാതെ അനിയത്തിയെ നഴ്സിങ്ങിനും അനിയനെ എൻജിനീയറിങ്ങിനും പഠിപ്പിക്കുന്ന അഭിമാനവും ആത്മവിശ്വാസവും സന്തോഷമായി അവളുടെ ഉള്ളിലും പുറത്തും നിറയുന്നുണ്ടായിരുന്നു. കണ്ണിൽ വെള്ളം നിറച്ചുകൊണ്ട് വാക്കുകൾ കിട്ടാതെ വിതുമ്പുമ്പോൾ കവിളിലൊരു അടിതന്നു. ട്രെയിനിലെ സീറ്റിൽ പിടിച്ചിരുത്തി അടുത്തിരിക്കുന്ന അമ്മച്ചിയോടു ഒന്ന് ശ്രദ്ധിച്ചേക്കണേ എന്നും പറഞ്ഞു രാത്രി ഡ്യൂട്ടിക്ക് കേറാൻ തിരക്കിട്ടോടി. അവൾക്കു നല്ലതുമാത്രം വരണേ എന്ന പ്രാർത്ഥനയോടെ പുറത്തേക്കു നോക്കി ഇരുന്നു.

കഥകളേക്കാൾ വിചിത്രമാണ് പലപ്പോഴും ജീവിതം. ഓരോന്നും കണക്കുകൂട്ടി സമയം പാഴാക്കുമ്പോൾ ദൈവം അദ്ദേഹത്തിന്റെ തിരക്കഥയ്ക്കനുസരിച്ചു കരുക്കൾ നിരത്തി കളിച്ചുകൊണ്ടിരിക്കുകയാണെന്ന് അറിയുന്നേ ഇല്ല. വിധിതന്നെയാണ് ദൈവം, അല്ലെങ്കിൽ ദൈവത്തിന്റെ തീരുമാനങ്ങളാണ് വിധി. അവൾ പറഞ്ഞതുപോലെതന്നെ ഒരു മാസത്തിനകം ദില്ലിയിൽ വീണ്ടുമെത്തി. ഓറിയന്റ് എക്സ്പോർട്സിൽ ക്വാളിറ്റി കൺസൾട്ടന്റ്. കൊച്ചിയിൽ കിട്ടിയിരുന്നതിന്റെ പത്തിരട്ടി ശമ്പളം. ജീവിതത്തിലുണ്ടായിരുന്ന പണം മൂലമുള്ള പ്രതിസന്ധികൾ അതോടെ തീർന്നു.

വഴിയോരക്കാഴ്ചകൾ കണ്ടിരിക്കുമ്പോൾ ഒരുമാസം മുൻപ് അതേ വണ്ടിയിൽ ഇരുന്നുപോയ പരിഭ്രമമല്ല. ഒരു മഹാനഗരത്തിൽ, തലസ്ഥാനത്തിൽ കാത്തിരിക്കുന്ന അദ്ഭുതങ്ങളെക്കുറിച്ചുള്ള ആശ്ചര്യമായിരുന്നു, കൈപിടിച്ച് നടത്തുന്ന ആ മഹാശക്തിയുടെ തീരുമാനങ്ങളിലുള്ള വിശ്വാസമായിരുന്നു, വരാനിരിക്കുന്ന സംഭവബഹുലതകളുടെ തുടികൊട്ടിപ്പാട്ടുണ്ടായിരുന്നു. ഓർത്തുനോക്കുമ്പോൾ എത്ര വിചിത്രം, ഓരോ കാര്യങ്ങൾക്ക് ഓരോ കാരണങ്ങൾ, ഓരോ വ്യക്തികൾ, സംഭവങ്ങൾ, സമയങ്ങൾ. അല്ലെങ്കിൽ പിന്നെ എന്തിന്റെ പേരിലാണെന്നുപോലുമറിയാതെ, ഒരിക്കലും കണ്ടുമുട്ടാനിടയില്ലാത്തവരെ മുന്നിൽ നിർത്തി തരുന്നതെന്തിനാണ്? വീട്ടിൽ നിന്നിറങ്ങി മൂന്നരവർഷത്തെ തികച്ചും അസന്ദിഗ്ധമായ

യാത്ര. അഗാധമായ, മേഘങ്ങൾ ഒഴുകി നീങ്ങുന്ന താഴ്‌വരയുടെയും മറു വശത്ത് ഉരുളൻപാറകൾ വഴിമുടക്കിയേക്കാവുന്ന, ജീവൻവരെ അപഹരിച്ചേക്കാവുന്ന പർവ്വതങ്ങളുടെയും ഇടയിലൂടെ ഇരുട്ടിൽ നടന്നുനടന്നു വഴികൾക്കൊടുവിൽ ദൂരെയതാ അതേ ചിരാത് വീണ്ടും തെളിയുന്നു. ട്രെയിൻ വലിയൊരു ശബ്ദത്തോടെ തുരങ്കത്തിലൂടെ കടന്നുപോയി വീണ്ടും വെളിച്ചം നിറഞ്ഞു. അത്താഴം കഴിച്ച് ഏറ്റവും മുകളിലെ ബെർത്തിൽ ഉറങ്ങാൻ കിടക്കുമ്പോൾ മുകളിലെ ലൈറ്റ് അണച്ചിട്ട് പോലും കണ്ണടച്ചാലും കൺകളിലാകെ വെളിച്ചം.

ഇരുപത്തിമൂന്ന്

അശാന്തിയുടെ തീരങ്ങളിലൂടെയായിരുന്നു എന്നും യാത്ര. അമ്മയുടെ കണ്ണീരിന്റെ അർത്ഥവും വ്യാപ്തിയും അപകർഷതാബോധത്തിന്റെ ആഴവും മനസ്സിലാക്കി വന്നപ്പോഴേക്കും യുദ്ധങ്ങളൊക്കെ പാതിവഴിയിൽ ഉപേക്ഷിച്ച് അമ്മ സ്വയം പിൻവാങ്ങിയിരുന്നു. ചവിട്ടിനിൽക്കാൻ മണ്ണും മുറുകെ പിടിക്കാൻ താങ്ങുമില്ലാതെ പിന്നീടങ്ങോട്ട് ചുട്ടുപൊള്ളുന്ന വേനൽ മാത്രം. ദൂരെയെങ്ങും തണലുകളില്ലാത്ത ഏകാന്തമായ ഊഷരത. തലയുയർത്തിനിന്ന നാലുകെട്ടിന്റെ അകത്തളങ്ങളിൽ അമ്മയുടെ നിസ്സഹായതയുടെ മർമ്മരങ്ങൾ. കോണിച്ചുവട്ടിലും പത്തായപ്പുരയിലും പടിഞ്ഞാറ്റിനിയിലും കണ്ണീരിന്റെ പാടുകൾ, അടക്കിപ്പിടിച്ച തേങ്ങലുകൾ. അമ്പതുപറ കണ്ടത്തിന്റെയും രണ്ടരകന്നിന്റെയും മുക്കാരത്തിക്കാവിനു പിന്നിലെ പള്ളിയാലിന്റെയും കണക്കുകൂട്ടി ജീവിച്ചിരുന്ന അഞ്ചാറു കൂടെപ്പിറപ്പുകൾക്കു മുന്നിൽ തോറ്റുപോയ പാവം. ജനിച്ച വീട്ടിലും വലതുകാൽവെച്ച് ചെന്നുകയറിയ വീട്ടിലും ഒരുപോലെ തോറ്റുപോയപ്പോൾ ജീവിതത്തിന്റെ വഴുവഴുത്ത പടവുകളിൽ തെന്നിവീണ് അഗാധതയിലേക്ക് ഒഴുകിപ്പോയവൾ.

"കല്ലൂ, കുളത്തിൽ കല്ലു പെറുക്കിയെറിയരുത്. മരിച്ചു സ്വർഗത്തിൽ ചെല്ലുമ്പോൾ ഭൂതത്താന്മാർ എറിഞ്ഞ കല്ലുകളൊക്കെയും മുങ്ങിത്തപ്പി മൂക്കുകൊണ്ടെടുപ്പിക്കും."

"ഞാൻ എന്നാണമ്മേ മരിക്കുന്നേ?"

"അമ്മമ്മയും മുത്തശ്ശനും അമ്മാവന്മാരും അമ്മയും അച്ഛനും പിന്നെ ഏട്ടനും മരിച്ചിട്ടേ കല്ലു മരിക്കൂ."

"കല്ലൂന് മരിക്കേണ്ടമ്മേ. അമ്മേം മരിക്കണ്ട. അമ്മേടെ കൂടെ മതി എന്നും. അമ്മ കല്ലൂനെ ഇട്ടിട്ടുപോയാൽ കല്ലു എങ്ങോട്ടെങ്കിലും പോകും."

"കല്ലൂ, നിന്നു കിന്നരിക്കാതെ മേല്കഴുകി കേറുന്നുണ്ടോ? വിളക്ക് വെയ്ക്കാൻ നേരായി. വെറുതെ അമ്മമ്മേടെ ചീത്ത കേൾക്കണോ? "

"അമ്മേ, മുക്കാരത്തിക്കാവ് ഭൂതത്താന്മാർ ഉണ്ടാക്കിയതാണോ? പകലൊക്കെ അമ്പലക്കുളത്തിൽ ഒളിച്ചിരുന്ന്, രാത്രി എല്ലാരും ഉറങ്ങിക്കഴിയുമ്പോൾ ആരും കാണാതെ പണിഞ്ഞുണ്ടാക്കിയതാണത്രേ മുക്കാരത്തിക്കാവ്. ഭൂതത്താന്മാരെ രാത്രി കണ്ടവരെ അമ്പലക്കുളത്തിൽ ഇറങ്ങുമ്പോൾ നീരാളിയായി വന്നു കാലിൽ പിടിച്ചുവലിച്ചു കൊണ്ടുപോയിട്ടുണ്ടത്രേ. ലതേച്ചി പറഞ്ഞതാ.

ഞാൻ മുത്തിയമ്മടെ അത്രേം സുന്ദരിയല്ലേ അമ്മേ? പാമ്പിൻകാവില് ദിവസോം പോയാൽ മുത്തിയമ്മടെ മേല് കൂടിയ ഭൂതത്താന്മാരൊക്കെ എന്നേം കാണൂല്ലേ? അവരൊക്കെ എന്റെ കൂടേം കൂടില്ലേ? മുത്തിയമ്മേ അമ്മ കണ്ടിട്ട്ണ്ടോ? ന്നേക്കാളും സുന്ദരിയാർന്നോ മുത്തിയമ്മ? ഇന്നാള് അമ്മമ്മ മുക്കാരത്തിക്കാവിലെ വാസുദേവൻനമ്പൂരിയോട് പറേണ് ഞാൻ കേട്ടൂലോ. മണ്ഡകപൊരേല് പൂജ കഴിപ്പിക്കാറായി, അവടേം ഇവടെക്കെ നാഗത്താന്മാരെ കാണാൻ തൊടങ്ങീരിക്കുണുന്ന്."

"കടന്നുപൊയ്ക്കോ പെണ്ണേ കുരുത്തക്കേട് പറയാതെ. ഞാനീ തുണി തിരുംബീട്ടു വന്നോളാം, പോയി വെളക്കു വെയ്ക്കണുണ്ടോ?"

"കല്ലുവേ, ഡീ... എത്ര നേരായി വെളക്കുംകൊണ്ട് ആ പൊന്തേല്ക്കു പോയിട്ട്. അശ്രീകരം, അങ്ങട് പോയാൽ പിന്നെ ഇങ്ങട് കാണില്ല പെണ്ണിനെ. ഒരു തിരിവെച്ച് പോരാൻ എന്നും ഒരു നാഴികനേരം വേണം. അവടെ അപ്പയോടും കുറുന്തോട്ടിയോടും വർത്തമാനം പറഞ്ഞു നിക്കണ്ണ്ടാവും. ദിവസോം ഇതിനോട് ഇതന്നെ പറയണം. ആരും ഒന്നും ചെയ്യില്ല്യ, ന്നാലും സന്ധ്യമയങ്ങ്യേ നേരത്ത് അവിടെ പരതി നടക്കണോ? ഒരു ദിവസം രണ്ടു ചുട്ട പെട കൊടുത്താൽ തീരണതേള്ളൂ അവളുടെ അസുഖം. രേവത്യേ, വല്ലതും കാലി തട്ടീട്ടു പിന്നെ കരഞ്ഞിട്ട് കാര്യണ്ടാവില്യ. നെന്നോടു ഞാൻ കൊറായി പറേണു."

അരളിയും ചെമ്പകവും വിരിയുന്ന നല്ല മണം. അരളിപ്പൂവ് പുതിയത് ഒരു കാറ്റടിച്ചാൽ താഴെ തനിയെ വീഴും, പക്ഷേ, ചെമ്പകം താഴെ വീഴുമ്പോഴേക്കും ഇതളടർന്നിട്ടുണ്ടാവും. സ്കൂളിലേക്ക് ഒറ്റ ദിവസം പോലും തലയിൽ ചൂടി പോകാൻ ഒരു ചെമ്പകപ്പൂവ് കിട്ടില്ല. ആരോടൊക്കെ എത്രയൊക്കെ പറഞ്ഞിട്ടും പൂവൊരെണ്ണം പൊട്ടിച്ചുതരാൻ ആരൂല്യാ. ശാന്തിനി എന്നും ചെമ്പകം മാലയാക്കി തലയിൽ ചൂടി വരും. ഒരെണ്ണം കിട്ടണമെങ്കിൽ ഒരു പുത്തൻ പെൻസിൽ പകരം കൊടുക്കണം. ഒരിക്കൽ പെൻസിൽ കൊടുത്തു ചെമ്പകം വാങ്ങി അമ്മയോട് അടി മേടിച്ചത് കുറച്ചുദിവസം മുൻപായിരുന്നു. വിളക്ക് വെച്ച് അരളിച്ചുവട്ടിൽ ചെന്നപ്പോൾ ചുവപ്പിന്മേൽ കറുപ്പ് പൊട്ടുകളുള്ള വണ്ടുകൾ കരിയിലകളിന്മേൽ ജാഥയായി പോകുന്നു. നല്ല ഭംഗി. ഒരെണ്ണത്തിനെ ഇലയോടെ പൊക്കിയെടുത്തു. പാവാടയിൽ അരളിപ്പൂക്കൾ പെറുക്കിയതുണ്ട്. വലത്തേ കൈയിൽ ഇലയിൽ ചുവന്ന വണ്ട്. തിരി കൽവിളക്കിൽവെച്ച്, കൊണ്ടുവന്ന വിളക്ക് ഇടത്തെ കൈയിൽ ഒരുവിധം പാവാടത്തുമ്പിനൊപ്പം

പിടിച്ചു മെല്ലെ തിരിഞ്ഞുനടന്നു. തൊടിയിൽനിന്നും മുറ്റത്തേക്കുള്ള പടിയിറങ്ങുമ്പോഴേക്കും ചേർത്ത്പിടിച്ച വിളക്ക് മറിഞ്ഞു. ബാക്കിയുള്ള എണ്ണ മുഴുവൻ പാവാടയിൽ. കൈയിലെ വണ്ടിനെ കളഞ്ഞു വിളക്കെടുത്തു മുറ്റത്തേക്കിറങ്ങിയതും വടിയുമായി അമ്മ മുന്നിൽ!

"ഇനിമേലാൽ അവടെ ചുറ്റിത്തിരിഞ്ഞാൽ നിന്റെ കല്യാണം ഞാൻ കഴിക്കും. നേരം സന്ധ്യാവണേന് മുന്നേ തിരിവെച്ച് വന്നില്ലെങ്കിൽ കണ്ടോളാണ്ടൂ. ആ പാവാട മുഴുക്കെ നാശാക്കി. നാളെ തൊട്ടു ഞാൻ കാണിച്ചു തരാം."

അടി കിട്ടിയ രണ്ടു കാലിനും വല്ലാത്ത നീറ്റൽ. കാലിന്റെ വണ്ണയിൽ തിണർത്തു കിടന്ന പാട് നോക്കുമ്പോൾ കരച്ചിൽ വീണ്ടും വരും. നാമം ചൊല്ലാതിരുന്നാൽ അടി വീണ്ടും കിട്ടും. തേങ്ങിതേങ്ങി നാമം ചൊല്ലി. ഉറക്കം വരുന്നുണ്ട്. വീട്ടുകണക്കും ചെയ്യാനുണ്ട്. ദേഷ്യംകൊണ്ട് അതും ചെയ്യാഞ്ഞാൽ നാളെ സ്കൂളീന്നും അടി കിട്ടും. ഒരുവിധം അതും കഴിച്ച് ആരും കാണാതെ കോസറി വിരിച്ചു പോയി കിടന്നു.

"കല്ലുവേ, ഡീ... കഞ്ഞി കുടിച്ചിട്ട് കിടക്കടീ. അത്താഴപ്പഷ്ണി കെടക്കണോ ഈ സാധനത്തിന്. എപ്പ നോക്ക്യാലും വാശീം തന്നിഷ്ടോം. ഒരുവക അനുസരിക്കില്ല. വലുതാവുംതോറും വഷളായി വരാണ്. വളർത്തുദോഷം. ഇടയ്ക്കിടെ രണ്ടു പൊട്ടിക്കണം. ന്നാലേ നന്നാവൂ."

കണ്ണിമാങ്ങ തേങ്ങകൂട്ടി അമ്മിയിൽ വെച്ച് ഇടിച്ചു ചമ്മന്തി അരയ്ക്കണപോലെ അമ്മമ്മയെ അമ്മിയിൽ വെച്ച് ഇടിക്കാൻ തോന്നി. സന്ധ്യയ്ക്ക് കിട്ടിയ അടിപോലും അമ്മമ്മ നുണ പറഞ്ഞു മേടിച്ചുതന്നതാവും. വിളക്ക് വെക്കാൻ പോയാൽ അപ്പ തൊടങ്ങും കല്ലു എവടെ, കല്ലു എവടെന്ന്. കല്ലു ചെർപ്ലശ്ശേരി ചന്തയ്ക്കു പോയപോലെ കെടന്നു തെരയും. വിശപ്പുണ്ട്. ന്നാലും കഞ്ഞി കുടിക്കാൻ പോണില്ല. എല്ലാരുടെ കഞ്ഞികുടീം കഴിഞ്ഞാൽ സായിപ്പിനെപോലെ ചെറ്യേമ്മാമ വരും. ഇച്ചിരി മെല്ലെ ഇരുന്നു കഞ്ഞി കുടിച്ചാൽ അതിനും കേൾക്കും അമ്മമ്മേടെ വക. "അമ്മായിമാര് എള്ള് തിന്നണപോലെ എത്ര നേരായി ഒരുത്തി ഇരിക്കാൻ തൊടങ്ങീട്ട്. വേഗം കഴിച്ചിട്ട്ണീച്ചു പോടീ. അവൻ വരാറായി. പിന്നേ, വല്യ ഉദ്യോഗം ഭരിക്ക്യല്ലേ, വായനശാലേല് ഇരുന്നു ചൂത്കളിക്ക്ണ്ണ്ടാവും. ചീട്ടും കളിക്കും. അല്ലെങ്കി പാർട്ടിക്കാരടെ കൂടെ എവിടെങ്കിലും മതിലില് അരിവാൾ ചുറ്റിക വരയ്ക്കാൻ പോയിട്ടുണ്ടാവും. കേറിവന്നാൽ എന്തേലും പറഞ്ഞ് ആരോടെങ്കിലുമൊക്കെ മെക്കിട്ടു കേറും." മിക്കവാറും അമ്മയോടാവും. പാവം ഒന്നും മിണ്ടില്ല.

നാല്മണിക്ക് സ്കൂളീന്നു വന്നപ്പോ കാപ്പിക്കുംകൂടി ഒന്നുണ്ടായില്യ. തൊടിയിലൊക്കെ കേറിയിറങ്ങി നടക്കുമ്പോൾ അടയ്ക്കാമണിക്കായ കണ്ടു. മരത്തിൽ വലിഞ്ഞുകയറി പൊട്ടിച്ചുതിന്നാൻ തുടങ്ങിയപ്പോ അത് മൂത്തിട്ടും ഇല്ല. ആകെ ചവർപ്പ്. എന്നാലും തിന്നു. ഒരൊറ്റയെണ്ണം ഇവടെ ശരിയല്ല. ഇതിനെക്കാളും ഭേദം ഭൂതത്താന്മാരെന്നെ ആവും. മുത്തശ്ശന്

പാൽക്കഞ്ഞി ഉണ്ടാക്കുമ്പോൾ ഇച്ചിരി തരാൻ പറഞ്ഞാൽ 'ആകെ ഉരി പാലേള്ളൂ, പോയി കഞ്ഞി കുടിക്കടീ'ന്ന സ്ഥിരം ചീത്തകേൾക്കണം. അതോണ്ട് ഇപ്പ ചോദിക്കലെന്നെല്യ.

എല്ലാരും കിടന്നെന്നു തോന്നണു. അമ്മയും കുറച്ചു മുന്നേ അടുക്കളയിലെ പണിയൊക്കെ തീർത്തിട്ട് അടുത്ത് വന്നു കിടന്നു.

"പെങ്കുട്ട്യോൾക്ക് ഇത്ര അഹങ്കാരം പാടില്ല്യ. വെശക്കുണുന്നും പറഞ്ഞ് ഇങ്ങട്ടു വാ."

കഞ്ഞി കുടിക്കാത്തതിന് ബാക്കി ചീത്ത കൂടി പറഞ്ഞിട്ട് അമ്മയും ഉറക്കമായിക്കാണും. വെളിച്ചമൊക്കെ അണഞ്ഞുകഴിഞ്ഞു. ചീവിടുകളുടെയും പേക്കാച്ചിത്തവളകളുടെയും ഗാനമേള. ഇരുട്ടിനെ പേടി പണ്ടേയില്ല. മെല്ലെ എണീറ്റു. ഇടനാഴിയിലെ ഉണ്ണിക്കണ്ണന്റെ വിഗ്രഹത്തിന് മുന്നിലെ വിളക്ക് കരിന്തിരി കത്തിയ മണം. വിശപ്പ് കൂടിക്കൂടി ഉറക്കം വരുന്നില്ല. കഴിഞ്ഞയാഴ്ച പാടത്തു വിത്ത് വിതയ്ക്കാൻ നനച്ച നെല്ലിൽ നിന്ന് കാളി അവല് ഇടിച്ചുവെച്ചത് പത്തായത്തിൽ ബാക്കി ഉണ്ടോ ആവോ? അമ്മ അറിയാതെ മെല്ലെ ഇരുട്ടിൽ ശബ്ദമുണ്ടാക്കാതെ നടന്നു. ഓരോ ഉമ്മറപ്പടിയും നല്ല വശമുണ്ട്. പത്തായത്തിന് എന്നെക്കാൾ പൊക്കമുണ്ട്. വശത്ത് ഒരുവിധം ചവിട്ടിക്കയറി കൊളുത്തു ശ്രദ്ധയോടെ നീക്കി. ഒരു കൈകൊണ്ടു വീഴാതിരിക്കാൻ മുറുകെപ്പിടിച്ച് മറുകൈകൊണ്ട് പലക നീക്കുമ്പോഴേക്ക് ഭാരം താങ്ങാനാകാതെ അത് കൈയിൽനിന്നും പത്തായത്തിനകത്തേക്കു വീണു. എന്ത് ചെയ്യണമെന്ന് ആലോചിച്ചു നിൽക്കുമ്പോൾ കോലായിലാകെ വെളിച്ചം പരന്നു!

ഇരുപത്തിനാല്

ഖാൻ മാർക്കറ്റിലെ ആലിൻചുവട്ടിൽ ബെഞ്ചിൽ ദേബബ്രതയെ കാത്തിരിക്കുമ്പോൾ നെഞ്ചിനകത്തു പണ്ടെങ്ങുമുണ്ടായിട്ടില്ലാത്ത തുടികൊട്ട്, ഭാരം. ശരീരത്തിനാകെ ഒരു വിറ. വിളിച്ചുവെച്ചതേയുള്ളൂ, ഇപ്പോഴിങ്ങെത്തും. എന്ത് ചോദിക്കും, എന്ത് പറയും? എങ്ങനെ നേരിടും.

തീരത്തോട് മുട്ടിയുരുമ്മിയൊഴുകിയിരുന്ന വിവശത
നദിയുടെ സ്മൃതിപഥങ്ങളിൽ സുഗന്ധം പരത്തി.

ഓളങ്ങളിൽ നിലാവടർന്നു വീഴുമ്പോൾ
യുഗങ്ങൾക്കു മുൻപെന്നപോലെ
കരയുടെ സ്പർശം തീർത്ത അഭിനിവേശം നീറ്റിൽ കത്തിപ്പടർന്നു.

താപമേറ്റുണർന്ന മണൽത്തരികളെ
ചുറ്റി നേർത്തൊഴുകുമ്പോൾ
വീണ്ടും മുട്ടിയുരുമ്മാൻ

മെയ് മുഴുവൻ മഴച്ചുംബനമേൽക്കാൻ
കരിമേഘ വന്യത, ഇടിമുഴക്കങ്ങളുടെ ശ്വാസോന്മാദം
തിരകളിൽ നിറയ്ക്കാൻ അവൾ ആർത്തി പൂണ്ടു.
ചടുലനാഗം പോലെ മഴയുടെ ഇരുളിമ
ആയിരം കൈകൾകൊണ്ട് വരിഞ്ഞു മുറുക്കുമ്പോൾ
കടിഞ്ഞാൺ നഷ്ടപ്പെട്ട കുതിരയെപ്പോലെ
കുതറി വഴിതെറ്റിയൊഴുകി.
അദമ്യമായ ദാഹത്തോടെ തീരത്തെ
ഉള്ളിലടക്കിയ ഘോരത, നിർവൃതി!!
പിന്നെ മെല്ലെ സ്മൃതിഭ്രംശം സംഭവിച്ചവളെപ്പോലെ
ചകിതയും ചപലയും!

ചിന്തകളിൽ ഒഴുകിനടക്കുമ്പോൾ പുറകിൽ നിന്നും ഒരു പുസ്തകം നീണ്ടു വന്നു. ആമിഷിന്റെ ഏറ്റവും പുതിയ നോവൽ, Sita, the warrior of Mithila. തിരിഞ്ഞു നോക്കുമ്പോൾ നര വീഴാൻ തുടങ്ങിയ താടി മെല്ലെ ഇടത്തെ കൈകൊണ്ടുഴിഞ്ഞുകൊണ്ട് ദേബബ്രത. കറുത്ത കുർത്ത നന്നായിണങ്ങുന്നു.

“തനിക്കറിയില്ലെങ്കിൽ പറയാം, ഇപ്പോൾ ദില്ലിയിലേക്ക് വന്നത് ഈ ഒരൊറ്റ ദിവസത്തിനാണ്, തന്നെക്കാണാൻ മാത്രം.” അയാൾ കണ്ണിറുക്കി.

“ഒരു കാര്യം ചോദിച്ചോട്ടെ? ശന്തനുവിന്റെയും മാളവികയുടെയും ഇടയിൽ മറ്റെന്തെങ്കിലുമുണ്ടായിരുന്നോ?”

അയാൾ സിമന്റ് ബെഞ്ചിനപ്പുറത്തുകൂടി വന്നു അടുത്ത് ഇരിക്കുന്നതിനുമുമ്പേ ധൃതിയിൽ ചോദിച്ചു. വരികൾക്കിടയിൽ പറയാൻ ബാക്കി വിട്ടത് വായനക്കാരന്റെ സ്വാതന്ത്ര്യമാണെന്നും എഴുതിക്കഴിഞ്ഞ പുസ്തകത്തെക്കുറിച്ചും അതിലെ കഥാപാത്രങ്ങളെക്കുറിച്ചും ഇങ്ങനെയൊരു ചോദ്യം ശുദ്ധഭോഷ്കണെന്നും അറിയാഞ്ഞിട്ടല്ല. അപ്പോൾ അനുഭവിച്ചു കൊണ്ടിരുന്ന പരിഭ്രമം മറച്ചുവെക്കാൻ വെറുതെ ചോദിച്ചതായിരുന്നു.

“എയർപോർട്ടിൽ നിന്നും നേരിട്ട് വരികയാണ്. നാളെ രാവിലെ പോകണം.”

ചുമലിലെ സഞ്ചി ബെഞ്ചിൽ വെച്ച് ഇരിക്കവേ ആരോടെന്നില്ലാതെ പറഞ്ഞു. എന്റെ ചോദ്യം കേട്ട ഭാവമില്ല.

“ശന്തനുവിന്റെയും മാളവികയുടെയും ബന്ധത്തെക്കുറിച്ചു കൂടുതൽ എഴുതാഞ്ഞതെന്താണ്?” ഉത്തരം കേൾക്കാനൊരു കൗതുകം.

“ഏത് മാളവിക? ഏത് ശന്തനു?” ഇരിക്കാനുള്ള അസൗകര്യം കാരണം പുറകിലെ പോക്കറ്റിലെ പേഴ്സ് കുർത്തയുടെ പോക്കറ്റിൽ ഇടുന്നതിനിടെ അലസമായി തിരിച്ചുചോദിച്ചു.

"ഓ, മാളവിക. നിന്നെക്കണ്ടപ്പോൾ അവളെ മറന്നില്ലേ ഞാൻ? എല്ലാം എഴുതാനാണെങ്കിൽ പിന്നെ ലേഖനം എഴുതിയാൽ പോരെ, നോവൽ എഴുതണോ?" ഒരു ചിരിയോടെ അയാൾ തല വെട്ടിച്ചു നോക്കി.

മുന്നിലെ സിമന്റ് ബെഞ്ചിൽ ഒരു പ്രാവ് കൊക്കുരച്ചുകൊണ്ടിരിക്കുന്നു. തണുപ്പ് തീരെ പോയിട്ടില്ല, ഇരുട്ടാവുന്നു. ആറര കഴിഞ്ഞുകാണും.

"തന്നെ കാണാനില്ലെനിക്ക്."

മുഖം മറച്ചു പടർന്നുകിടന്നിരുന്ന എന്റെ മുടി ചൂണ്ടുവിരൽകൊണ്ടു പുറകോട്ടു മാറ്റിയിട്ടുകൊണ്ടു ദേബബ്രത തുടർന്നു.

"കാർമേഘങ്ങൾക്കിടയിൽനിന്നും പുറത്തു വരൂ.'

"കവിയാണോ അതോ നോവലിസ്റ്റോ?"

"വേണമെങ്കിൽ കവിതയും എഴുതാം. വേണോ?"

"ഇരുപത്തിരണ്ടു വയസ്സിൽ നാടും ബന്ധങ്ങളും ഉപേക്ഷിച്ചവളാണ് ഞാൻ. പതിനാറ് വർഷമായി തനിച്ചാണ്. സൗഹൃദങ്ങൾ പോലും വളരെ ക്കുറച്ചേ ഉള്ളൂ. പക്ഷേ, ഒറ്റപ്പെടൽ ഒരു മടുപ്പായി നിറഞ്ഞിട്ടേയില്ല. നാളെ യെക്കുറിച്ച് ആശങ്കകളുമില്ല."

"നമുക്ക് lattitude 28 Cൽ പോയിരുന്നു ബാക്കിപറയാം, നടക്ക്. ഇത്ര വരെ ഓടിവന്നത് വഴിയിലെ സിമന്റ് ബെഞ്ചിൽ ഇരിക്കാനല്ല, ഇത്ര നല്ല കമ്പനി കിട്ടിയിട്ട് ഒരു ബിയറെങ്കിലും അടിക്കണ്ടേ?" ഉത്തരത്തിനു കാക്കാതെ അയാൾ എണീറ്റു.

എവിടെ നോക്കണമെന്നും എന്ത് പറയണമെന്നും അറിയാത്ത, പരി ചിതത്വത്തിനുമേൽ അപരിചിതത്വത്തിന്റെ നേർത്ത ആവരണം. ഇടയ്ക്ക് ഒരു ഫോൺ വന്നപ്പോൾ ദേബബ്രത എണീറ്റു പുറത്തു പോയി. തിരികെ വന്നപ്പോഴേക്കും ബിയറും ഫ്രഷ് ലൈം സോഡയും വന്നിരുന്നു. പതഞ്ഞു പൊങ്ങി നിന്നിരുന്ന മഗ്ഗിലെ ബിയർ ഒറ്റ ശ്വാസത്തിന് പകുതിയോളം കുടിച്ചു താഴെ വെച്ചുകൊണ്ട് എന്നെ നോക്കി.

"ആകെ ഒരു nervousness. നാടുതെണ്ടി വർത്തമാനം പറഞ്ഞും എഴുതിയും പരിഹസിച്ചും വിമർശിച്ചും പ്രസംഗിച്ചും നടക്കുന്ന എനിക്ക് ഇങ്ങനെ പതിവില്ല. എന്നെ പരിഭ്രമിപ്പിക്കാൻ മാത്രമുള്ള ഒന്നും ഞാൻ ആരിലും കണ്ടിട്ടില്ല ഇതുവരെ."

അഹങ്കാരവും അതേസമയം ആ ഏറ്റുപറച്ചിലും എന്റെ ചുണ്ടിന്റെ ഇടതുകോണിൽ ഒരു പാതി ചിരിയായി വിരിഞ്ഞു. അതു കണ്ടുകൊണ്ടു തന്നെയാവണം അയാൾ കൂട്ടിച്ചേർത്തു:

"ചിരിക്കണ്ട, സത്യമാണ്. ഭയം കലർന്ന ഉന്മാദമാണ് നിന്റെ കാഴ്ച യേകുന്നത്. അതിനെ ചേർത്ത് നിർത്തി പുൽകണോ അതോ രണ്ടടി പുറകോട്ടു മാറിനിന്ന് ആരാധിക്കണോ എന്ന് ഇനിയും തീർച്ചയാവാത്ത പോലെ."

ഒരു ബിയറിനും പിന്നെ എന്തോ കഴിക്കാനും പറഞ്ഞുകൊണ്ട് അയാൾ പൊടുന്നനെ ചോദിച്ചു:

"തനിക്കെന്റെ കൂടെ ഒരു ബിയറിന് കമ്പനി തന്നാലെന്താ? ഈ നാരങ്ങാവെള്ളം കുടിച്ചു ബോറടിപ്പിക്കണോ?"

"ബോറു കമ്പനിയാണെങ്കിൽ ഞാനങ്ങു പോയേക്കാം."

"ചതിക്കല്ലെടാ, ഞാനീ ദൂരമൊക്കെ ഓടിവന്നത് പിന്നെന്തിനാ?" അയാളുടെ സ്വരം ആർദ്രമായി.

"നിന്നോട് മിണ്ടണം, നിന്നെ കാണണം. അതൊരു അസ്വസ്ഥതയായി നിറയാൻ തുടങ്ങിയിരുന്നു. എവിടെയൊക്കെയോ ഉണരുന്നു, ആരൊയൊക്കെയോ കാണുന്നു, എന്തൊക്കെയോ സംസാരിക്കുന്നു, എങ്ങോട്ടൊക്കെയോ ഓടുന്നു, എഴുതുന്നു, പിന്നെയുമുറങ്ങുന്നു. നരച്ച ദിവസങ്ങളൊക്കെയും നിറമുള്ളതാകുന്നത് നിന്നെയോർക്കുമ്പോഴാണ്, നിന്നോട് മിണ്ടുമ്പോഴാണ്. മധൂകപ്പൂക്കൾ വാറ്റിയതുപോലുള്ള നിന്റെ ചുണ്ടുകളുടെ ലഹരിയിലാണ് ഉറങ്ങിയുണരുന്നത്. മറ്റൊന്നും ആവേശം പകരാനില്ല തൽക്കാലം." അയാൾ ആഴങ്ങളിലേക്കെന്നതുപോലെ നോക്കി. ഉള്ളിലെവിടെയോ ഒരു കൊള്ളിയാൻമിന്നി.

ബിയർ വീണ്ടും വന്നു. കൂടെ കഴിക്കാനും. പുറത്തിറങ്ങുമ്പോൾ എട്ടുമണി കഴിഞ്ഞു. ദേബബ്രത വന്ന ടാക്സി കാത്തുനിൽക്കുന്നുണ്ടെന്നു പറഞ്ഞപ്പോൾ കൂടെ നടന്നു. ലാജ്പത് നഗറിൽ ആണോയെന്ന ചോദ്യത്തിന് വീണ്ടും മേഘ്നയുടെ കൂടെ താൽക്കാലികമായി മാറാനുണ്ടായ സാഹചര്യത്തെക്കുറിച്ചു പറയേണ്ടി വന്നു.

"പ്രണയവും പ്രതികാരവും അപ്പോഴത്തെ ശരി മാത്രമാണ് കല്പനാ, അതിൽ തെറ്റും ശരിയും ചികയുന്നതിൽപ്പരം വിഡ്ഢിത്തം വേറെയില്ല."

എന്തോ ആലോചിച്ചിട്ട് ഒരു നിമിഷത്തെ ഇടവേളയ്ക്കുശേഷം അയാൾ തുടർന്നു.

"വീട് തുറന്നിട്ട് ഏതാണ്ടൊരു മാസമായി, എന്റെ കൂടൊന്നു വന്നൂടെ കുറച്ചു സമയം? തനിച്ചു കയറിച്ചെല്ലുന്ന മടുപ്പൊഴിവാക്കാണെങ്കിലും? not just that, തന്നോട് മിണ്ടി മതിയായില്ല."

"അയ്യോ, മേഘ്ന കാത്തിരിക്കും. അവൾക്കിനിയും സുഖമായില്ല. സമയവും ഒരുപാടാവുന്നു."

"മേഘ്നയെ വിളിച്ചു പറ, കുറച്ചു വൈകുമെന്ന്. ഒരു അര മണിക്കൂർ, ഞാൻ കൊണ്ടുവിടാം."

"അതൊക്കെ ബുദ്ധിമുട്ടാവും, നോയിഡവരെ വെറുതെ വരണ്ട" എന്റെ നിരുത്സാഹപ്പെടുത്തലുകൾ ലക്ഷ്യം കാണില്ലെന്നറിഞ്ഞുകൊണ്ടുതന്നെ വെറുതെ ശ്രമിച്ചു.

"കൂടെ നീയില്ലേ അതുവരെ? ബാറ്ററി ചാർജ് ചെയ്യുമ്പോലെ അത്രയും

നേരം മതിയെനിക്ക്. ഉന്മാദത്തിന്റെ കൊടുംവനങ്ങളിൽ നീ പോയവഴി തിരഞ്ഞുകൊണ്ട് തിരിച്ചു ഞാൻ തനിയെ വന്നോളാം."

കാർ ചിത്തരഞ്ജൻ പാർക്കിൽ അയാളുടെ വീടിനു മുന്നിൽ എത്തി നിന്നു. ഞാൻ മെല്ലെ പടികൾ കയറി ഫസ്റ്റ് ഫ്ളോറിന്റെ വാതിലിനു മുന്നിൽ നിൽക്കുമ്പോഴേക്ക് അയാൾ താക്കോലുമായി വന്നു.

"വൃത്തിയായി കിടപ്പുണ്ടെന്നാണ് എന്റെ വിശ്വാസം. വരുന്ന വിവരം വിളിച്ചു പറഞ്ഞിട്ടില്ല." സ്വരത്തിൽ ക്ഷമാപണത്തിന്റെ നേരിയ ചുവ.

"ഇരുട്ടുറങ്ങുന്ന വീടിനകത്തു തനിച്ചുവന്നു കയറുന്നത് ജയിലിലേക്ക് പോകുന്നതിനേക്കാൾ ദുസ്സഹമാണ്. ഇന്നെങ്കിലും അതൊഴിവായി കിട്ടിയതിൽ ഞാൻ തികച്ചും ആഹ്ലാദവാനാണ് കൽപനാ. It means a lot for me, you don't know."

ഓരോ മുറിയിലും നടന്ന് ഓരോ ലൈറ്റും ഓൺ ചെയ്തു. വീട് അയാൾ പ്രതീക്ഷിച്ചപോലെ വൃത്തിയായിതന്നെ കിടന്നിരുന്നു. ബംഗാളി സ്ത്രീസൗന്ദര്യം ഉടലെടുത്തപോലെ സ്വീകരണമുറിയിൽ ഒരു ദുർഗാ വിഗ്രഹം ഇരിക്കുന്നുണ്ട്. അന്ന് വന്നപ്പോൾ കണ്ട ഓർമയില്ല. അതിൽ ചാർത്തിയ പൂമാല ഉണങ്ങി കരിഞ്ഞിരിക്കുന്നു. മെല്ലെ അത് എടുത്തു മാറ്റി.

"ഒന്ന് കുളിക്കണം. പക്ഷേ, നിന്നെ കൊണ്ടുവിട്ടുവന്നിട്ടേ ഉള്ളൂ, ഏഴരയ്ക്ക് എനിക്ക് ഫ്ളൈറ്റ് ആണ്. അഞ്ചുമണിക്കെങ്കിലും ഇറങ്ങണം. ഒരുപാട് സമയമൊന്നുമില്ലെനിക്ക് ഉറങ്ങാൻ."

കൈയിലുണ്ടായിരുന്ന വെള്ളക്കുപ്പിയിൽനിന്നു പകുതിയും കുടിച്ചു മേശപ്പുറത്തുവെച്ച് അയാൾ സോഫയിൽ ചെന്നിരുന്നു.

"വാ, ഇവിടെ വന്നിരിക്ക്.'

അയാളുടെ അടുത്ത് സോഫയിൽ ചെന്നിരിക്കുമ്പോൾ കഴിഞ്ഞ തവണ വന്നപ്പോഴത്തെ ഓർമ്മകൾ ഉള്ളിലെ കനലുകൾക്കു മേലെ കാറ്റായി വീശി. ഇടത്തെ കയ്യിനു മുകളിൽ അയാളുടെ വലത്തേ കൈ ഇഴഞ്ഞെത്തിയപ്പോൾ അതേസമയം, അതേ ഓർമ്മകൾ അയാളുടെ ഉള്ളിലും ആഞ്ഞു വീശിയതുപോലെ.

"കല്പനാ, ഒരു പെണ്ണിന്റെ മുന്നിലും ഞാൻ ഇത്ര പരിഭ്രമിച്ചിട്ടില്ല, മറ്റൊരു പെണ്ണും എന്നെ ഇത്രയ്ക്കും ഇളക്കിമറിച്ചിട്ടില്ല, അപൂർബ പോലും. പിന്നെ ആകെ ഉഴുതിട്ട പച്ചമണ്ണുപോലെ നഗ്നനായി സകലതും വലിച്ചു പുറത്തിട്ടത് മാളവികയ്ക്കു വേണ്ടിയായിരുന്നു. അന്നും ജീവിതത്തിൽ അതിന്റെ തനിയാവർത്തനം ഞാൻ സ്വപ്നം പോലും കണ്ടിട്ടില്ല."

നിറഞ്ഞു കിടന്ന മുടിയുടെ ആഴങ്ങളിലൂടെ ഊളിയിട്ട അയാളുടെ കൈകൾ പിൻകഴുത്തിൽ, ചെവിയിൽ, കവിളുകളിൽ എന്തോ തേടി യിഴഞ്ഞു നടന്നു. തീവ്രവികാരങ്ങളുടെ ആവേഗത്തോടൊപ്പം അയാളുടെ

ഉച്ഛ്വാസങ്ങളിൽ പേരറിയാത്ത സംഭ്രമവും ഇഴ പിരിച്ചെടുക്കാണാനാകാതെ കിടന്നിരുന്നു.

"കല്പനാ, എനിക്ക് നിന്നെ വേണം, നീയില്ലാതെ വയ്യ."

ചൂടുള്ള ശ്വാസം മുന്നറിയിപ്പേതുമില്ലാതെ മുഖത്ത്. ചുണ്ടുകളിൽ പൊള്ളുന്ന നനവ്. ചങ്ങലയ്ക്കിട്ട കൊമ്പൻ മദപ്പാടിൽ പനമ്പട്ട വലിച്ചു കീറി തുമ്പിയിൽ ഉയർത്തുംപോലെ അയാളെന്നെയുംകൊണ്ട് ഞൊടിയിടയിൽ അകത്തേക്ക് നടന്നു. ഗന്ധമാദനത്തിന്റെ ശൃംഗങ്ങളിൽ സംവത്സരങ്ങളായി തപസ്സിരിക്കുമ്പോൾ കാറ്റിൽ തപസ്സിളക്കാൻ വന്ന കന്മദഗന്ധമായും തൊട്ടടുത്ത നിമിഷം പഞ്ചാഗ്നിമദ്ധ്യേ നീറിപ്പുകയുന്നപോലെയും. കാട്ടുവള്ളികളിൽ കാലിടറിവീണു, കൂർത്തമുള്ളുകളേറ്റു ചോര പൊടിഞ്ഞു, വന്യതയിൽ പത്തിവിടർത്തിയാടുന്നമദത്തിന്റെ സീൽക്കാരവും മുരൾച്ചയും. പേടിപ്പെടുത്തുന്നതോടൊപ്പം മോഹാലസ്യപ്പെടുത്തുന്ന വനഭംഗി മുന്നിൽ.

"ദേബാ... ഞാൻ അങ്ങനെ വിളിച്ചോട്ടെ?" ബന്ധനത്തിൽനിന്നും വാക്കുകളെ ആയാസപ്പെട്ട് മോചിപ്പിച്ചുകൊണ്ട് വലിയൊരു ശ്വാസത്തിനിടെ ഞാൻ ചോദിച്ചു.

"വീണ്ടും വിളിക്ക്." അയാളിൽ ഉന്മാദം പൂത്തു.

കാറ്റിൽ കന്മദഗന്ധം വീശിയടിക്കുന്നെന്നു തോന്നിയ ഒരു നിമിഷത്തിൽ കാട്ടുവള്ളികളിലെ കെട്ടടർന്ന് പൊടുന്നനെ താഴെ വീണു.

"കല്പനാ, തെച്ചിക്കാടുകൾ പൂത്തത് അറിഞ്ഞില്ലായിരുന്നോ?" ഇച്ഛാഭംഗത്തിന്റെ ദീർഘനിശ്വാസം മുകളിൽനിന്ന് ഇടതുവശത്തേക്ക് ഊർന്നിറങ്ങി.

ഫോൺ നിർത്താതെ അടിക്കുന്നു. മേഘ്ന.

"കല്പനാ, നേരമേറെയായി, I am waiting for you for dinner. നീയിതെവിടെയാണ്?"

"നീ ഡിന്നറിനു മുൻപുള്ള മരുന്ന് കഴിച്ചോ? ഞാനിതാ ഒരു മണിക്കൂറിനകം എത്തും. പേടിക്കണ്ട." ശ്വാസം കഴിയുന്നതും അടക്കിനിർത്തിക്കൊണ്ട് ഞാൻ ഫോൺ എടുത്തു മറുപടി പറഞ്ഞു.

വാതിൽ പൂട്ടി പുറത്തിറങ്ങുന്നതിനു മുൻപേ ദേബബ്രത ചേർത്ത് നിർത്തി നിറുകയിൽ ചുംബിച്ചു. അയാളുടെ കണ്ണുകളിൽ നോക്കാതിരിക്കാൻ ഞാൻ ബോധപൂർവ്വം ശ്രമിച്ചു. കാറിലും വളരെ കുറച്ചേ സംസാരമുണ്ടായുള്ളൂ. ട്രാഫിക് അധികമില്ലാത്തതിനാൽ മേഘ്നയോടു പറഞ്ഞ സമയത്തിന് മുന്നേ എത്തി.

"ഞാൻ വിളിക്കാം, ഫോൺ എടുത്തോളണം."

ഇറങ്ങാൻ നേരം കണ്ണുകളിലേക്കുതന്നെ നോക്കിക്കൊണ്ടയാൾ പറഞ്ഞു.

ഇരുപത്തഞ്ച്

തികച്ചും അപ്രതീക്ഷിതമായിരുന്നു ആ വിളി. ഫോൺ എടുത്തപ്പോൾ രമ ചെറ്യേമ്മ. ഒരു നിമിഷം ഇരുട്ടിൽ തപ്പി.

“കല്ലൂ, ചെറ്യേമ്മയാണ്, കുറെ അന്വേഷിച്ചു നിന്റെ നമ്പറിന് വേണ്ടി. അച്ഛന് പോലും അറിയില്ലാന്നു പറഞ്ഞു. നിന്റൊരു നമ്പർ ഉണ്ടായിരുന്നത് വിളിച്ചിട്ടു കിട്ടുന്നില്ലെന്ന് പറഞ്ഞു അച്ഛൻ. വല്യമ്മാമയ്ക്കും അറീല്ല. അവസാനം കാർത്തിക്കിനോട് അമേരിക്കേൽ വിളിച്ചു ചോദിച്ചു. അവന്റെ കൈയിൽ ഉള്ള നമ്പർ തന്നു. സകല ദൈവങ്ങളെയും വിളിച്ചിട്ടു ഡയൽ ചെയ്തോളാൻ പറഞ്ഞു. ചെലപ്പോ കിട്ടുംന്ന്. എത്ര കാലായി കുട്ടീ. എന്നാലും വിളിച്ചിട്ടു കിട്ടീലോ ദൈവേ...”

ഏട്ടനെ കണ്ടിട്ട് ഏതാണ്ട് ഒരു കൊല്ലമാവുന്നു. രജിസ്ട്രേഷന് പോയപ്പോൾ കണ്ടതാണ്. അതിനിടയിൽ ഏട്ടനും വിളിച്ചിട്ടില്ല. യു.എസ്സിൽ പോയതുപോലും അറിഞ്ഞിട്ടില്ല. എല്ലാവരിൽനിന്നും ഒരുപാടു ദൂരെയായിരുന്നു എന്നും.

“കല്ലൂ, നീയിടെക്കിടെ നമ്പർ മാറ്റാറുണ്ടെന്ന് അവൻ പറഞ്ഞു. ഞങ്ങളാരും ഒരാവശ്യത്തിനും വിളിക്കരുതെന്നാണോ? എന്തേലും അത്യാവശ്യത്തിന് ഇമെയിൽ അയയ്ക്കാറുണ്ടെന്ന് അവൻ പറഞ്ഞു. എനിക്കതൊന്നും വശമില്ലാലോ.”

ചുണ്ടിന്റെ കോണിലൊരു ചിരി അറച്ചുനിന്നു. ശരിയാണ്, അവസാനമായി ഇമെയിൽ വന്നത് രജിസ്ട്രേഷൻ ഡോക്യൂമെന്റിന്റെ കോപ്പി ആണ്. അതും ഏതാണ്ട് എട്ടുമാസം മുൻപ്. ആധാരം എഴുതിക്കിട്ടിയതിനുശേഷം. അതൊരു വിഷയമേ അല്ലാത്തതിനാൽ മറുപടി അയച്ചോ എന്ന് പോലും ഓർക്കുന്നില്ല. ദുബായിൽ ആണെന്നായിരുന്നു ധാരണ. യു.എസ്സിൽ എപ്പോഴാണ് പോയതെന്നറിയില്ല. അറിയാത്തതിൽ തീരെ ഖേദവും തോന്നിയില്ല. വെട്ടിപ്പിടിക്കാൻ ബാക്കിയുള്ള സാമ്രാജ്യങ്ങൾ മാത്രമേ ഏട്ടന് അലോസരമുണ്ടാക്കാറുള്ളൂ. കീഴടക്കി കഴിഞ്ഞതൊക്കെ തൃണങ്ങളാണ്. ബന്ധങ്ങളൊക്കെ ആവശ്യംപോലെ നനച്ചു വളർത്താനും ആവശ്യമില്ലാത്തത് വേരോടെ പിഴുതുകളയാനും ഏട്ടനെ കഴിഞ്ഞിട്ടേ വേറെ ആരും ഉള്ളൂ. അതൊരുതരം കലയാണെന്ന് എപ്പഴും തോന്നും. കല്പനയ്ക്കാണെങ്കിൽ ആ കല വശവുമില്ല. ഫോൺ പോലും വലിയ അത്യാവശ്യമില്ല. ഹൃദയത്തോടടുത്തവർക്കു സംവദിക്കാൻ ഉപാധികളെന്തിനാണ്? ഉള്ളോട്ചേർത്ത് വെച്ചവരോട് പറയാൻ ഭാഷ വേണ്ട, ഏറെ അകലങ്ങളിൽ ഭാഷകൊണ്ടുപോലും ഒന്നും പകർന്നുകൊടുക്കാനും അറിയില്ല.

“കല്ലൂ, വിദ്യയുടെ കല്യാണമാണ്. ഏപ്രിൽ ഇരുപത്തൊന്നിന്. ഞായറാഴ്ചയാണ്. ചെക്കൻ പറവൂരിന്നാണ്. കാർത്തിക്കിന് അറിയുന്ന ബന്ധമാണ്. അവൻ തന്നെയാണ് കൊണ്ടന്നത്, അവന്റെ കമ്പനീലാണ്.

അവരൊക്കെ അമേരിക്കേലൊണ്, അമ്മേം അച്ഛനും എല്ലാരും. പെണ്ണ് കണ്ടു പോയിട്ട് ആറു മാസമായി, എല്ലാം തീരുമാനിച്ചിട്ടു പറയാംന്നു കരുതിയാണ് വിളിക്കാതിരുന്നത്. നിനക്കറിയാലോ അവളുടെ കാര്യം കുറച്ചു നീണ്ടു. ഇത്തിരി ആധി തോന്നാനൊക്കെ തുടങ്ങീരുന്നു. എന്തായാലും കുറച്ചു നീണ്ടാലും നല്ല ബന്ധംതന്നെ കിട്ടീലോ. ദൂരം കുറച്ചു കൂടുതലാണെന്നൊരു വിഷമല്ല്യായിലി്യ. നാലും അവൾക്കിപ്പോ ഇരുപത്താറായി. നിന്നേക്കാൾ പതിനൊന്നു വയസ്സിന് ഇളയതാണ്."

എനിക്ക് മുപ്പത്തെട്ട് വയസ്സായെന്ന് ചെറ്യേമ്മ ഓർമ്മിപ്പിച്ചതാണോ? ഓർമ്മിപ്പിക്കണ്ടായിരുന്നു, ഓർമ്മകളൊക്കെ തെക്കേത്തൊടിയിലെ പാലപോലെ പൂത്തു മണം പരത്തി നിൽക്കുമ്പോൾ തൊട്ടുണർത്താനും ചെവിയോരം മന്ത്രിക്കാനും ആരുമില്ലെങ്കിലും ഒക്കെ ഇന്നലത്തെപ്പോലെ തോന്നും. മുല്ലക്കര യു.പി. സ്കൂളിൽ ആറാംക്ലാസ്സിൽ ഒരു ദിവസം രമ ചെറ്യേമ്മയെ ചെർപ്ലശ്ശേരി സ്കൂളിൽനിന്നും നേരെ ഒറ്റപ്പാലത്ത് ആശുപത്രീൽ കൊണ്ടുപോയെന്ന് അപ്പുണ്ണിനായരുടെ വീട്ടിൽ ഫോൺ വന്നിട്ട് അമ്മ പോയത് മറന്നിട്ടില്ല. അന്ന് വൈകുന്നേരം വീട്ടിൽ ചെന്നപ്പോൾ അമ്മയില്ല. കാപ്പിയുമില്ല. ഏട്ടൻ ചെന്നപാടെ സൈക്കിൾചക്രവും കോലുമെടുത്ത് ഉരുട്ടി പുറത്തിറങ്ങിയപ്പോൾ ഇടവഴിയിലൂടെ അമ്മമ്മ കാണാതെ ശാന്തേച്ചിയുടെ വീട്ടിൽ പോയി കാപ്പിയും പൂളക്കിഴങ്ങ് പുഴുങ്ങിയതും കഴിച്ചതുപോലും മറന്നിട്ടില്ല. അമ്മയില്ലാതെ ആദ്യമായി തനിച്ചുറങ്ങേണ്ടി വന്ന രാത്രിയിൽ ഓരോ കാറ്റിലും ശബ്ദത്തോടെ അടഞ്ഞിരുന്ന തെക്കേ ജനാല പേടിപ്പെടുത്തി. ഏട്ടൻ മാറിക്കിടന്നാലും ഞാനൊരിക്കലും അമ്മയെ വിട്ടു പോയിട്ടില്ല. അമ്മയില്ലാതുറങ്ങേണ്ടിവന്ന പതിനൊന്നു വയസ്സുകാരിയുടെ വ്യാകുലതകളെക്കുറിച്ച് അമ്മമ്മയോ ഏട്ടനോ ചെറിയമ്മാമയോ ഓർത്തില്ല. മൂന്നാംദിവസം തുണിയിൽ പൊതിഞ്ഞ ബൊമ്മയെപോലെ വിദ്യയുമായി അമ്മയും രമചെറ്യേമ്മയും കാറിൽ വന്നിറങ്ങി. രമചെറ്യേമ്മയുടെ കല്യാണത്തിന് കാറിൽ കയറിയതിൽ പിന്നെ കിട്ടിയ തക്കത്തിന് കാറിന്റെ പതുപതുത്ത പിൻസീറ്റിൽ ഇത്തിരിനേരം കയറി ഇരുന്നതും അന്നായിരുന്നു. അമ്മയുടെ കൈയിൽ വിദ്യയെ കണ്ടപ്പോൾ എന്തിനെന്നറിയാതെ അസ്വസ്ഥത തോന്നി.

"കല്ലൂ, എന്താ കുട്ടീ നിന്റെ വിചാരം? വൈശാഖിനും നിനക്കും മൂന്നു വയസ്സിന്റെ വ്യത്യാസേ ഉള്ളൂ. അവന്റെ മകന് വയസ്സ് അഞ്ചുവയസ്സ് ഈ ഇടവത്തിൽ തികയും. അവൻ ബാഗ്ലൂരിൽ ആണിപ്പോ. അതോണ്ട് ഇടയ്ക്കിടെ വന്നുപോയുമൊക്കെ ഇരിക്കും. ശ്രീജയ്ക്കും ബാംഗ്ലൂരിൽ ജോലി ശരിയായി. അവനു പൂനേന്നു മാറ്റമായപ്പോൾ അവള് ജോലി കളഞ്ഞിട്ടാ വന്നേ. കല്ലൂ, നീയ് കഴിഞ്ഞ കൊല്ലം എന്തോ രജിസ്ട്രിക്ക് വന്നൂന്ന് ഞാൻ പിന്നാ അറിഞ്ഞത്. നിനക്ക് അമ്പലപ്പാട്ടേക്ക് ഒന്നു വരാൻ പാടില്ലാരുന്നോ കുട്ടീ? ഒന്ന് കണ്ടിട്ട് കാലെത്രായി?"

"ചെറ്യേമ്മ റിട്ടയർ ആയില്ലേ?"

ഓർത്തോർത്തു കിട്ടിയ ചോദ്യമാണ്. ഇടയ്ക്കിടെ മൂളുന്നതല്ലാതെ തിരിച്ചെന്താണൊന്നു ചോദിക്കേണ്ടതെന്ന് അറിയില്ലായിരുന്നു. അവസാനമായി ചെറ്യേമ്മ എന്നാണ് വിളിച്ചതെന്ന് ഓർമ്മയില്ല. ആരെയും അങ്ങോട്ട് വിളിക്കാത്തതുകൊണ്ട് ഇങ്ങോട്ടും വിളിക്കുമെന്നോ സുഖവിവരങ്ങൾ അന്വേഷിക്കണമെന്നോ തീരെ ആഗ്രഹവും പ്രതീക്ഷയുമില്ല. ഇടവപ്പാതി പോലെ പെയ്തിറങ്ങുന്ന ചെറ്യേമ്മയോടു തിരിച്ചെന്തെങ്കിലും ചോദിക്കണ്ടേ?

"മൂന്നു കൊല്ലായി ഞാൻ റിട്ടയർ ആയിട്ട്. ഇപ്പൊ അമ്പലപ്പാട്ടു ഭരണം. ചെറിയച്ഛൻ ഡയബറ്റീസും പ്രെഷറുമൊക്കെയായി പടവെട്ടുന്നു. കുറച്ചു കൃഷിയുമുണ്ട് നേരംപോക്കിന്. കല്ലൂ, കാർത്തിക്കിന്റെ കല്യാണത്തിന് കണ്ടതാ നിന്നെ, വരണേ കുട്ടീ. നീയിതെന്തു ഭാവിച്ചാ എന്നും ഒറ്റയ്ക്കിങ്ങനെ? നാടും വീടുമൊക്കെ ഉപേക്ഷിച്ച്? അതിനുമാത്രം തെറ്റ് ഞങ്ങളൊക്കെ എന്ത് ചെയ്തു കുട്ടീ? എല്ലാം ചേച്ചിയുടെ വിധിയാണെന്ന് കരുതി സമാധാനിക്ക്യാ, അല്ലാണ്ടെന്താ ചെയ്യാ?"

"നോക്കാം ചെറിയമ്മേ." സംസാരം നീണ്ടുപോകുന്നത് എവിടെയൊക്കെയോ അസ്വസ്ഥകൾ ഉണ്ടാക്കാൻ തുടങ്ങിയിരുന്നു. ആ വിഷയം മാത്രം ആരും എടുത്തിടുന്നത് സഹിക്കില്ല. അമ്മയുടെ കണ്ണീരിന്റെ നനവ് ഇപ്പഴും ഉള്ളിലുണ്ട്. അത് കിടന്നു നീറുംതോറുമാണ് കൂടുതൽ അകലേക്ക്, കൂടുതൽ വേഗത്തിൽ ഓടുന്നത്. എല്ലാം മറന്നെന്ന് നടിക്കുകയാണോ ചെറിയമ്മ. അതോ വർഷങ്ങളുടെ കുത്തൊഴുക്കിൽ ഓർമ്മകൾക്ക് തേയ്മാനം സംഭവിച്ചോ? ഇല്ല ചെറിയമ്മേ, അങ്ങനെ സമാധാനിക്കാൻ കല്പനയ്ക്ക് ഈ ജന്മം കഴിയുമെന്ന് തോന്നുന്നില്ല. കാലത്തിനുപോലും മായ്ക്കാൻ കഴിയാത്ത ചില മുറിവുകളെങ്കിലുമുണ്ട്. അത് ചോര വാർത്തുകൊണ്ടേയിരിക്കും.

ഇരുപത്താറ്

വാക്കുകൾ രണ്ടറ്റവും കത്തിച്ച പന്തങ്ങളായി നിന്ന് കത്തി.

"ഒരു സ്ത്രീക്ക് പുരുഷനോട് തോന്നുന്ന എല്ലാ ആസക്തിയോടും ആവേശത്തോടും കൂടിയാണ് ഞാൻ നിങ്ങളെ പ്രണയിച്ചത്. അതൊരിക്കലും ഒരു പരിശുദ്ധ പ്രേമമായിരുന്നില്ല. മാംസനിബദ്ധം തന്നെയായിരുന്നു. മറ്റാരോടും തോന്നിയിട്ടില്ലാത്തത്ര തീവ്രമായി ഞാൻ നിങ്ങളെ ആഗ്രഹിച്ചു. വലിയൊരു ലക്ഷ്യം മുന്നിൽ നിരന്തരം എരിഞ്ഞുകൊണ്ടേയിരുന്നിട്ടും വഴി കാണിച്ചുതന്നിട്ടും ഇനിയങ്ങോട്ടുള്ള വഴികൾ നമുക്കൊരുമിച്ചു നടന്നുതീർക്കാമെന്ന് നിങ്ങൾ പറഞ്ഞപ്പോൾ പാപബോധമില്ലാതെ ഞാൻ വഴിമാറി നടന്നു. ഒന്നാണെന്ന് തോന്നിയ ഏതോ നിമിഷത്തിൽ, എനിക്ക് ഏറ്റവും ദൈവികമെന്നു തോന്നിയ ആ നിമിഷത്തിൽ ഞാൻ നിങ്ങളെ ദേബ എന്ന് വിളിച്ചു. അത് വെറുതെ വിളിച്ചതല്ല, ഈ

പ്രപഞ്ചത്തെ മുഴുവൻ സാക്ഷിയാക്കി വിളിച്ചതാണ്. നിങ്ങൾ വാഗ്ദാനം നൽകിയതുപോലെ കൂടെയുണ്ടാവുമെന്നു കരുതി. പക്ഷേ, ഒരു സുപ്രഭാതത്തിൽ ഉറങ്ങിയുണർന്നപ്പോൾ പങ്കുവെച്ച ഉമിനീരും വിയർപ്പുമൊക്കെ മറന്നു നിങ്ങൾ പരിശുദ്ധനായി ഉയിർത്തെണീറ്റു. ഞാൻ മാത്രം പാപിയായി. ഭീരുവാണ് നിങ്ങൾ. കഴിഞ്ഞതൊക്കെ മറന്ന് ഇനി spiritual support വേണംപോലും! വന്നവഴിയേ നിങ്ങൾ തിരിഞ്ഞുനടക്കുമ്പോൾ എന്നെ പ്രതീക്ഷിക്കരുത്, ദേബ എന്ന വിളിപോലും എനിക്കന്യമായിക്കഴിഞ്ഞു. എനിക്കിനി എന്റെ വഴി. നമ്മുടെ വഴികൾ ഒരിക്കലും കൂട്ടിമുട്ടരുത്. ഇനി മേലാൽ കാണരുത്!"

കണ്ണുകൾ നിറഞ്ഞൊഴുകി, വാക്കുകൾ മുറിഞ്ഞു. നെഞ്ചിനകത്തു തൂവൽ മിനുക്കി കുറുകിയിരുന്നിരുന്ന അമ്പലപ്രാവ് ശ്വാസംമുട്ടിച്ചാവുന്നതിനുമുൻപുള്ള മരണവെപ്രാളത്തിൽ തല തല്ലി. ചുറ്റും നനുത്ത തൂവലുകൾ പാറി നടക്കുന്നു. ചിലതിലൊക്കെ ചോര. അതിന്റെ തിളങ്ങുന്ന കണ്ണുകൾ അസഹനീയമായ വേദനയിലെന്നപോലെ വട്ടം കറങ്ങി നിശ്ചലമായി. ഒരു വലിയ പിടച്ചിലോടെ ചലനം നിന്നു. ഒന്നലറിക്കരയാൻ, അനുസരണയില്ലാതെ പടർന്നു കിടക്കുന്ന മുടിയിൽ മുഖമമർത്തി ഇരുട്ടിൽ ഒളിക്കാൻ കൊതിച്ചു. പതിനേഴ് വർഷങ്ങൾക്ക് മുൻപ് അമ്മ മരിച്ചപ്പോൾ നിന്ന നില്പിന്റെ തനിയാവർത്തനം. മരുഭൂമിയിൽ, കത്തിയെരിയുന്ന സൂര്യനു താഴെ പൂർണനഗ്നയായി, തനിച്ചു വഴിയറിയാതെ! വലിയൊരു മൗനം രണ്ടു മനസ്സുകളിൽ എരിയുന്ന തീയിന് മുകളിൽ ആഞ്ഞുവീശി. അകം പൊള്ളിച്ചുകൊണ്ട് അത് കത്തിപ്പടർന്നു.

"സമസ്താപരാധങ്ങളും പൊറുക്കണം. പല തവണയായി പലപ്പോഴും പറയാൻ ശ്രമിച്ചു പരാജയപ്പെട്ടു ഞാൻ."

ആൽത്തറയിൽ അടുത്തിരുന്ന ദേബബ്രത അപ്രതീക്ഷിതമായി നിലത്തിരുന്ന് എന്റെ രണ്ടുകാലും ചേർത്ത്പിടിച്ചു ചുംബിച്ചു. അയാളുടെ കണ്ണുകളിലും നനവ് പടർന്നിട്ടുണ്ടെന്നു തോന്നുന്നു. വാക്കുകൾ എവിടെയൊക്കെയോ മൊഴിയപ്പെടാതെ മാറിനിന്നു.

"എത്രയോ തവണ പറയാൻ ശ്രമിച്ചു പരാജയപ്പെട്ടുപോയി. നിനക്കോർമ്മയുണ്ടല്ലോ നമ്മളൊന്നാവാൻ ശ്രമിച്ച രണ്ടുതവണയും സംഭവിച്ചതെന്താണെന്ന്? അതിനും എത്രയോ മുൻപ് എന്റെ ഗുരു ദുർഗാചരൺ മഹാപാത്ര എന്നെ വിലക്കിയിരുന്നതാണ്. യാദൃച്ഛികമായാണ് അദ്ദേഹം നിന്നെക്കുറിച്ചു ചോദിച്ചത്. ജീവിതത്തിൽ ആരാണ് പുതുതായി വന്നിട്ടുള്ളത്, രേതസ്സ് ഹോമിക്കാനുള്ള യജ്ഞകുണ്ഡമായി കാണരുതെന്ന് അവരെ രണ്ടുതവണ ഓർമ്മപ്പെടുത്തിയിരുന്നു. ആ വിലക്കുകൾക്ക് ഇത്രയും വലിയ അർത്ഥമുണ്ടായിരുന്നു എന്നെനിക്കു ബോധ്യമായത് രണ്ടാംതവണ എന്റെ എല്ലാ തീവ്രമോഹങ്ങളോടുംകൂടി നിന്നെയറിയാൻ ശ്രമിച്ചപ്പോൾ വന്ന ഹാർട്ട്അറ്റാക്ക് ആണ്. നിനക്കറിയാത്തതല്ലല്ലോ ഒന്നും. നിന്നോടുള്ള മോഹം അത്ര വലുതായിരുന്നു കല്പനാ, ആ വിലക്കുകളൊക്കെ ഞാൻ ലംഘിച്ചു. ഞാൻ നിരന്തരം കണ്ടുകൊണ്ടിരുന്ന,

എന്റെ ഉറക്കംകെടുത്തിയിരുന്ന ദുഃസ്വപ്നങ്ങളുടെ അർത്ഥം തേടിയാണ് കഴിഞ്ഞ രണ്ടുതവണയും ഗുരുവിന്റെ അടുത്തെത്തിയത്. രണ്ടു തവണയും അദ്ദേഹം നിന്നിൽനിന്നകലം പാലിക്കാൻ ആജ്ഞാപിച്ചു. നിന്നെ കാണുമ്പോൾ ഭയം കലർന്ന ആരാധനയാണ് എനിക്കെന്നും തോന്നിയിരുന്നതെന്ന് അതിനുംമുൻപ് ഒരിക്കൽ ഞാൻ നിന്നോട് പറഞ്ഞിരുന്നു. പക്ഷേ, തൂക്കിനോക്കിയപ്പോൾ നിന്നോടുള്ള മോഹം താണ് നിന്നു. മോഹം മുന്നോട്ടു നടക്കാൻ പ്രേരിപ്പിക്കുംതോറും ആരാധനയും ഭക്തിയും പുറകോട്ടു വലിച്ചുകൊണ്ടിരുന്നു. കൂടെ സ്വപ്നങ്ങളിൽ ചോര നിറമുള്ള നാക്കും ഇരുട്ടുടലാർന്ന ആ രൂപവും എന്റെ ഉറക്കം നഷ്ടപ്പെടുത്തി. എഴുതാനും പറയാനും പറ്റാതെ ജീവിതത്തിൽ ആദ്യമായി വേദിയിൽപോലും വിഷണ്ണനായി പ്രസംഗം അവസാനിപ്പിക്കേണ്ടിവന്നു ഒരിക്കൽ. ചിന്തകൾപോലും മുറിഞ്ഞു പോകുന്നു. യാദൃച്ഛികതയാണെന്ന് ഞാൻ സ്വയം വിശ്വസിപ്പിക്കാൻ നിരന്തരം ശ്രമിച്ചു. പക്ഷേ, നിന്നെ തൊട്ട ശുദ്ധമാക്കാൻ ശ്രമിച്ചപ്പോഴൊക്കെ ഒരുതരം പ്രതികാരബുദ്ധിയോടെ ആ രൂപം എന്നെ പിന്തുടർന്നു. കഴുത്തിൽ ആ ദംഷ്ട്രകൾ അമരുമെന്നായപ്പോൾ ഞാൻ വീണ്ടും ഗുരുസവിധത്തിലെത്തി."

കണ്ടിരുന്ന ദുഃസ്വപ്നങ്ങൾ വിവരിക്കുമ്പോൾ അയാളുടെ കണ്ണുകളിൽ അവ നിറഞ്ഞാടി. വാക്കുകളിൽ ഭീതി പത്തിവിടർത്തി.

"നിന്നെക്കുറിച്ചു കൂടുതലൊന്നും ചോദിച്ചിട്ടില്ല ഞാൻ. ഇപ്പഴും അറിയണ്ട. നിന്റെ സാധനയെക്കുറിച്ച് ഇന്നോളം നാം സംസാരിച്ചിട്ടില്ല. കണ്ടുമുട്ടിയ പരശ്ശതങ്ങളിൽ തീർത്തും സാധാരണ പെൺകുട്ടിയല്ലെന്നതിൽ കൂടുതലൊന്നും ഞാനറിഞ്ഞില്ല. നിന്റെ സങ്കടങ്ങളും ഒറ്റപ്പെടലും നീ ഇറക്കിവെച്ചിരുന്നതെവിടെയാണെന്നറിഞ്ഞിരുന്നു, പക്ഷേ, അതിന്റെ ദൈർഘ്യവും ശക്തിയും എനിക്കന്യമായിരുന്നു. നിന്നെ കാണുമ്പോൾ ഞാനനുഭവിച്ചിരുന്ന ശാന്തിയുടെ കാരണവും ഞാൻ പ്രണയമായി തെറ്റിദ്ധരിച്ചു. പക്ഷേ, കൽപനാ, അവസാനം കണ്ടപ്പോൾ അസന്ദിഗ്ധമായി എന്റെ ഗുരു കൽപിച്ചു, നിന്നെ ആശ്രയമായി മാത്രമേ എനിക്ക് കാണാനാകൂ, ബാക്കിയൊക്കെ അസാധ്യമാണ്. എന്റെ വിരലുകളിൽ വിരിഞ്ഞ കഥാപാത്രമാണ് മാളവിക, പക്ഷേ, എന്നെ തോൽപ്പിച്ചുകൊണ്ട് അത് എത്തിനിന്നത് ഞാൻപോലുമറിയാതെ മറ്റെവിടെയൊക്കെയോ ആണ്. ഇപ്പോൾ നീയും. എന്നെ ഉപേക്ഷിക്കരുത്. തനിച്ചാക്കരുത്. നീയില്ലാതെ ഞാനില്ല. കൂടെയുണ്ടാവണം. അപേക്ഷയാണ്."

തികട്ടിവന്ന, ഭാഷയിൽ അറിയാവുന്ന പരിഹാസവാക്കുകൾ വിലക്കി നിർത്തി. ആർക്കുവേണ്ടിയാണോ ഞാൻ നടന്നുവന്ന വഴികൾ, ദൂരെ കണ്ട പ്രകാശം, വിമലാമ്മയോട് ഒരിക്കൽ ഇരന്ന സമ്യക്കായ ന്യാസം ഉപേക്ഷിച്ചത്, ഇനി നടന്നുതീർക്കാനുള്ള വഴികൾ നമുക്ക് ഒരുമിച്ചു നടക്കാം എന്ന് ആരാണോ വാഗ്ദാനം നൽകിയത്, ഇനിയങ്ങോട്ട് കൂടെ കാണുമെന്ന് ആരെയാണോ വിശ്വസിച്ചത് അയാളിതാ കാൽച്ചുവട്ടിൽ അഭയത്തിനായി കേഴുന്നു. ദേബബ്രതയോടല്ല, സ്വയം പുച്ഛം തോന്നിപ്പോയി.

ആർക്കും പിടികൊടുക്കാതെ മുന്നോട്ടു നടന്ന വർഷങ്ങളുടെ പ്രതിജ്ഞ ആർക്കു വേണ്ടിയാണ് ഭംഗിച്ചത്? പ്രാണനിൽപോലും പൊള്ളുന്ന എന്തോ ഒന്ന്, ഊണിലും ഉറക്കത്തിലും ദൂരെക്കണ്ടിരുന്ന, അവ്യക്തമായെങ്കിലും തൊട്ടറിഞ്ഞിരുന്ന എന്തോ ഒന്ന്, അതിലും തീവ്രമായ മറ്റൊന്ന് വഴിമാറി നടക്കാൻ പ്രേരിപ്പിച്ചപ്പോൾ മറന്നുകളഞ്ഞ ആ നിമിഷത്തെ ശപിച്ചു. അപ്പോഴും ആൽത്തറയിൽ ചാഞ്ഞിരിക്കുന്ന അയാളുടെ മാനസികാവസ്ഥ ഉൾക്കൊള്ളാൻ മനസ്സ് പാകപ്പെട്ടില്ല. ഞാൻ ചിന്തിക്കുന്നത് കേട്ടിട്ടെന്ന പോലെ, പ്രപഞ്ചത്തിലെ മറ്റേതോ ഗ്രഹത്തിൽ നിന്നെന്നതുപോലെ ദേബബ്രതയുടെ വാക്കുകൾ അശരീരിയായി മുഴങ്ങി. അയാളുടെ സാമീപ്യം പോലും അപ്പോഴേക്കും ഞാൻ മറന്നിരുന്നു.

"കല്പനാ, എന്റെ എല്ലാ നേരുകളിന്മേലും ആണയിട്ടു പറയുകയാണ്, ഉപേക്ഷിക്കാൻ എനിക്കാവില്ല, സ്വീകരിക്കാനും. ഞാൻ ഉപേക്ഷിച്ചിട്ടില്ല, പക്ഷേ, ഞാനും നീയുമാഗ്രഹിച്ചപോലെ ബാക്കി വഴികൾ നടന്നുതീർക്കാൻ നമുക്കാവില്ല. ഇതെന്റെ തീരുമാനമല്ല, നിന്നെ എന്നെക്കാൾ ആവശ്യം ഈ ലോകത്തിനുണ്ട്. പക്ഷേ, എന്നെ ഉപേക്ഷിക്കരുത്."

"അന്വേഷിച്ചു വരരുത്, വിളിക്കരുത്, ഒരിക്കലും. എവിടെവെച്ചും ഇനി കാണരുത്."

ബാഗുമെടുത്തു തിരിഞ്ഞുനോക്കാതെ അത്രയും പറഞ്ഞുതീർത്തു റോഡിലേക്ക് ഓടുകയായിരുന്നു. കല്പനാ എന്ന ഒന്നിലധികം വിളികൾ പുറകിൽ കാറ്റിലലിഞ്ഞു. വന്നവഴികളൊന്നും ഓർമ്മയില്ല. നേരിൽ കണ്ട ഓട്ടോയ്ക്ക് കൈ കാണിച്ചു നിർത്തി. അയാളോടെന്താണ് പറഞ്ഞതെന്നോ, അയാൾ തിരിച്ച് എന്താണ് പറഞ്ഞതെന്നോ ഓർമ്മയില്ല, കയറി ഇരുന്നു. തലയ്ക്കകത്തു തേനീച്ചകൾ കൂടുകൂട്ടിയിട്ടുണ്ടെന്നു തോന്നുന്നു. വല്ലാതെ ഇരമ്പുന്നു, നുരയ്ക്കുന്നു. ഒരുവേള സഹികെട്ടു പുറത്തേക്കെടുത്തു ചാടിയാലോ എന്നുവരെ തോന്നിപ്പോയി. അപ്പാർട്ട്മെന്റ് ഗേറ്റിൽ ഓട്ടോ നിർത്തി. കൊടുത്ത പണത്തിന്റെ ബാക്കി വാങ്ങാൻ ഓർമ്മ വന്നില്ല. തേനീച്ചകളുടെ ഇരമ്പലിനൊപ്പം മുകളിലെത്തി ബെല്ലമർത്തിയപ്പോൾ മേഘ്ന വാതിൽ തുറന്നു. ഞായറാഴ്ച, ഏഴുമണി. ദിനചര്യ തെറ്റാതെ സെന്റർടേബിളിൽ സ്കോച്ച് വിസ്കിയും ഗ്ലാസും. ടിവിയിൽ ഏതോ ന്യൂസ് ചാനൽ. കൂടെ തുറന്നുവെച്ച ലാപ്ടോപ്.

"നീ വന്നോ. കല്പനാ, നീയറിഞ്ഞോ, C2 shipping held back due to integrtiy issue. goodspun ഇന്ന് നാം അയച്ചതൊന്നും ടർക്കിഷ് കോട്ടൺ അല്ലായിരുന്നു. Integrtiy issue. vendor is in all probabiltiy to get out of mtarix." ഒന്നുംകേട്ടില്ല. ഞാൻ വരാം എന്ന് മാത്രം പറഞ്ഞു റൂമിൽ പോയി. മുഖം കഴുകി ഉടുപ്പ് മാറ്റി സോഫയിൽ ചെന്നിരുന്നു.

"എനിക്കൊരു ഗ്ലാസ് കൊണ്ടുവാ."

അവൾ കേൾക്കാത്തതുപോലെ ടി.വിയിൽ നോക്കി ഇരുന്നു. ഞാൻ ആവർത്തിച്ചു.

"Meghna, get me too a glass." അവൾ ടി.വിയുടെ ശബ്ദം കുറച്ചു വിശ്വാസം വരാതെ എന്നെ നോക്കി.

"What did you say?"

"I said, get me a glass too..."

തിരസ്കാരത്തിന്റെ മുള്ളുകളിൽനിന്നും സ്വയം അടർത്തിയെടുക്കാനാകാതെ മുറിവേറ്റു ചോര വാർന്നുകിടക്കുകയാണ്. ശരശയ്യ സ്വയം വരിച്ച ഭീഷ്മരെപോലെ ചോദിച്ചു വാങ്ങിയ വിധിയാണ്, അനിവാര്യവുമാണ്. വേദന അതിലൊന്നുമല്ല. തനിച്ചു പോരാടിയ നീണ്ട പതിനേഴ് വർഷങ്ങൾ, കാലിടറി വീഴാതെ ദൂരെ മോഹിപ്പിച്ചുകൊണ്ടിരുന്ന ഒരിത്തിരിവെട്ടം നോക്കി ഏകയായി യാത്രയായപ്പോഴും അഹങ്കാരിയെന്നു ലോകം വിധിയെഴുതിയപ്പോഴും തോറ്റുകൊടുക്കാതെ തല നിവർത്തി മാത്രം പിന്നിട്ട വഴികൾ. എല്ലാം വ്യർത്ഥമായിരിക്കുന്നു. ഇരുട്ട് കട്ടപിടിച്ച കുരുക്ഷേത്ര ഭൂമിയിൽ ചുറ്റും കബന്ധങ്ങൾ ചോര വാർക്കുന്നു. പ്രാണൻ വിട്ടുപോകാത്ത ശരീരങ്ങളുടെ ഞെരക്കങ്ങൾ, പിടച്ചിലുകൾ. ജീവനോടെ വലിച്ചുപറിച്ചു തിന്നാൻ വരുന്ന ഹിംസ്രമൃഗങ്ങളുടെ തിളങ്ങുന്ന കണ്ണുകളെ നിസ്സഹായതയോടെ നേരിടേണ്ടിവരുന്ന ഉപേക്ഷിക്കപ്പെട്ട അർദ്ധപ്രാണനായ കാലാൾപട. ചുറ്റും രക്തദാഹികളായ കുറുനരികൾ ആഹ്ലാദത്തോടെ ഓരിയിടുന്നു, വടക്കേതൊടിയിലെ വരിക്കപ്ലാവിൽ ഇപ്പോൾ കാലൻകോഴികൾ നീട്ടി കൂവുന്നുണ്ടാവും. ഒക്കെ എന്തിനായിരുന്നു? ഏറ്റവും ദയനീയമായി തോറ്റുപോയിരിക്കുന്നു. അപമാനിക്കപ്പെട്ടിരിക്കുന്നു.

കൂർത്ത നോട്ടത്തോടെ മേഘ്ന നീട്ടിയ ഗ്ലാസ് എങ്ങനെയാണ് കുടിക്കേണ്ടതെന്നറിയില്ലായിരുന്നു. മദ്യപിക്കുന്നവരെ കണ്ടിട്ടുണ്ടെങ്കിലും കൂടെയുള്ള മേഘ്നപോലും മദ്യപിക്കുമ്പോൾ നിരീക്ഷിച്ചു ശീലമില്ലാത്തതിനാൽ ഗ്ലാസ് വാങ്ങി ദേബ ബിയർ കുടിക്കുംപോലെ അടർത്തിമാറ്റാൻ പോലും നിൽക്കാതെ, ശ്വാസം വിടാനിടയില്ലാതെ കുടിച്ചു തീർത്തു. ഞൊടിയിടയിൽ പ്രപഞ്ചംതന്നെ വിഴുങ്ങിയതുപോലെ. ഗ്ലാസിലെ ദ്രാവകം ഒഴുകും വഴികളിലെല്ലാം ചിറകുകൾ വിടർത്തി അഗ്നിശലാകകളെപ്പോലെ പറന്നു. വാക്കുകളെപോലും തോൽപ്പിച്ചുകൊണ്ടു വേദന പ്രാണനിൽ ആയിരംമുനകൾ ആഴ്ത്തിയിറക്കി. ദേബാ, തെറ്റുപറ്റിയതെനിക്കാണ്. മഴ പെയ്തൊഴിഞ്ഞ ഒരു പ്രഭാതത്തിൽ മുന്നിൽ തെളിഞ്ഞ മഴവില്ലു നോക്കിനടന്നപ്പോൾ വഴിയൊരല്പം പിഴച്ചുപോയി. സ്വയം വിചാരണ ചെയ്ത് ഏറ്റവും കൂടിയ ശിക്ഷ സ്വയം വിധിക്കുകയെന്നതിൽ കുറഞ്ഞൊരു പ്രായശ്ചിത്തവും മുന്നിലില്ല.

മേഘ്നയുടെ തികച്ചും സ്വാഭാവികമായ ആശ്ചര്യത്തിന്, ചോദ്യങ്ങൾക്ക് ഒന്നും മറുപടി ഇല്ലായിരുന്നു. ജീവിതത്തിന്റെ ഏതോ ഘട്ടത്തിൽ അറിയാതെ പടർന്നുകയറി വരിഞ്ഞുമുറുക്കിയ ദേബബ്രത എന്ന വികാരം അവൾക്കന്യമാണ്. എല്ലാം തീർന്ന സ്ഥിതിക്ക് ഇനി വിവരിക്കുന്നതിലും അർത്ഥമൊന്നുമില്ല.

ഗ്ലാസ് വീണ്ടും നിറഞ്ഞു. ഇടറുന്ന കാലടികളോടെ അതുമായി വാതിൽ തുറന്നു ബാൽക്കണിയിൽ പോയി നിന്നു. പുക ചുറ്റിയ ആകാശത്ത് അഞ്ചാറു നക്ഷത്രങ്ങൾ. താഴെ നിയോൺലൈറ്റിന്റെ വെളിച്ചത്തിൽ ഉറുമ്പുകളെപോലെ അരിക്കുന്ന കുറെ മനുഷ്യർ. ഒരുപാട് ദൂരമുണ്ട് താഴേക്ക്. ശാന്തേച്ചിയുടെ കോഴിക്കുഞ്ഞുങ്ങളെ റാഞ്ചാൻ വരുന്ന പ്രാപ്പിടിയനെപ്പോലെ ചിറകുവീശി പറന്നു നോക്കിയാലോ? ഗ്ലാസിലെ സ്വർണ വർണ ദ്രാവകം കണ്ണുമടച്ചു വിഴുങ്ങി ശ്വാസംവിട്ടതോടൊപ്പം ഉള്ളിൽ നിന്ന് ഒരു ഉരുൾപൊട്ടൽ ഇരമ്പിവന്നു. കണ്ണുകളിൽ ഇരുട്ടുമായി നിലത്തിരുന്നുപോയി. ചില്ലു ഗ്ലാസ് നിലത്തു വീണുടയുന്ന ശബ്ദം കേട്ടത് മാത്രം ഓർമ്മയുണ്ട്.

ഇരുപത്തേഴ്

അതിഭീകരമായ ഡമരുതാളം. ചുറ്റും കറുത്ത പുക. വായുവിൽ ചോര മണക്കുന്നു. ഇരുട്ടിൽ തിളങ്ങുന്ന രണ്ടു വലിയ കണ്ണുകൾക്ക് മുകളിൽ കത്തി ജ്വലിക്കുന്ന മൂന്നാമതൊന്നുകൂടി. ആ അഗ്നിയുടെ താപത്തിൽ ചുട്ടുപഴുത്തു ഞെട്ടിയുണരുമ്പോൾ ഒരു നിമിഷം പകച്ചുപോയി. അരണ്ട വെളിച്ചത്തിലേക്കു കുറെനേരം തുറിച്ചു നോക്കിയിരുന്നിട്ടും ഏതോ തമോ ഗർത്തത്തിൽ അകപ്പെട്ടതുപോലെ. ഒന്നും മനസ്സിലായില്ല. വിയർത്തൊട്ടിയിരിക്കുന്നു. ദിശാബോധം നഷ്ടപ്പെട്ട് ഏതോ ഓർമ്മയിൽ ഇടതുകൈ കൊണ്ട് ചിറയ്ക്കലെ തെക്കേജനാലയുടെ കൊളുത്തു തിരഞ്ഞു. നിത്യവും കേറിയിറങ്ങുന്ന ചിരപരിചിതമായ കാറ്റുപോലും ഇന്ന് എവിടെപ്പോയൊളിച്ചു? ഒരിക്കലും അടച്ചിടാത്ത ജനൽ ആരാണ് അടച്ചിട്ടത്? ഇല്ല, ജനൽ കാണുന്നില്ല, ഇത് മറ്റേങ്ങോ ആണ്. തലയ്ക്കകത്തുകൂടി ചൂളം വിളിച്ചുകൊണ്ടു തലങ്ങും വിലങ്ങും തീവണ്ടികൾ അമർന്നുപായുന്നു. സ്ഥലകാലബോധങ്ങൾ വീണ്ടെടുത്തപ്പോൾ മറ്റൊരു വേദനകൂടി ആഴങ്ങളിൽനിന്നും ചുര മാന്തി, ദേബ. രക്ഷപ്പെടാൻ വഴികളൊന്നുമില്ല മുന്നിൽ. എണീറ്റ് ലൈറ്റ് ഇടാൻ നടന്നപ്പോൾ കാൽ എവിടെയോ തട്ടി.

"കല്പനാ..."

മേഘ്ന ഉറക്കെ വിളിച്ചു.

അവൾ താഴെ കിടന്നുറങ്ങുന്നുണ്ടായിരുന്നോ? പിടഞ്ഞെണീറ്റ് അവൾ ലൈറ്റിട്ടു.

"കൽപനാ, നിന്നെ ബെഡ്റൂംവരെ താങ്ങിയെടുത്തോണ്ടു പോകാൻ വയ്യായിരുന്നു എനിക്ക്. അതാ ഇവിടെ കിടത്തി ഞാനും കിടന്നേ. ഇവിടെ വരെ എത്തിക്കാൻതന്നെ ഞാൻ കഷ്ടപ്പെട്ടു. You spoiled all your clothes. I changed mostly. What happened to you? ഇത്രയും വർഷത്തിനിടെ നീ മദ്യപിച്ചു ഞാൻ കണ്ടിട്ടില്ല. ഇപ്പോൾ അതിനു മാത്രം എന്തുണ്ടായി? What is eating you up? Tell me."

ഡൈനിങ്ങ്ടേബിളിലെ വെള്ളക്കുപ്പിയെടുത്തു പകുതിയോളം കുടിച്ചു കഴിഞ്ഞപ്പോൾ ഏതാണ്ട് ശ്വാസം നേരെവീണു. മെല്ലെ സംഭവിച്ചതൊക്കെ ഓർമ്മ വന്നുതുടങ്ങി.

"നീ അകത്തുപോയി കിടക്കൂ, തറയിൽ കിടക്കാതെ. ഇപ്പഴും സുഖമായിട്ടില്ലല്ലോ. തോന്നിവാസം കാണിക്കാതെ. ഞാനും കിടക്കട്ടെ."

അവളുടെ ചോദ്യങ്ങളിൽനിന്നും മുഖമൊളിപ്പിക്കാൻ ഞാൻ ബെഡ്റൂമിലേക്ക് നടന്നു.

അഞ്ചാറു ദിവസത്തിനുശേഷം ഓഫീസിൽ വരാൻ തയ്യാറായി നിൽക്കുന്ന മേഘ്നയെ ആണ് ഉണരുമ്പോൾ കാണുന്നത്.

"നിന്നെ വിളിക്കാൻ ഇരിക്കുവാരുന്നു. ഇന്ന് ഓഫീസിൽ എന്തൊക്കെയാണ് ഉണ്ടാകുന്നതെന്ന് ദൈവത്തിനു മാത്രമേ അറിയൂ. വേഗം റെഡിയാവ്." ചായ നീട്ടിക്കൊണ്ട് അവൾ ഓർമ്മിപ്പിച്ചു.

നൂറ്റിഇരുപത് മില്യൺ ഡോളറിന്റെ ബിസിനസ് കൈകാര്യം ചെയ്യുന്ന, കഴിഞ്ഞ ഇരുപതിലധികം വർഷമായി കൂടെയുള്ള എക്സ്പോർട്ടറെയാണ് സത്യസന്ധമല്ലാത്ത ഇടപാടിന് പുറത്താക്കുന്നത്. കൂടെ പുറത്തുപോകുന്നത് കമ്പനിയിലെ ഒരു മാനേജരടക്കം മൂന്നുപേരും. പലയിടത്തും അത് വലിയ വാർത്തയായി. ഇല്ലാത്ത പേര് പറഞ്ഞു സ്റ്റോറിൽനിന്ന് വിറ്റ സകല ഉത്പന്നങ്ങളും കമ്പനി ധാർമികമൂല്യങ്ങളുടെ പേരിൽ തിരിച്ചുവിളിക്കുകയാണ്. കോടിക്കണക്കിനു രൂപയുടെ നഷ്ടം. അടുത്ത സീസണടക്കം കൊടുത്ത ഓർഡറുകൾ എല്ലാം റദ്ദാവുകയാണ്. അടിയന്തിരമായ മീറ്റിംഗുകൾ, ആലോചനകൾ, വിശദീകരണങ്ങൾ. ഇന്നലെ ഇമെയിൽ കണ്ട മേഘ്ന പറഞ്ഞിരുന്നു എങ്കിലും അപ്പോഴത്തെ മനസികാവസ്ഥയ്ക്ക് ഉൾക്കൊള്ളാനാവുന്ന ഒന്നല്ലായിരുന്നു ആ വാർത്ത. ഈ സ്ഫോടനാത്മകമായ സന്ദർഭങ്ങൾ മുന്നിൽ കണ്ടുകൊണ്ടാണ് പൂർണമായും സുഖമാവാതിരുന്നിട്ടും മേഘ്ന കൂടെ ഓഫീസിൽ വന്നത്. ഊഹോപോഹങ്ങൾ, അടക്കംപറച്ചിലുകൾ. എല്ലാറ്റിനും വിരാമമിട്ടുകൊണ്ട് മുഴുവൻ ഓഫീസിനെയും വിളിച്ചുകൂട്ടി വിശദീകരണമാരംഭിച്ചു. ചോദ്യങ്ങൾ ചോദിച്ചുകൊള്ളാൻ അനുമതിയുണ്ടായിട്ടും നീണ്ട മൗനത്തിൽതട്ടി ചോദ്യങ്ങളുടെയെല്ലാം മുനയൊടിഞ്ഞു. പിരിച്ചുവിടപ്പെട്ട മൂന്നുപേരും ഉച്ചയ്ക്ക് മുൻപ് നടപടികൾ പൂർത്തിയാക്കി പുറത്തുപോയി.

ദേബ കൊളുത്തിയ തീച്ചൂളയിൽ വെന്തുരുകുമ്പോഴാണ് കൂടെ ഇതും സംഭവിക്കുന്നത്. ഇന്നലെ രാത്രി ഗ്ലാസുമായി വാതിൽ തുറന്നു ബാൽക്കണിയിൽ പോയശേഷം എന്താണുണ്ടായതെന്ന് അറിയില്ല. രണ്ടുമൂന്നു തവണ ഓർത്തുനോക്കാൻ ശ്രമിച്ചു പരാജയപ്പെട്ടു. മേഘ്നയോടു ചോദിക്കാനും വയ്യ. പാവം കുറെ കഷ്ടപ്പെട്ടുകാണും.

ദേബയെ ഒന്നു വിളിച്ചാലോ എന്ന് പലതവണ തോന്നി. കഴിയുന്നില്ല മിണ്ടാതിരിക്കാൻ. ഒന്നുരണ്ടു തവണ ഫോൺ കൈയിലെടുത്തതുമാണ്. കനലാണ് അകം നിറയെ. ആളുന്നില്ല, അണയുന്നുമില്ല. നീറിനീറിയങ്ങനെ വേദനിപ്പിച്ചുകൊണ്ടിരിക്കുന്നു.

ഓരോ ഷിപ്‌മെന്റിന്റെയും ഗുണനിലവാര പരിശോധനകളുടെ സകല ഡീറ്റെയ്‌ൽസും എടുത്തു പരിശോധിക്കുകയാണ്. ഒരിടത്തും ഒന്നും സൂചനപോലും ഉണ്ടായിരുന്നില്ല. ഒന്നിന് പുറകെ മറ്റൊന്നായി മീറ്റിംഗുകൾ. ഉച്ചയ്ക്ക് ഭക്ഷണംപോലും ഉണ്ടായില്ല. ഹെഡ്ക്വാർട്ടേഴ്‌സുമായി വൈകിട്ട് urgent call. നിലവിലെ സാഹചര്യം, അടുത്ത നടപടികൾ ഒക്കെയാണ് വിഷയം. കൊടുത്ത ഓർഡറുകൾ ക്യാൻസൽ ചെയ്യുമ്പോൾ ഇത്രയും ഭീമമായ ഓർഡർ ഏറ്റെടുക്കാൻ കഴിയുന്ന മറ്റൊരു കമ്പനിയെയും എത്രയും പെട്ടെന്ന് കണ്ടെത്തണം, അല്ലെങ്കിൽ നിലവിലുള്ള ബാക്കി കമ്പനികൾക്ക് വീതിച്ചു കൊടുക്കണം. ആകെ വല്ലാത്തൊരവസ്ഥ.

ഫോൺ നിശ്ശബ്ദമായി അടിക്കുന്നു. ദേബ! മീറ്റിംഗിലാണെങ്കിലും വേണമെങ്കിൽ എന്തെങ്കിലും കാരണം പറഞ്ഞു ഫോൺ എടുത്തു പുറത്തു പോകാം. ബലികാത്തു കുറ്റിയിൽ കെട്ടിയിട്ട മൃഗത്തെപോലെ അടിമുടി വേപഥു. ഫോൺ എടുത്തു പുറത്തേക്കു നടക്കാനും സംസാരിക്കാനും ഹൃദയം യാചിക്കുന്നു. തിരസ്കാരത്തിന്റെ, അപമാനത്തിന്റെ മുറിവ് പക്ഷേ, ഹൃദയവുമായി ദ്വന്ദയുദ്ധം നടത്തി. മാപ്പു കൊടുക്കാൻ കഴിയില്ല. എന്തും ഒരിക്കൽ നൽകിയിട്ടു പിന്നീട് നിഷേധിക്കുന്നത് ആത്മാഭിമാനത്തെ ആഴത്തിൽ വ്രണപ്പെടുത്തും. പ്രത്യേകിച്ചും പെണ്ണിന്റെ. പച്ച മാംസത്തിൽ കത്തിയിറക്കുന്നതുപോലെ വേദനിക്കുന്നുണ്ട്, പക്ഷേ, തോൽവി വയ്യ. പ്രാണൻ പകുത്തു കൊടുത്തതാണ്, പടിയിറക്കി വിടുന്നത് അത്ര എളുപ്പമാവില്ലെന്നു പ്രതീക്ഷിച്ചിരുന്നു. പക്ഷേ, അത് മരണത്തേക്കാൾ ഭയാനകമാണെന്ന അറിവ് പിടിച്ചുലച്ചു. വല്ലാത്ത ഭീതി. എന്തൊക്കെയോ സംഭവിക്കാൻ പോകുന്നുവെന്ന തോന്നൽ. മീറ്റിംഗിനിടയിലും കഴുത്തിൽ കിടക്കുന്ന ജപമാല ഊരി കൈയിൽ മുറുകെ പിടിച്ചു. കണ്ണിലെ നനവ് ആരും കാണാതെ തുടയ്ക്കാൻ ശ്രമിക്കുന്നതിനു മുൻപേ ഉരുണ്ടുവീണു.

ഇരുപത്തെട്ട്

"കല്ലൂ, തേതിക്കുന്നിൽ രാത്രി മഴ പെയ്യുന്നത് കണ്ട്ട്ട്ണ്ടോ?"

"ല്യ."

"തേതിക്കുന്നിലെ പാറക്കൂട്ടങ്ങളിലെവിടെയോ മുക്കാരത്തിക്കാവിലമ്മടെ ആമാടപ്പെട്ടി ഒളിച്ചുവെച്ചിട്ടുണ്ട്. ശാപം കിട്ടിയ ആളോളെ അവടെ കരിമ്പനകളാക്കി കാവൽ നിർത്തീട്ട്ണ്ട്. പെരുമഴ പെയ്യുന്ന രാത്രീല് തേതിക്കുന്നിൽ ആരൂല്യാന്നു കാണുമ്പോ മുക്കാരത്തിക്കാവിലമ്മ കാവിനു പുറത്തുകടന്ന് ആമാടപ്പെട്ടി എടുക്കാൻ വരും. പാറയിടുക്കിൽ എവിടോ ഒളിപ്പിച്ചുവെച്ച ആമാടപ്പെട്ടി തുറന്ന് പണ്ടങ്ങളൊക്കെ എടുത്ത് അണിയും. എന്നിട്ട് ഭർത്താവായ അന്ത്യാളനെ കാണാൻ പോകും. ആരും കാണണത് മുക്കാരത്യമ്മയ്ക്ക് ഇഷ്ടല്ല. ഇരുട്ടിൽ തിളങ്ങുന്ന നീലക്കൊടുവേലി

തെരയാൻ ആരെങ്കിലും അന്നേരം ആ വഴി പോകുമ്പോൾ സുന്ദരിയായ മുക്കാരത്തിക്കാവിലമ്മയെ കണ്ടാൽ ശപിച്ചു കരിമ്പനയാക്കും."

"നിക്കും കാണണം പണ്ടങ്ങളിട്ട സുന്ദരിയായ മുക്കാരത്തിയമ്മയെ."

"നെനക്ക് പ്രാന്താണോ കല്ലൂ, പിന്നെ കരിമ്പനയാവും."

"സാരല്യ, പണ്ടങ്ങളണിഞ്ഞു സുന്ദരി മുക്കാരത്തിയമ്മയെ കരിമ്പനായി കണ്ടോളാംട്ടോ."

"തേതിക്കുന്നിൽ നീലക്കൊടുവേലിയുണ്ട്. ഇരുട്ടിൽ തിളങ്ങുന്ന നീലക്കൊടുവേലി. നീലക്കൊടുവേലി തൊട്ടാൽ ഇരുമ്പും സ്വർണാവും. നീലക്കൊടുവേലി കൈയിലുണ്ടെങ്കി ആരും മരിക്കില്ല്യ. തേതിക്കുന്നിൽ മഴ പെയ്യുന്ന പാതിരായ്ക്ക് നീലക്കൊടുവേലി തെരഞ്ഞ പലരും മുക്കാരത്യമ്മെ കണ്ട്ട്ട്ണ്ടത്രേ. അവരൊക്കെ ആണ് അവിടെ കുന്നിന്റെ നെറുകെൽ നിക്കണ കരിമ്പനകൾ."

"നിക്കും വേണം നീലക്കൊടുവേലി."

"ചെമ്പോത്തിനു മാത്രേ നീലക്കൊടുവേലി ഏതാന്നറിയൂ. അത് കുന്നിന്റെ മോളീന്ന് ആരും കാണാതെ കൊടുവേലി കൊത്തിക്കൊണ്ടു വരും. ചെമ്പോത്തു കൂടുണ്ടാക്കണത് നീലക്കോടുവേലി കൊണ്ടാത്രേ. ചെമ്പോത്തിന്റെ കൂടാണെങ്കി ആരും കണ്ടിട്ടൂല്ല്യ, ചെമ്പോത്തിനു മരണോല്യ. നീലക്കൊടുവേലി തെരഞ്ഞു പണ്ട്പണ്ട് മഴ പെയ്യണ രാത്രി തേതിക്കുന്നിൽ പോയോര് മുക്കാരത്തിക്കാവിലമ്മയെ കണ്ട് കരിമ്പനകളായി. അവിടെ നിക്കണ കരിമ്പനകളൊക്കെ മുക്കാരത്യമ്മ ശപിച്ചോരാണ്."

"കണ്ടാലെന്താ മുക്കാരത്യമ്മേനെ?"

"മുക്കാര്ത്ത്യമ്മ മുക്കാരത്തിക്കാവിനു പൊറത്തെറങ്ങണത് അന്ത്യാളനെ മാത്രം കാണാനാണ്. തേതിക്കുന്നിനു പിന്നിലല്ലേ അന്ത്യാളൻകാവ്?"

"നമ്മടെ തൊടീലുണ്ടല്ലോ ചെമ്പോത്ത്. നാളെ പിന്നാലെ പോയി നോക്കും ഞാൻ."

"മണ്ടത്തരം കാണിക്കല്ലേ കല്ലൂ, ചെമ്പോത്തിനറിയാം പുറകെ കൂടുന്നവർ കൂട്ടിലെ നീലക്കൊടുവേലി നോക്കി വരുന്നൊരാന്ന്. നീലക്കൊടുവേലി തെരയണോരൊക്കെ ആർത്തിക്കാരാ. ചെമ്പോത്ത് കൊത്തിപായിക്കും. ചെമ്പോത്തിന്റെ കൊത്തുവേണോ?"

വെട്ടുവഴിയിൽനിന്നും പാടത്തേക്കിറങ്ങുന്ന കടമ്പയ്ക്കരികിൽ കാത്തുനിന്നിരുന്ന രണ്ടു കണ്ണുകൾ, അല്പം വൈകിയാൽ പരിഭ്രമിച്ചിരുന്ന ഒരു മനസ്സ് എങ്ങനെയാണ് ചേർന്നൊട്ടിക്കിടന്നുറങ്ങിയിരുന്ന ആ ആറുവയസ്സുകാരിയെ, മുടി മെടഞ്ഞിട്ടു സ്കൂളിലേക്കയച്ച പതിമൂന്നുകാരിയെ, നീളൻ പാവാട തയ്ച്ച് ഇടുവിച്ചു കോളേജിലേക്കയച്ച പതിനെട്ടുകാരിയെ, വേറൊന്നിനും തൃപ്തിപ്പെടുത്താനാകാത്ത അവളുടെ മമതകളെ പരിത്യജിച്ചു കടന്നുപോകാൻ തീരുമാനിക്കുന്നത്? മരിക്കാനാണോ ജീവിക്കാനാണോ

കൂടുതൽ ത്രാണി വേണ്ടത്? പതിനാറ് വർഷങ്ങളായി സ്വയം ചോദിച്ചുകൊണ്ടിരിക്കുന്ന ചോദ്യം. ഭദ്ര ചെറ്യേമ്മയുടെ വെളുത്ത കൈത്തണ്ടയിലെ നീലച്ച ഞെരമ്പുകൾ, കറുത്ത ചുണ്ട്, പാമ്പു പോലിഴയുന്ന നനഞ്ഞ തലമുടി, കോടിമല്ലുമുണ്ട് വലിച്ചു കീറുന്നതുപോലെ തെക്കേപ്പാട്ടെ മട്ടുപ്പാവിൽനിന്നും രാത്രികളിൽ ഉയർന്നുകേട്ടിരുന്ന വിഷ്ണുനാരായണന്റെ അലർച്ച. ഒക്കെ മറന്നുതുടങ്ങുന്നതേ ഉണ്ടായിരുന്നുള്ളൂ. ഏതൊക്കെയോ ഓർമ്മകളിൽ തെന്നിയൊഴുകിയിരുന്ന അമ്മയുടെ ഇഴപിന്നിയ വാചകങ്ങളെക്കാളും പുക ചൂഴ്ന്ന ശരീരത്തെക്കാളും ആശുപത്രികിടയ്ക്കക്കരികിലും സിമന്റു ഗോവണിയിലുമായി കഴിച്ചുകൂട്ടിയ രണ്ടു ദിവസങ്ങളിൽ കൂടുതൽ കരയിച്ചത്, നീറ്റിയത് ആ നിരാസമായിരുന്നു. മരണത്തെ വിലക്കി നിർത്തുന്ന നീലക്കൊടുവേലി അന്വേഷിച്ചു തേതിക്കുന്നിൽ മനസ്സ് അലഞ്ഞുനടന്നു. സർവ്വാഭരണ വിഭൂഷിതയായി അന്തിമഹാകാളനെ കാണാൻ പോകുന്ന മുക്കാരത്യമ്മയെ മഴ പെയ്യുന്ന രാത്രിയിൽ ഒന്ന് കണ്ടാൽ തേതിക്കുന്നിന്റെ അതിരുകളില്ലാത്ത ആകാശത്തു നോക്കി ഒറ്റക്കാലിൽ തപസ്സുചെയ്യുന്ന കരിമ്പനയാകാം. സ്ഥലകാലങ്ങളറിയാതെ. ഉണങ്ങാത്ത മുറിവുകളിൽനിന്നും നിഷേധം രുചിച്ചു കല്പന വളർന്നു. പറ്റിച്ചേർന്ന മരം തുലാവർഷത്തിനിടെ ഇടിമിന്നലേറ്റ് കരിയുമ്പോൾ, നേരെ നില്ക്കാൻപോലും ത്രാണിയില്ലാതെ പടർന്നുകയറിയ വള്ളിച്ചെടിയെ പെരുമഴവേരോടെ പിഴുതു കൊണ്ടുപോയി. എവിടെയൊക്കെയോ കുത്തൊഴുക്കിൽ അലഞ്ഞുനടന്നു, ഏതോ തീരത്ത് അടിഞ്ഞു, വേര് പിടിച്ചു.

തള്ളിക്കളഞ്ഞും ഉപേക്ഷിച്ചും അരങ്ങൊഴിഞ്ഞുപോയ അനേകർ മുന്നിലേക്ക് കുടഞ്ഞിട്ടു പോകുന്ന ഇരുട്ടിനും പിന്നീട് കണ്ടുമുട്ടുന്നവരും സ്വീകരിക്കുന്നവരുമായ ആരൊക്കെയോ പകർന്നുതരുന്ന വെളിച്ചത്തിനുമിടയിലുള്ള യാത്രയാണ് പലപ്പോഴും ജീവിതം. പരിത്യജിക്കപ്പെടൽ, അത് മരണംകൊണ്ടായാലും ജീവിതം കൊണ്ടായാലും ആത്മനിന്ദയുടെ കൂർത്ത കലപ്പയാൽ ഹൃദയം ആഴത്തിൽ ഉഴുതുമറിക്കും. പുറകെ അതിജീവനത്തിന്റെ മഴ വരും. ഉഴുതിട്ട നിലത്തു സ്വയമറിയാതെ പാകുന്ന വെറുപ്പിന്റേയോ പ്രതീക്ഷകളുടെയോ വൈരാഗ്യത്തിന്റേയോ വിത്തുകൾ നനവിൽ കിടന്നു മുള പൊട്ടും. ചിന്തകളുടെയും വികാരങ്ങളുടെയും വളമൂറ്റിക്കുടിച്ചു തഴച്ചു വളരും. വിളവെടുപ്പിന്റെ ഒരു ദിവസം കാത്തിരിക്കുന്നുണ്ട്.

ഒരു സുപ്രഭാതത്തിൽ പറിച്ചെറിഞ്ഞ്, ഈ ലോകത്തു തീർത്തും ഏകയാക്കി കടന്നുപോയ അമ്മയോടുള്ള ഈർഷ്യ മെല്ലെ മറ്റുള്ളവരിലേക്കും പടർന്നു. ഒച്ചുപോലെ ഉൾവലിഞ്ഞു, ഒട്ടകപക്ഷിയെപോലെ തലപൂഴ്ത്തി, മരണസമയമെടുക്കുമ്പോൾ ഉൾക്കാടുകൾ തേടിപ്പോകുന്ന ഏതോ മൃഗത്തെപ്പോലെ സകലതിനെയും അകറ്റി നിർത്തി. ചുറ്റും മനുഷ്യരല്ല, നിഴലുകൾ. നിഴലുകളോട് യുദ്ധം ചെയ്തു മടുത്ത നിസ്സഹായതയുടെ സഹനപർവ്വങ്ങളിൽ വീഴാതെ ചവിട്ടി നിന്നുകൊണ്ട് മറ്റൊരു ലോകം ആർത്തിയോടെ തിരഞ്ഞു. അകത്തേക്ക് നോക്കിയും കളഞ്ഞു

പോയതൊക്കെ ഉള്ളിലെയാഴങ്ങളിൽ തിരഞ്ഞും സ്വയം വാഗ്വാദങ്ങളിലേർപ്പെട്ടും തള്ളിനീക്കിയ ദിനരാത്രങ്ങൾ, ഋതുക്കൾ, വർഷങ്ങൾ.

കടിച്ചു കുടയുന്ന ഏകാന്തത, ചൂഴ്ന്നു നിൽക്കുന്ന രാവ്. നീണ്ടയാത്രയുടെ തളർച്ചയിൽ ആണ്ടുപോയ സുഷുപ്തി. മഞ്ഞുറഞ്ഞ, വെളുത്തു നരച്ച, നീണ്ട ശിശിരത്തിനൊടുവിലാണ് ദേബയെന്ന വസന്തം കൈനീട്ടി തൊടുന്നത്. ഉണർത്തുന്നത്. ഇന്ദ്രിയങ്ങളിൽ മദം പടർത്തിയ വന്യഗന്ധം. കാഴ്ചയുടെ സപ്തവർണങ്ങൾ വീശിയ മഴവില്ല്. ചക്രവാളങ്ങളിൽനിന്നും തേടിയെത്തിയ ആർദ്രമാം ഭാംസുരി. പക്ഷേ, ഒക്കെയും നീണ്ടയുറക്കത്തിൽ കണ്ട വെറും സ്വപ്നങ്ങളായിരുന്നു. രാവേറെയായി. കാട് കറുക്കുന്നു. അന്ധകാരത്തിന്റെ മടുപ്പും തണുപ്പും മുരൾച്ചയും പാതിയിൽ ശൂന്യമാം വിരൽപ്പാടും!

വഴിയരികിലീ കൽപ്പടവിൽ ഞാൻ
ഇടറിവീണുപോയ് പതിതയായേകയായ്
തെല്ലുറങ്ങട്ടെ, ഉണർത്താതെ പോകുക
മരണമാണിഷ്ടം, തിരസ്കാരം ഭയാനകം!

"കല്ലൂ, സകല നോട്ടുപുസ്തകത്തിലും കണ്ണിക്കണ്ടത് എഴുതി നിറച്ചാൽ തുടയടിച്ചു പൊളിക്കും. തോന്ന്യാസം കൂടിക്കൂടി വരാണ്."

"കല്പനാ, ഒരിക്കൽ ആഗ്രഹിച്ചിരുന്നതുപോലെ ആർത്തിയോടെ കണ്ട നിന്റെ നഗ്നതയല്ല കണ്ണടച്ചാൽ മുന്നിൽ, ചുവന്ന പട്ടുടുത്ത, പൊട്ടു തൊട്ട നിന്റെ രൂപമാണ്. ഭോഗിക്കാൻ എനിക്കാവുന്നില്ല, ക്ഷമിക്കൂ."

"കല്ലൂ, തറവാട് ഭാഗം വെയ്ക്കുന്നു. നിനക്കാവശ്യമുണ്ടോ ഇല്ലയോ എന്നല്ല ചോദ്യം. വന്ന് ഒപ്പിട്ടുപോവുക, നിന്റെ മാത്രം കുറവുകൊണ്ട് ഇനിയുമതു നീട്ടിവെയ്ക്കാൻ നിവൃത്തിയില്ല."

ചുറ്റുമുള്ളവരൊക്കെ ഓർക്കാപ്പുറത്തു തോല്പിക്കാനേ ശ്രമിച്ചിട്ടുള്ളൂ, പക്ഷേ, തോൽവികളുടെയൊടുവിൽ ഒരിക്കലെങ്കിലും കല്പനയ്ക്ക് ജയിക്കണം.

ഇരുപത്തൊമ്പത്

അമ്പേറ്റു വീഴുമ്പോഴും
ഇടനെഞ്ചു പിടഞ്ഞത്
നിലയ്ക്കാൻ പോകുന്ന എന്റെ
ഹൃദയത്തെക്കുറിച്ചോർത്തല്ല,
എന്നെ ഒളിയമ്പെയ്തു വീഴ്ത്തിയ
നിന്റെ തലയിൽ പതിക്കാനായുന്ന
അശനിപാതങ്ങളെയോർത്താണ്.

വാക്കുകൾ സ്വയമുരുവായ
ശാപോക്തികളെപ്പോലെ
പ്രാണന് ചുറ്റും പടരുമ്പോൾ
അഗ്നിയിൽ അമരാനായുന്ന
നിന്റെ വ്യർത്ഥജന്മത്തെയോർത്താണ്

നിന്റെ കർമ്മകാണ്ഡങ്ങളുടെ അഭിജ്ഞാനം
തേടി വരുന്ന ഇരുതല നാഗങ്ങളെയോർത്താണ്

എന്റെ ജന്മം ബലി നൽകി
തനിച്ചു കന്മദം മണക്കുന്ന വഴി തേടിപ്പോയ
നിന്റെ രാപ്പകലുകളെയോർത്താണ്

എന്നെ എയ്തുവീഴ്ത്തി
വിജിഗീഷുവിനെപ്പോലെ തിരികെ നടക്കുമ്പോൾ
എന്റെ വഴിയിൽ,
കരിയിലകൾക്കടിയിൽ
നീ ഒളിപ്പിച്ചു മറന്ന
കെണിയിൽ വീഴാതെ നോക്കുക!
മാറി നടക്കുക.

രാത്രി മുഴുവൻ ഉറങ്ങിയില്ല, കൂട്ടിയും കിഴിച്ചും സ്വയം കലഹിച്ചും വഴികളൊന്നും തെളിയാതിരുന്നപ്പോൾ പിന്നെ മുറുകെപ്പിടിച്ചതു വഴിപിഴയ്ക്കാത്ത മണികളെയാണ്. കൂർത്ത കല്ലുകളിൽ ഇടറിവീണും ചോരയൊലിപ്പിച്ചും പേടിപ്പിച്ചും മുന്നിൽ അന്ധകാരം പുളച്ചുമദിച്ചു. എങ്ങോട്ടൊക്കെയോ ലക്ഷ്യമില്ലാതെ നടന്നു. മെല്ലെമെല്ലെ പ്രകാശത്തിന്റെ വിളറിയ മുഖം. പ്രതീക്ഷയോടെ വേഗം കൂട്ടി. ആഴങ്ങളിലെവിടെയോ ഒരു ചലനം, വൈദ്യുതി സ്ഫുലിംഗങ്ങൾ. ഒപ്പം ആ കാഴ്ച വീണ്ടും മുന്നിൽ. ദേബ ചേർത്തണച്ചു ചുംബിച്ചപ്പോൾ ഉണ്ടായതിനേക്കാൾ ആയിരം മടങ്ങു രോമാഞ്ചം. ഘോരവനങ്ങളിലും കള്ളിമുൾക്കാടുകളിലും ശൂന്യമായ മരുഭൂമിയിലും കല്പങ്ങൾ വഴിതെറ്റി അലഞ്ഞതിനുശേഷം ചിറയ്ക്കലെ പൂമുഖത്തു തിരിച്ചെത്തിയതുപോലെ. നിസ്സഹായതയുടെ കണ്ണീര് ആത്മനിന്ദയോടെ തുടയ്ക്കുമ്പോൾ പഴുത്തു വിങ്ങിയ വ്രണത്തിനു മുകളിൽ മെല്ലെയൊരു കാറ്റ് വീശി. ഒപ്പം നേർത്തു കത്തിയിരുന്ന തിരിനാളം ദൂരെ കണ്ണിറുക്കുന്നു. വഴിതീർത്തും തെറ്റിയിട്ടില്ല, കുറച്ചുമാറി നടന്നതേയുള്ളൂ. വല്ലാത്ത ശാന്തി ആകെ പുണർന്നു. പിന്നെയങ്ങോട്ട് അതിന്റെ ആലസ്യത്തിലമർന്ന് ഉറങ്ങാതെ തീർത്തു, ബാക്കിയായ രാവ് മുഴുവൻ.

മേഘ്നയോടും കൂടി പറയാതെയാണ് രാജിവെക്കാനുള്ള തീരുമാനമെടുത്തത്. മനഃപൂർവം പറയാതിരുന്നതാണ്. വാഗ്വാദങ്ങൾക്കും വികാരവിക്ഷോഭങ്ങൾക്കും മുഖംകൊടുക്കാനും മറുപടി പറയാനുമൊന്നുമുള്ള

മനസികാവസ്ഥയില്ല. മറ്റൊരാൾ പറഞ്ഞറിയുന്നതിനും മുൻപേ അവളോട് വിഷയം അവതരിപ്പിക്കുക എന്നതാണ് ഇപ്പോൾ മുന്നിലുള്ള വെല്ലുവിളി. ഒരുപാടാലോചിച്ചെടുത്ത തീരുമാനമാണ്. ഇന്നലെ ഓഫീസിലുണ്ടായ സംഭവവികാസങ്ങൾ മെല്ലെയാണെങ്കിലും നങ്കൂരമിടുന്ന കപ്പൽ പോലെ കരയിലടിയാൻ തുടങ്ങുന്നു. മെയിൽ അയച്ചത് ഹോങ്കോങ്ങിലുള്ള ബോസ് ഡേവിഡിനാണെങ്കിലും ഡേവിഡിന്റെ സ്കൈപ്പ് കാൾനു പുറകെ എംഡി, എച്ച്.ആർ.ഡയറക്ടർ എന്നിവർ രാജിക്കുണ്ടായ സാഹചര്യങ്ങളെക്കുറിച്ച് ആരായാൻ വിളിച്ചു. "Resigning from my current position to explore other opportunities"' എന്ന പതിവ്‌വാചകത്തിനു വിപരീതമായി 'resigning from my current position to chase my passion' എന്ന വാചകത്തിന്റെ അസാധാരണത്വം അവരെ ആകാംക്ഷാഭരിതരാക്കിയതുപോലെയായിരുന്നു ചോദ്യങ്ങളെല്ലാം. എന്താണ് അടുത്ത നീക്കമെന്ന ചോദ്യത്തിന് പോലും വ്യക്തമായി ഉത്തരമില്ലാതെ, ഉള്ള ഭേദപ്പെട്ട ജോലി രാജിവെക്കുന്ന ആളെ അന്യഗ്രഹജീവിയെന്നപോലെ അവിശ്വസനീയമായി നോക്കി. എന്റെ വാക്കുകളിലെ സത്യസന്ധത, പരിചയസമ്പന്നതയുടെയും അനുഭവത്തിന്റെയും തുലാസിൽ തൂക്കിനോക്കി വാങ്ങുമ്പോൾപോലും കണക്കുകൾ എവിടെയൊക്കെയോ സമവായപ്പെടാത്ത കയ്പ് ഞാൻ രണ്ടു മുഖങ്ങളിലും കണ്ടു. പക്ഷേ, തീരുമാനം എന്റേത് മാത്രമാണ്, ദൃഢവുമാണ്.

ഉച്ചഭക്ഷണംപോലും രണ്ടു സമയത്തും രണ്ടു ടീമിലായും കഴിക്കുന്ന പതിവായതുകൊണ്ട് മേഘ്നയെ കണ്ടില്ല, അന്വേഷിച്ചുമില്ല. അതോ അവൾ ഏതോ ഫാക്ടറി വിസിറ്റിൽ ആയിരുന്നോ. മൂന്നുമണിയോടെ സീറ്റിൽ അന്വേഷിച്ചു ചെന്നപ്പോഴും കണ്ടില്ല. വൈകിട്ടും കാണാഞ്ഞപ്പോൾ ഫോൺ ചെയ്യാൻ നിൽക്കാതെ ടാക്സി വിളിച്ചു വീട്ടിൽ പോയി. കുളിച്ചു ജപവും കഴിഞ്ഞ് അത്താഴമുണ്ടാക്കുമ്പോഴാണ് മേഘ്ന വരുന്നത്.

"Kalpana, can you please get me a coffee, I will just be back in five minutes. let me take a bath." വന്നപാടെ ഒരു അപേക്ഷ എറിഞ്ഞുതന്നുകൊണ്ട് അവൾ മുറിയിൽ കയറി വാതിലടച്ചു. അത്താഴം തയ്യാറായി. എട്ടുമണിയും കഴിഞ്ഞു, ഇനി ഒരു കോഫി കുടിച്ചാൽ പിന്നെ അവൾ അതിനൊപ്പം ലാപ്ടോപ്പും തുറന്നിരിക്കും. ഇന്ന് സംസാരിച്ചേ ഒക്കൂ. അല്ലെങ്കിൽ കാര്യങ്ങൾ കൈവിട്ടു പോകും. മറ്റൊരാൾ പറഞ്ഞു കാര്യങ്ങളറിഞ്ഞാൽ അതവൾക്കു വല്ലാതെ വേദനിക്കും. അവളെ വേദനിപ്പിക്കാൻ വയ്യ.

മേഘ്ന കുളികഴിഞ്ഞു വരുമ്പോഴേക്കും വേഗം ഡൈനിങ്ങ്ടേബിളിൽ എല്ലാം എടുത്തുവെച്ചു. കോഫി അന്വേഷിച്ചുവന്ന അവൾ എന്റെ കൈകൊണ്ടുണ്ടാക്കിയ ഭക്ഷണമെന്ന പ്രലോഭനത്തിൽ വീണ് ആഹ്ലാദത്തോടെ കഴിക്കാൻ വന്നിരുന്നു. അതിനിടയിൽ പറയാൻ പോകുന്ന ഒട്ടും

സുഖകരമല്ലാത്ത കാര്യമോർത്തപ്പോൾ, കേൾക്കുന്ന അവളുടെ മാനസികാവസ്ഥ വല്ലായ്മയുണ്ടാക്കി.

"Meghna, I just want to tell you something important."

അന്നത്തെ വിശേഷങ്ങളുടെയും ഓഫീസിലെയും ഫാക്ടറിയിലെയും അറ്റമില്ലാത്ത റിപ്പോർട്ടുകളുടെയും കണക്കുകൾ അവൾ വലിച്ചു പുറത്തിടുന്നതിനു മുൻപ് ഞാൻ തുടങ്ങിവെച്ചു.

"എനിക്കറിയാരുന്നു നീയത് പറയുമെന്ന്, now tell me who is that?"

അവൾ ഒരു കള്ളച്ചിരിയോടെ എന്നെ നോക്കി.

"നിന്റെ കുറച്ചു ദിവസത്തെ ടെൻഷൻ ഞാൻ കാണുന്നുണ്ട്, ചോദിക്കാതെ പറയുമെന്ന് പ്രതീക്ഷയിലായിരുന്നു ഞാൻ. ഒരു പ്രകോപനവുമില്ലാതെ, തീർത്തും അസാധാരണമായി എന്നോട് അന്ന് ഗ്ലാസ് ചോദിച്ചപ്പോൾതന്നെ ഞാൻ ഞെട്ടിപ്പോയിരുന്നു. ചോദ്യങ്ങൾ ചോദിച്ചു വിഷമിപ്പിക്കാവുന്ന മാനസികാവസ്ഥ അല്ലെന്നറിഞ്ഞതുകൊണ്ടു മാത്രമാണ് ഒന്നും ചോദിക്കാതിരുന്നത്. അതിനർത്ഥം എനിക്കറിയാൻ താത്പര്യമില്ലെന്നല്ല."

അവളുടെ ആദ്യത്തെ ചിരി ഗൗരവത്തിനു വഴിമാറി. അകത്തു കിടന്ന് ഉരുകിയിരുന്നതൊക്കെ അവൾ പുറത്തേക്കൊഴുകി.

"Meghna, I resigned my job today."

ബൗളിൽനിന്നും കുറച്ചു റായ്ത പ്ലേറ്റിലേക്കിടുന്നതിനിടെ അവളുടെ മുഖത്തുപോലും നോക്കാതെ പറഞ്ഞു തീർത്തു ബാക്കി റൊട്ടി കഴിച്ചു തീർക്കുന്നതിൽ ശ്രദ്ധിച്ചു. അല്ലെങ്കിൽ ശ്രദ്ധിക്കുന്നതായി അഭിനയിച്ചു.

പൂർണ നിശ്ശബ്ദത. അവളിപ്പോൾ എന്നെത്തന്നെ തറച്ചുനോക്കുന്നുണ്ടാവുമെന്നു നല്ല ബോധ്യമുള്ളതുകൊണ്ടുതന്നെ തലയൊട്ടും പൊക്കാതെ പ്ലേറ്റിൽ മിഴികളൂന്നി ബാക്കി ഭക്ഷണം കഴിച്ചു പ്ലേറ്റുമായി എഴുന്നേൽക്കുമ്പോൾ വലതു കൈയിൽ പിടിവീണു.

"ഇരിക്ക്. മുഴുവൻ പറഞ്ഞിട്ട് പോയാൽ മതി."

"മേഘ്ന, അങ്ങനെ പ്രത്യേകിച്ച് പറയാൻ മാത്രമൊന്നുമില്ല, സത്യം. രാജിവെച്ചു. എന്തിന്, ഇനിയെന്ത് എന്നൊന്നും തീരുമാനിച്ചില്ല, പക്ഷേ, മറ്റൊരു ജോലിക്കു വേണ്ടിയല്ല."

"നിനക്കെന്താ ഭ്രാന്താണോ?"

അതെ, മേഘ്നയും അവിശ്വസനീയമായി നോക്കുന്നു. കണ്ണുകളിലൂടെ ആഴങ്ങളിലേക്ക് ഊളിയിട്ടു വാക്കുകളിലെ നേര് വിടർത്തിമാറ്റി തൂക്കിനോക്കാനുള്ള അതേ ശ്രമം.

"സത്യമാണ് മേഘ്ന, ഇത്ര വൈകിയതെന്താണ് എന്നാണ് ഞാൻ ചിന്തിക്കുന്നത്. ഈ ലോകം കൊടുംകാടാണ്, മോഹിപ്പിക്കുന്ന കാട്ടുപൂക്കളും സുഗന്ധവും ഇന്ദീവരങ്ങൾ നിറഞ്ഞ പൊയ്കകളും

താഴ്‌വരകളും കൂടെ വിഷമുള്ളതും കൂർത്തു മൂർത്ത പല്ലും നഖവുമുള്ള തുമായ ഹിംസ്രജന്തുക്കൾ, അപകടങ്ങൾ പതിയിരിക്കുന്ന പാറക്കെട്ടു കൾ, അഗാധഗർത്തങ്ങൾ. മരണവും മദവും ഒരുപോലെ മാടിവിളിക്കും. ഇതൊക്കെ കടന്നുപോകുന്നതിനിടെ എവിടെനിന്നോ മത്തുപിടിപ്പിക്കുന്ന, മുമ്പനുഭവിച്ചിട്ടില്ലാത്ത, കസ്തൂരിഗന്ധം കുറച്ചുനേരം യാത്ര മുടക്കി. അതിന്റെ ഉറവ തേടി കാടാകെ അലഞ്ഞു. ഏറെ ഇരവുപകലുകൾ കാഴ്ച കണ്ടുകാറ്റിനൊപ്പം പോയി വെറുതെ കളഞ്ഞു. അടുത്തെത്തി എന്ന് നിനച്ചപ്പോൾ കാറ്റു വീണ്ടും സുഗന്ധം കാണിച്ചു പ്രലോഭിപ്പിച്ചു. പിന്നെ യല്ലേ ഞാനറിഞ്ഞത്, ഞാൻ തന്നെയായിരുന്നു ആ കസ്തൂരിമാൻ. ആ സുഗന്ധവും മറ്റെവിടെ നിന്നുമായിരുന്നില്ല."

ഞാൻ ആർത്തു ചിരിച്ചു.

"മനുഷ്യന് മനസ്സിലാവുന്ന ഭാഷയിൽ വല്ലതും പറയാമോ?"

മേഘ്ന ഒന്നും മനസ്സിലാവാത്തതിന്റെ ഈർഷ്യയോടെ എന്നെ തറപ്പിച്ചു നോക്കി പ്ലേറ്റുകളുമായി എണീറ്റ് പോയി.

പ്ലേറ്റുകൾ കഴുകിവെച്ച് മേഘ്ന അടുത്ത് വന്നിരുന്നു. എന്റെ ഇടതു കൈ രണ്ടു കൈപ്പത്തികൾക്കുള്ളിലുമായി ചേർത്ത് പിടിച്ചു. ഈ മൗന മൊരു അനുഗ്രഹമാണെന്ന് മനസ്സിലോർത്തപ്പോഴേക്കും അടക്കിപ്പിടിച്ചിട്ടും അനുസരിക്കാതെ ഒരു തേങ്ങൽ പുറത്തുവന്നു.

"നീയെന്തിനാണ് കല്പനാ... I just don't understand what is your problem."

"എനിക്ക് പ്രശ്നങ്ങളൊന്നുമില്ലല്ലോ. ജോലി ഇല്ലെങ്കിൽ എന്തെങ്കിലും പ്രശ്നങ്ങൾ ഉണ്ടാവുമെങ്കിൽ ആരെങ്കിലും ഉള്ള ജോലികളയുമോ മേഘ്ന? തൽക്കാലം ഞാൻ ഒന്നും തീരുമാനിച്ചില്ല. ഒരു മാസത്തെ നോട്ടീസ് പീരീഡ് ഉണ്ട്. അത് അനുസരിക്കാൻ തയ്യാറാണെന്നും ഞാൻ പറഞ്ഞിട്ടുണ്ട്. എന്റെ ജീവിതം ഇതിനുള്ളതൊന്നുമല്ലെന്നു തോന്നാൻ തുടങ്ങിയിട്ട് കുറേയേറെയായി. പലവട്ടം, പലയിടത്തും ഒന്നിലധികം നിമിത്തങ്ങളും ഉണ്ടായിരുന്നു, പക്ഷേ, മനസ്സിലാക്കിയില്ല. തിരിഞ്ഞു നോക്കുമ്പോൾ അവയെല്ലാം എത്ര തീവ്രമായാണ് എന്തോ പറയാൻ ശ്രമിച്ചിരുന്നതെന്നു ഇപ്പോഴറിയുന്നു. മുന്നോട്ടു നോക്കുന്നതിനേക്കാൾ വശങ്ങളിലേക്കു ദൃഷ്ടിയൂന്നിപ്പോയി. തെറ്റുകൾ തിരിച്ചറിയുമ്പോൾ തിരു ത്തണ്ടേ?"

ഇടതുകൈ അവളുടെ കൈകളിൽനിന്നും മോചിപ്പിച്ചുകൊണ്ടു അവളെ ചേർത്ത്പിടിച്ചു.

"പതിനേഴ് കൊല്ലത്തിലധികമായി വീട്ടാതെ അവഗണിച്ചൊരു കടമുണ്ട്. അവിടെനിന്നും തുടങ്ങും. അടുത്തമാസം ഇരുപതിന് മുൻപ് നമ്മുടെ ഓഫീസിലെ എന്റെ ഉത്തരവാദിത്വങ്ങൾ തീരും. ഒരു രണ്ടു

ദിവസം കൂടി ഇവിടെ കാണും. ആദ്യ ലക്ഷ്യം കാശിയാണ്. അമ്മയോടുള്ള കടം വീട്ടിയിട്ടേ ഞാൻ യാത്ര തുടങ്ങൂ."

"ഞാൻ വീണ്ടും തനിച്ചാവുമല്ലേ?"

പറഞ്ഞു തീർക്കുന്നതിന് മുൻപേ മേഘ്നയുടെ തേങ്ങൽ വീണ്ടും.

"ആരെങ്കിലുമൊക്കെ ഉണ്ടെന്നത് വെറും തോന്നലോ, അല്ലെങ്കിൽ താൽക്കാലികമോ ആണ് മേഘ്ന. ഒന്നും അസന്ദിനിഗ്ധവും നിരപാധികവുമല്ല. നീ പോയി കിടന്നുറങ്ങൂ."

അവളെ അടർത്തിമാറ്റി എണീറ്റുകൊണ്ട് ഞാൻ പറഞ്ഞു.

"ഗുഡ്നൈറ്റ്, don't worry. It is just a matter of time."

അവളുടെ മാനസികാവസ്ഥ മനസ്സിലാകുന്നുണ്ട്, പക്ഷേ, ഇപ്പോൾ ഒഴിഞ്ഞുമാറാനേ കഴിയൂ.മേശപ്പുറത്തെ പകുതി വായിച്ചു കമഴ്ത്തിവെച്ച പുസ്തകമെടുത്തു നിവർത്തിക്കൊണ്ടു ബെഡ്ഡിൽ ചാരിയിരുന്നു. മനസ്സിപ്പോൾ ശാന്തമാണ്, ചവിട്ടിക്കുഴച്ച മണ്ണുപോലെ എന്തും അനുസരിക്കുന്ന പ്രകൃതം. വളരെക്കുറച്ച് ആംഗ്യങ്ങൾ മതി ആഗ്രഹിക്കുന്ന വഴിയേ തെളിക്കാൻ.

ബ്രഹദാരണ്യകോപനിഷത് ഒൻപതാം ബ്രാഹ്മണത്തിൽ യജ്ഞവല്ക്യ മഹർഷിയോട് ശാകല്യൻ നിരന്തരം ചോദിക്കുന്നത് മുപ്പത്തിമുക്കോടി ദേവന്മാരുടേ വിശേഷങ്ങളാണ്.

"ദേവന്മാർ എത്ര?"

"മൂന്നും മൂന്നും മൂന്നും മൂവായിരം എന്നാണ് ശാസ്ത്രം."

"വാസ്തവത്തിൽ ദേവന്മാര് എത്ര?"

"മുപ്പത്തിമൂന്ന്." മുൻപറഞ്ഞ മുപ്പത്തിമൂന്നു കോടികളുടെ കണക്ക് മുപ്പത്തിമൂന്ന് ദേവന്മാരുടെ മഹിമകൾ മാത്രമാണെന്നും യാജ്ഞവൽക്യൻ.

"ആ ദേവന്മാർ ഏതെല്ലാമാണ്?" ശാകല്യൻ വീണ്ടും.

"എട്ടു വസുക്കൾ, പതിനൊന്നു രുദ്രന്മാർ, പന്ത്രണ്ട് ആദിത്യന്മാർ സമം മുപ്പത്തിമൂന്ന്. ഇന്ദ്രനും പ്രജാപതിയും ചേർന്ന് മുപ്പത്തിമൂന്ന്."

"ആരെല്ലാമാണ് വസുക്കൾ?"

"അഗ്നി, പൃഥ്വി, വായു, ആകാശം, സൂര്യൻ, ദ്യോവ്, ചന്ദ്രൻ, നക്ഷത്രങ്ങൾ ഇവരാണ് വസുക്കൾ, ഇവരിലാണ് ഈ ജഗത്തെല്ലാം പ്രതിഷ്ഠിച്ചിരിക്കുന്നത്. അതുകൊണ്ടിവയെ വസുക്കൾ എന്ന് പറയുന്നു."

"ആരൊക്കെയാണ് രുദ്രൻമാർ?"

"പ്രാണങ്ങൾ 10ഉം പ്രാണൻ, അപാനൻ മുതലായവ ആത്മാവും ചേർന്ന് 11 രുദ്രന്മാർ, ഇവർ ദേഹത്തിൽനിന്നും വേർപെടുമ്പോൾ പരേതന്റെ ബന്ധുമിത്രാദികൾ കരയുന്നു രോദിപ്പിക്കുന്നതുകൊണ്ട് രുദ്രന്മാർ എന്ന്പറയുന്നു."

"ആദിത്യന്മമാർ ഏതെല്ലാം?"

"ഒരു സംവത്സരത്തിൽ 12 മാസങ്ങൾ ഉണ്ട്. ഇവരാണ് ആദിത്യൻ മാർ, ജീവികളുടെ ആയുസ്സിനെയും കർമ്മഫലത്തെയും എടുത്തുകൊണ്ട് പോകുന്നത് ഇവരാണ്, എല്ലാ ജീവനെയും ആദാനം ചെയ്യുന്നതിനാൽ ആദിത്യന്മാർ എന്ന് പറയുന്നു."

"ഇന്ദ്രൻ ഏത്? പ്രജാപതി ഏത്?"

"ഇന്ദ്രൻ ഇടിമിന്നൽ ആണ് പ്രജാപതി യഞ്നം, യാഗം ആണ്."

"ആദ്യം സൂചിപ്പിച്ച മൂന്ന് എന്ന സംഖ്യപ്രകാരം ആ ദേവന്മാർ ആരെല്ലാം." ശാകല്യൻ വീണ്ടും ജിജ്ഞാസുവായി.

"മൂന്ന് ലോകങ്ങൾ." മഹർഷി ഉത്തരം പറഞ്ഞു. "ഭൂമിയും അഗ്നിയും ചേർന്ന് ഒന്നാമത്തെ ദേവനും അന്തരീക്ഷവും വായുവും ചേർന്ന് രണ്ടാമത്തെ ദേവനും ദ്യോവും സൂര്യനും ചേർന്ന് മൂന്നാമത്തെ ദേവനും."

"രണ്ട് ആരാണ്?"

"അന്നവും പ്രാണനും. ഇവരിൽ മുമ്പ് വിശദീകരിച്ച എല്ലാ ദേവന്മാരും അന്തർഭവിച്ചിരിക്കുന്നു."

"ഒരു ദേവൻ ആരാണ്?"

"പ്രാണൻ."

അതുതന്നെയാണ് സാക്ഷാൽ ബ്രഹ്മം. മുൻപേ പറഞ്ഞ ഈ മുപ്പത്തി മൂന്ന് പേരുടെ ഉപദേവതകൾ ഒന്നിച്ചുകൂടിയാണ് ദേവന്മാർ മുപ്പത്തി മുക്കോടി ആയത്. അതിന്റെ ശരിയായ സത്ത ഏകദൈവമായ ബ്രഹ്മം തന്നെയാണ്. യാജ്ഞവൽക്യൻ പറഞ്ഞു നിർത്തി.

ഏകം സത് വിപ്രാ ബഹുധാ വദന്തി

ഇന്ദ്രം യമം മാതരിശ്വാന മാഹുഃ

മുപ്പത്

പതിനൊന്നരയ്ക്ക് ന്യൂ ഡൽഹി റെയിൽവേ സ്റ്റേഷനിൽ നിന്നുമാണ് കാശിക്ക് ട്രെയിൻ. കാശി എക്സ്പ്രസ്സ്. നേരത്തെയുണർന്നു, കുളിജപം തീർത്തു. ഒമ്പതുമണിക്കെങ്കിലും ഇറങ്ങണം. തോൾസഞ്ചിയിൽ രണ്ടു പുസ്തകങ്ങൾ, ബാക്കി അത്യാവശ്യ സാധനങ്ങൾ. മറ്റൊരു ബാഗിൽ അഞ്ചോ ആറോ കുർത്ത. പുസ്തകങ്ങളൊക്കെ കഴിയുമെങ്കിൽ മേഘ്ന യോടുതന്നെ സൂക്ഷിക്കാൻ അപേക്ഷിച്ചു. മറ്റു സാധനങ്ങൾ, വസ്ത്ര ങ്ങളടക്കം ആവശ്യക്കാർക്ക് കൊടുക്കുകയോ അല്ലെങ്കിൽ വലിച്ചെറിയു കയോ ചെയ്യാം. ഒരുപാടൊന്നുമില്ല, എങ്കിലും ഇതിൽ കൂടുതൽ കൈയിൽ

എടുക്കാൻ കഴിയില്ല, ആവശ്യവുമില്ല. ഇതുപോലും ആവശ്യം വരില്ല മിക്കവാറും.

എല്ലാം അവൾക്കു ശല്യമുണ്ടാക്കാത്ത രീതിയിൽ അടുക്കിപ്പെറുക്കി, റൂമിനു പുറത്തിറങ്ങുമ്പോൾ മേഘ്ന ഡ്രോയിങ് റൂമിൽ കാത്തിരിക്കുന്നുണ്ടായിരുന്നു.

“നിന്നെ സ്റ്റേഷനിൽ വിട്ടേ ഞാൻ ഓഫീസിൽ പോകുന്നുള്ളൂ.”

ഞാൻ പുഞ്ചിരിയോടെ അവളെ തല ചെരിച്ചു നോക്കി. അവൾ മനഃപൂർവം മുഖംതരാതെ നോട്ടം മേലേക്ക് നീട്ടി. അടുത്തുചെന്ന് ബാഗ് നിലത്തുവെച്ച് രണ്ടു കൈയും നീട്ടിനിന്നു. ഒരാശ്ലേഷത്തിനാണെന്നറിഞ്ഞിട്ടും മേഘ്ന എണീറ്റില്ല.

“come on, when again, if not now?” ഞാൻ അവളെ പിടിച്ചെഴുന്നേല്പിച്ച് ഇറുകെ പുണർന്നു.

“ഇനിയൊരു കണ്ടുമുട്ടൽ ഉണ്ടാവില്ല. രക്തബന്ധമാണ് ഏറ്റവും വലിയ ബന്ധമെന്ന് ലോകം പറയുന്നു, എനിക്ക് വിശ്വാസമില്ല. അതിനേക്കാൾ ശക്തമായ ബന്ധങ്ങളുണ്ട്, അനുഭവിച്ചറിഞ്ഞിട്ടുമുണ്ട്. ക്രൂരമാണെന്നറിയാം, എങ്കിലും പറയാതെ വയ്യ, എന്നെ അന്വേഷിക്കേണ്ട. ഇതേ വാചകം തന്നെ ഞാൻ അച്ഛനോടും ഏട്ടനോടും പറഞ്ഞിട്ടുണ്ട്. പക്ഷേ, അവരൊന്നും നിനക്ക് പകരമല്ല.”

ചെവിയിൽ മന്ത്രിക്കുംപോലെ പറഞ്ഞു. അടർത്തി മാറ്റാൻ ശ്രമിച്ചിട്ടും അള്ളിപ്പിടിച്ചവൾ വിടാതെ നിന്നു.

“മേഘ്നാ, ഇറങ്ങാറായി.”

അവൾ കണ്ണ് തുടച്ചു മാറി നിന്നു.

“ഇത് കഴിയുമെങ്കിൽ സൂക്ഷിച്ചേക്കൂ. നിർബന്ധമില്ല. നീ ഉപയോഗിക്കുകയാണെങ്കിലും സന്തോഷം.”

ഒരു കവർ മേഘ്നയെ ഏല്പിച്ചു. അവൾ തുറന്നുനോക്കി.

“ലാൽപാർസാരി, ഇത് നീയന്നു മഹിമയുടെ വീട്ടിൽ ദുർഗാപൂജയ്ക്ക് ഉടുത്തതല്ലേ? you were looking really like a goddess in this.’

“അതെ. എനിക്കിനി ഇതിന്റെ ആവശ്യം വരില്ല. കളയാനും വയ്യ.”

അവൾ തലയാട്ടി.

ഉപേക്ഷിക്കാൻ സ്വന്തമായി വീടില്ല. അമ്മയുടെ മരണശേഷം ചിറയ്ക്കൽ ഏതാണ്ട് മൂന്നുവർഷത്തോളം ഉണ്ടായിരുന്നു. പതിനാറ് വർഷങ്ങൾ സ്വന്തമല്ലാത്ത എവിടെയൊക്കെയോ ആണ് അന്തിയുറങ്ങിയത്. സ്വന്തം എന്ന് കരുതിയിരുന്നത് ഇപ്പോൾ സ്വന്തവുമല്ല, സ്വന്തമല്ലെന്നു മാത്രമല്ല, അതേ രൂപത്തിൽ ഈ ഭൂമിയിലേ ഇല്ല. ത്യജിക്കാൻ വേദന തോന്നുന്ന ബന്ധങ്ങളില്ല, വസ്തുക്കളില്ല, ഒന്നിനു മേലെയും ആഗ്രഹങ്ങളും ആസക്തിയുമില്ല. യാത്രയ്ക്ക് മറ്റു തടസ്സങ്ങളൊന്നും തന്നെയില്ല.

പുറകിൽ വാതിലടഞ്ഞു. ബാഗുമെടുത്തുകൊണ്ട് പടികളിറങ്ങി. അമ്മയ്ക്ക് ബലിയിടാൻ കാശിക്കു പോയാൽ തിരിച്ചുവരാതിരിക്കേണ്ടത് എന്തുകൊണ്ടാണ്? അതിനുശേഷം യാത്ര മറ്റെവിടേക്കാണ്? പറയാൻ കഴിയാത്ത എന്താണ് മനസ്സിൽ? കാറിൽവെച്ചും മേഘ്ന ഒന്നിലധികം ചോദ്യങ്ങൾ ചോദിച്ചു.

"മേഘ്ന, അമ്മയ്ക്ക് ബലിയിടണം. അമ്മയോടുള്ള കടങ്ങളൊന്നും വീട്ടിത്തീർക്കാൻ കഴിയില്ല, തീർക്കണമെന്ന് ആഗ്രഹവുമില്ല. ഒരുപക്ഷേ, അമ്മയ്ക്ക് വേണ്ടിയെന്നതിനേക്കാൾ ഇത് എന്റെ ശാന്തിക്കു വേണ്ടിയാണ്, ആത്മസംതൃപ്തിക്കു വേണ്ടിയാണ്. ബാക്കി യാത്ര അവളുടെ നിർദേശപ്രകാരം. ഇപ്പോൾ ഒന്നുമറിയില്ല."

പിന്നീട് ചോദ്യങ്ങളൊന്നുമുണ്ടായില്ല. സ്റ്റേഷൻ എത്തി പ്ലാറ്റ്ഫോം കണ്ടുപിടിച്ചു പത്തുമിനിറ്റ് കഴിഞ്ഞപ്പോഴേക്കും ട്രെയിൻഎത്തി. ഓടിക്കിതച്ചു ചൂളംവിളിച്ചു വരുന്ന തീവണ്ടി കണ്ടപ്പോൾ എന്താണെന്നറിയില്ല പതിമ്മൂന്നു വർഷങ്ങൾക്കപ്പുറം എറണാകുളം റെയിൽവേ സ്റ്റേഷനിൽ യാത്രയയയ്ക്കാനാരുമില്ലാതെ, ഭീതിയോടെ ദില്ലി ട്രെയിൻ നോക്കിനിൽക്കുന്ന കല്പനയെ ഓർമ്മ വന്നു. ഓരോ വളവിലും തിരിവിലും ജീവിതം കാത്തുവെക്കുന്ന വിസ്മയങ്ങൾ, അടുത്ത നിമിഷം പോലുമെന്താണെന്നറിയാത്ത ആകസ്മികത. സത്യത്തിൽ ഇപ്പോഴാണ് കുറേക്കൂടി കാഴ്ചകൾക്ക് വ്യക്തതയും ചിന്തകൾ സ്പഷ്ടവുമാകുന്നത്. ജീവിതത്തിൽ ഏറ്റവും പ്രധാനപ്പെട്ട തീരുമാനം എടുത്തു കഴിയുമ്പോൾ പിന്നെയെല്ലാം എളുപ്പമാണ്. അതുവരെയുള്ള വേദനകളും കഷ്ടപ്പാടുകളും സംശയങ്ങളുമെല്ലാം നീങ്ങി വഴിതെളിയും.

"നീ പോ. ഓഫീസിൽ പോകേണ്ടതല്ലേ."

സീറ്റ് കണ്ടുപിടിച്ച് ഇരുന്ന പാടേ മേഘ്നയോടു പറഞ്ഞു. എന്തോ കളഞ്ഞുപോയത് തിരയുംപോലെ ഉറയ്ക്കാത്ത നോട്ടത്തോടെ അവൾ നാലുചുറ്റും പരതി. പോകാതെ ചുറ്റിപ്പറ്റി നിൽക്കുന്ന അവളെ വഴക്കു പറഞ്ഞ് അയയ്ക്കാനാഞ്ഞു നോക്കുമ്പോൾ കണ്ണുകളിൽനിന്നും ഒഴുകുന്നു.

"മേഘ്നാ, please understand that every relationship on this earth comes with an expiry date. sooner or later. i dont have to tell you that. എനിക്ക് തരാൻ ഒരു വാക്കേയുള്ളൂ, മറക്കില്ല."

എത്രയൊക്കെ നിയന്ത്രിച്ചിട്ടും എന്റെ ശബ്ദം ഇടറി. ചുമലിൽ തട്ടി, അവളെ തള്ളിക്കൊണ്ട് പുറത്തേക്കു നടന്നു. കവിളിലൊരു ഉമ്മ കൊടുത്ത് അവളെ പുറത്തേക്ക് ഇറക്കിനിർത്തി. വണ്ടി പോകാറായെന്നറിയിച്ചുകൊണ്ട്, നീട്ടി ചൂളം വിളിച്ചുകൊണ്ട് മെല്ലെ അനങ്ങിത്തുടങ്ങി. കൈവീശിക്കാണിച്ചു പെട്ടെന്ന് അകത്തേക്കു നടന്നു. ഇനി വയ്യ.

സീറ്റിൽ വന്നിരുന്നപ്പോൾ തൊണ്ടയിലൊരു വലിയ ശ്വാസം പുറത്തേക്കുള്ള വഴിയറിയാതെ വീർപ്പുമുട്ടുന്നു. കണ്ണുകളിൽ നനവൂറി വന്നു. ഇത് മൂന്നാമത്തെ തവണയാണ് ഉപേക്ഷിക്കുന്നതിന്റെയോ ഉപേക്ഷിക്കപ്പെടുന്നതിന്റെയോ വേദന. ആദ്യം അമ്മ, പിന്നെ ദേബ. രണ്ടു തവണയും നിഷ്കരുണം, ഒരു മുന്നറിയിപ്പുമില്ലാതെ ആഴക്കടലിലേക്ക് അല്ലെങ്കിൽ അഗ്നിയിലേക്ക് എടുത്തെറിയപ്പെടുകയായിരുന്നു. വേദനയും ധർമസങ്കടങ്ങളും പരിത്യജിക്കപ്പെടുന്നവരുടേതു മാത്രമാണെന്നും പിൻവാങ്ങാൻ ഏകപക്ഷീയമായി തീരുമാനമെടുക്കുന്നവർ, സ്വാർത്ഥരും ഹൃദയമില്ലാത്തവരുമാണെന്ന വർഷങ്ങൾക്കൊണ്ടു നെയ്തെടുത്ത നോവുടലാർന്ന ചിന്തകൾ വൈകിയാണെങ്കിലും ദയനീയമായി പരാജയപ്പെടുന്നു. പ്രിയപ്പെട്ടതിനെ ഉപേക്ഷിക്കുന്നവർക്കൊക്കെ അതിനേക്കാൾ നീറ്റുന്ന, വേട്ടയാടുന്ന, പ്രാധാന്യമർഹിക്കുന്ന മറ്റൊരു കാരണം ഉണ്ടാകണം. ഉപേക്ഷിക്കുന്നവളുടെ വേഷം ഒറ്റത്തവണ കെട്ടുമ്പോൾ അമ്മയും ദേബയും മെല്ലെ ശപിക്കപ്പെട്ടവരല്ലാതാകുന്നപോലെ. ക്ഷമ അർഹിക്കുന്നുണ്ട് അവർ. പക്ഷേ, മേഘ്നയ്ക്കെങ്കിലും കല്പന ഈ നിമിഷം ശപിക്കപ്പെട്ടവളാകുന്നുണ്ട്. എന്നോട് പൊറുക്കൂ.

"അച്ഛാ, ജോലി ഞാൻ രാജിവെച്ചു. നാളെ ദില്ലി വിടുകയാണ്. കാശിക്കു പോകുന്നു. ആദ്യം അമ്മയ്ക്ക് ബലിയിടണം. ബാക്കി തീരുമാനിച്ചിട്ടില്ല. യാത്രയാണ്. അന്വേഷിക്കണ്ട. വിളിച്ചാൽ കിട്ടുന്ന നമ്പറുകളൊന്നും ഇല്ല."

തിരിച്ചൊന്നും പറയാനില്ലാഞ്ഞിട്ടോ, പറഞ്ഞിട്ട് പ്രത്യേകിച്ച് ഗുണമൊന്നുമില്ലെന്നറിഞ്ഞിട്ടോ എന്നറിയില്ല, പ്രതികരണം പ്രതീക്ഷിച്ചതുപോലെ തണുത്തുതന്നെയിരുന്നു.

"അനുഗ്രഹിക്കണം."

"ഇഷ്ടംപോലെചെയ്യൂ."

"ഏട്ടന് മെയിൽ അയച്ചിട്ടുണ്ട്. നമ്പർ ഇല്ല. ഇനി വിളിക്കുമ്പോൾ ഞാൻ പറഞ്ഞതായി പറയൂ."

ഏറ്റവും വലിയ ഒരു നിയോഗം ചെയ്തുതീർത്ത സന്തോഷത്തോടെ, പൂർവാശ്രമത്തിലെ എല്ലാ പാശങ്ങളും രണ്ടുമൂന്ന് വാചകങ്ങൾകൊണ്ട് അവസാനിപ്പിച്ച ആശ്വാസത്തോടെയാണ് ഇന്നലെ ഉറങ്ങാൻ കിടന്നത്.

ഏറ്റവും മുകളിലെ ബർത്തിൽ ആരുടെയും ശല്യമില്ലാതെ കണ്ണടച്ച് കിടക്കുമ്പോൾ അമ്മയോടൊട്ടി കിടന്നിരുന്ന ഏതോ ഒരു ദിവസത്തിലേക്ക് തിരിഞ്ഞുനടന്നു. നാളെയെക്കുറിച്ച് അന്ന് ചിന്തിക്കാൻ അറിയില്ലായിരുന്നു, ഇന്ന് അതൊന്നും അലോസരപ്പെടുത്തുന്നും ഇല്ല.

രാവിലെ നാലരയ്ക്കാണ് കാശിയിൽ എത്തുന്നത്. ദശാശ്വമേധഘാട്ടിനും കാശിവിശ്വനാഥനും അടുത്തുതന്നെയായി ഒരു റൂം ബുക്ക് ചെയ്തിട്ടുണ്ട്. പതിമ്മൂന്നു വർഷത്തെ വിയർപ്പിന്റെ വില രണ്ടുദിവസം

മുൻപ് കണക്കുതീർത്തു ബാങ്ക് അക്കൗണ്ടിൽ എത്തിയിട്ടുണ്ട്. തിരിച്ചൊരു വരവിനു പ്രത്യേകിച്ച് കാരണങ്ങളൊന്നുമില്ലാത്തതിനാൽ പി.എഫ് ഫോമും ഒപ്പിട്ടു കൊടുത്തിട്ടുണ്ട്. അതിന്റെ സമയമാകുമ്പോൾ കാര്യങ്ങൾ നടക്കും. തനിയെ നടന്നു തീർക്കാനുള്ള വഴികൾ ഭയപ്പാടോടെ മുന്നിലുണ്ടായിരുന്ന, രണ്ടറ്റവും കൂട്ടിമുട്ടിക്കാൻ പാടുപെട്ട, ജീവിതത്തിലെ ഏറ്റവും കയ്പേറിയ മൂന്നു വർഷങ്ങളിൽ പോലും പണം വലിയൊരു പ്രതിസന്ധിയായി മുന്നിൽ പല്ലിളിച്ചു കാട്ടിയിട്ടില്ല, പേടിപ്പിച്ചിട്ടുമില്ല. ആഗ്രഹങ്ങൾ കൂടുതലും പണം കുറവുമാകുമ്പോൾ മാത്രമാണ് പണം തോൽപ്പിക്കുന്നത്, പണംകൊടുത്തു വാങ്ങാൻ മാത്രം പ്രത്യേകിച്ചൊന്നും ജീവിതത്തിലില്ലെന്നു വരുമ്പോൾ പണത്തിനു തോറ്റേ മതിയാവൂ.

ഏതാണ്ട് ഒരു മണിക്കൂർ വൈകി അഞ്ചരയോടെ കാശിയിലിറങ്ങി ഒരു ഓട്ടോ പിടിച്ചു ഹോട്ടലിലെത്തി. കുളിയും ജപവും തീർത്തു റൂം പൂട്ടി വഴി ചോദിച്ചു ദശാശ്വമേധഘാട്ടിലേക്കു നടന്നു.

ഞായറാഴ്ചയായിരുന്നു അത്. വല്ലാത്തൊരു നടുക്കത്തോടെ ജീവിതത്തിലെ ഏറ്റവും ഭയാനകമായ കാഴ്ച കണ്ട ദിവസം. പിന്നെ രണ്ടു ദിവസങ്ങൾ ആശുപത്രി വരാന്തയിൽ, സിമന്റ് ഗോവണിയിൽ. ഭ്രമകല്പനകളുടെ മായികലോകത്തു പാറി നടന്നിരുന്ന, ഇരുപതു തികയാത്ത അവളുടെ ലോകത്തിനുമേൽ എന്നെന്നേക്കുമായി സൂര്യൻ അസ്തമിച്ചു. കല്പന അന്ന് തൊട്ടിന്നോളം തനിച്ചാണ് അമ്മാ. ഈ പതിനേഴ് വർഷങ്ങളിലും ഇവിടെവരെ ഒന്നു വന്ന് എള്ളും നീരും തരാതിരുന്നത് എന്റെ സ്വാർത്ഥതയാണ്. എന്നെ വിട്ടുപോയി എന്ന തോന്നലുണ്ടാവാതിരിക്കാൻ, ആ ആത്മാവ് എന്നെ ചുറ്റിപ്പറ്റിയുണ്ടെന്നും ഞാൻ തനിച്ചല്ലെന്നും തോന്നാൻ മനഃപൂർവം വൈകിപ്പിച്ചതാണ്.

അതേ ചുവന്ന കല്ലുകൾ പാകിയ ഗലി, പ്രാകാരങ്ങൾ, കിളിവാതിലുകൾ, ഭിക്ഷാംദേഹികൾ, നായകൾ, പൊട്ടിയൊലിക്കുന്ന ഓടകൾ. അതേ മോക്ഷത്തിന്റെ മാർഗം. രണ്ടു ദിവസം മുൻപ് വരെ നിർത്താതെ പെയ്ത മഴയിൽ രൗദ്രയായി ഗംഗ. ദശാശ്വമേധഘട്ടിന്റെ പടികളിറങ്ങുന്നുന്നതിനു മുൻപേ കടുംനിറത്തിൽ കരയുള്ള പാളത്താറുടുത്ത, അധികം പ്രായമില്ലാത്ത ഒരാൾ ബലിതർപ്പണത്തിനാണോ എന്ന ചോദ്യവുമായി മുന്നിൽ. ബലിയർപ്പിക്കാൻ വരുന്നവരുടെ മനസ്സ് വായിക്കുന്നുണ്ടോ ആവോ? അന്നു വന്നപ്പോൾ ചോദ്യങ്ങളുമായി ആരും സമീപിച്ചില്ലായിരുന്നു. കണ്ണുകളിൽ നിഗൂഢത ചൂഴ്ന്നു നിൽക്കുന്ന, സന്ധ്യ മയങ്ങിയപ്പോൾ എണീറ്റ് പോകാൻ പറഞ്ഞ അയാൾ എവിടെയെങ്കിലുമിരിപ്പുണ്ടോ? ഇല്ല, അത് ഇവിടെയല്ല മണികർണികയിലായിരുന്നു

പെട്ടെന്ന് മഴ ചാറാൻ തുടങ്ങി.

കുർത്തയ്ക്കു മുകളിൽ തോർത്തുടുത്തു മുങ്ങിക്കയറി പടികളിലൊന്നിൽ ഇരുന്നു. തെലുങ്കൻ പണ്ഡിറ്റ് മന്ത്രോച്ചാരണത്തോടെ മുന്നിലെ

പ്ലാസ്റ്റിക് പാത്രത്തിൽനിന്നും ഒരു പവിത്രമോതിരം നീട്ടി. പതിനഞ്ചിന്റന്നു നാവാമുകുന്ദന്റെ മുന്നിൽ, ഭാരതപ്പുഴയിൽ മുങ്ങിനിവർന്നു പവിത്ര മോതിരം അണിഞ്ഞപ്പോൾ വാവിട്ടു കരഞ്ഞു. നിർത്താതെയുള്ള കര ച്ചിലും ഈറനോടെയുള്ള ഇരുപ്പും. വിറച്ചുകൊണ്ട് പല്ലുകൾ കൂട്ടിയിടിച്ചു പലപ്പോഴും ചൊല്ലിത്തന്ന മന്ത്രങ്ങൾ ഏറ്റുചൊല്ലാനാകാതെ പാതിയിൽ മുറിഞ്ഞു. കണ്ണീരു കലർന്ന നനവ് വായിൽ ഉപ്പുരസം പടർത്തി.

വാഴയിലയില്ല, ഉണങ്ങിയ ഇലകൾ കൊണ്ടൊരു വട്ടയില. ഉരുട്ടിവെക്കു ന്നത് ചോറല്ല, മാവുരുളകൾ. ഭാരതപ്പുഴയല്ല, ഗംഗ. പക്ഷേ, മഴയുണ്ട്, അന്നും ഇന്നും. അറിഞ്ഞതും അറിയാത്തതുമായ, അനേകം തലമുറ കൾക്കു പിറകെ ജീവിച്ചുമരിച്ച എല്ലാ ആത്മാക്കൾക്കും ശാന്തി. പുണ്യം പേറുന്ന ഗംഗേ, എന്റെ മോക്ഷപ്രാർത്ഥനകൾ ഏറ്റെടുക്കുമെങ്കിൽ, ബലി യൂട്ടാത്ത പതിനേഴ് ആണ്ടുകൾക്കു പകരമായി എന്റെ ഈ ഏറെ വൈകിയ ഉരുളയും നീരും ഏറ്റെടുത്ത് എന്റെ അമ്മയ്ക്ക് മോക്ഷമേകുക, എന്റെ കടങ്ങൾ വീട്ടാതിരിക്കുക. പവിത്രമോതിരമണിയാൻ ഒരു അണിവിരൽ ഈ ഭൂമുഖത്ത് അവശേഷിപ്പിച്ചിട്ടില്ല ഞാൻ.

ഇല തലയ്ക്കു പുറകിലേക്കെറിഞ്ഞുകൊണ്ടു മുങ്ങി നിവർന്നു. ഉടുത്ത തോർത്ത് ഊരി തലയും മുഖവും തുടച്ചു. ദക്ഷിണ കൊടുത്ത് അധികം തിരക്കില്ലാത്ത, ഒരു പടവിൽ ചെന്നിരുന്നു. മാറിയുടുക്കാൻ കൈ യിലൊന്നും കരുതാതിരുന്നത് മനഃപൂർവ്വമായിരുന്നു. വേണ്ട. അല്ലെങ്കിലും മഴ ചാറിക്കൊണ്ടിരിക്കുകയാണല്ലോ. നെറുകയിൽ വീണു മുഖത്തേ ക്കൊഴുകിയെത്തുന്ന മഴവെള്ളത്തിന് ചൂട്. കുറെനേരം മഴ നനഞ്ഞ് അതേ ഇരുപ്പിരുന്നു. പോകാനായി എണീറ്റ് പടി കയറുമ്പോൾ ഒരു നീണ്ടവടി വഴിമുടക്കിക്കൊണ്ടു മുന്നിൽ. ചുഴിഞ്ഞു നോക്കിക്കൊണ്ട് അയാൾ. അതോ അയാളെപ്പോലെ മറ്റൊരാളോ?

“ഫിർ ആ ഗയി?' വടിമാറ്റി വഴി തന്നുകൊണ്ട് അയാൾ പൊട്ടിച്ചിരിച്ചു. പടികയറിക്കഴിഞ്ഞു തിരിഞ്ഞു നോക്കി. വടി കരയ്ക്ക് വെച്ചുകൊണ്ട് അയാൾ ഗംഗയിലേക്ക് ഊളിയിടുന്നു.

തിരിച്ചു നടന്നു. ഹോട്ടലിലെത്തി വസ്ത്രം മാറി, ഭക്ഷണം കഴിച്ചു പുതച്ചുമൂടി കിടന്നു. വല്ലാത്ത കുളിര്. മഴ നനഞ്ഞ് ഇത്രയുംനേരം ഇരു ന്നതുകൊണ്ടാണോ അറിയില്ല. പുതപ്പിനടിയിലും പനി കൈനീട്ടി തൊട്ടു. മേഘ്ന ഗുളികയും കൊണ്ടുവരുന്നത് കാത്ത് ഉറങ്ങിപ്പോയി.

“കല്പനാ, ഈ കട്ടൻകാപ്പി കുടിക്ക്, ഗുളികയും.”

ഉണർന്നപ്പോൾ മേലാകെ വേദന. പനി. കൈനീട്ടി ഫോൺ എടുത്തു റിസപ്ഷൻ ഡയൽ ചെയ്തു പനിക്കുള്ള ഗുളിക ചോദിച്ചു. കൂടെ ഒരു ചായയും. വീണ്ടും മയക്കം.

മരം കൊണ്ടുണ്ടാക്കിയ ചട്ടക്കൂടിൽ വൈക്കോൽകൊണ്ട് പൊയ് ക്കാളയെ വരിഞ്ഞുകെട്ടി ശീലയിൽ പൊതിയുന്നു. ഒന്ന് വെള്ള, മറ്റേത്

ചുവപ്പ്. തോട്ടുമുത്തിക്കു കാളവേലയ്ക്ക് ജോടി കാളകളേ കളിപ്പിക്കാറുള്ളൂ. മുറ്റത്തെ മെതിച്ചിട്ട വൈക്കോൽ കറ്റയിൽനിന്നും അടർത്തിയെടുത്തു പള്ളയ്ക്കും കാലിനുമൊക്കെ വെച്ചുകെട്ടി കാളയുടെ രൂപം ഉണ്ടാക്കും. കണ്ടുകണ്ടിരിക്കുമ്പോൾ കണ്ണ് അടഞ്ഞുപോകുന്നു. തേങ്ങയുടച്ച് ആർപ്പു വിളിച്ചു പുലർച്ചെയാണ് തലവെക്കുന്നത്. എല്ലാക്കൊല്ലവും കാള കെട്ടുന്നതു കാണാൻ കണ്ണ് മിഴിച്ചിരിക്കും. അന്ന് പഠിത്തമില്ല. നാമം ചൊല്ലി കഞ്ഞി കുടിച്ചു കഴിഞ്ഞാൽ കാള കെട്ടുന്നവർ വരാനുള്ള കാത്തിരിപ്പാണ്. പൂമുഖത്തെ തിണ്ണയിൽ പകുതി കാഴ്ച കണ്ടിരുന്ന് ഉറങ്ങിപ്പോകും. ഉറക്കം തൂങ്ങി മുറ്റത്തേക്കെങ്ങാൻ വീണാൽ കൂട്ടത്തിൽ ഒരടിയോ, തലയ്ക്കു കിഴുക്കോ, ചെവിപിടിച്ചൊരു തിരിയോ ചെറിയമ്മാമയുടെ കൈയിൽനിന്നും കിട്ടും. കൂടെ കണ്ണു പൊട്ടുന്ന ചീത്തയും. അതു കേൾക്കുമ്പോൾ അമ്മ വന്ന് അകത്തേക്ക് വലിച്ചുകൊണ്ട് പോകും. നോക്കിയിരുന്ന് ഉറങ്ങിപ്പോകും, ഒരിക്കലും കാളയുടെ തലവെക്കുന്ന ചടങ്ങു കണ്ടിട്ടില്ല. രാവിലെ പല്ലു തേക്കുന്നതിനു മുൻപ് ഓടിവന്നു മുറ്റത്തു നോക്കുമ്പോൾ മൂക്കോളം നാവു നീട്ടുന്ന, മഷിയെഴുതിയപോലെ തിളങ്ങുന്ന കണ്ണുകളും കറുത്തിടതൂർന്നു കൺപീലികളും സ്വർണവർണ മൂക്കു കയറുമുള്ള കാളകൾ ആഭരണങ്ങളണിഞ്ഞു വേലയ്ക്കു തയ്യാറായിട്ടുണ്ടാകും. ഉച്ചയ്ക്ക് ഒന്നൊന്നരയോടെ കർപ്പൂരമുഴിഞ്ഞു തേങ്ങയുടച്ച് ആർപ്പുവിളികളോടെ കാളയെ എടുക്കും. പിറ്റേന്ന് പൂരം. അന്നു രാവിലെ തോട്ടുമുത്തിക്കു ശർക്കരപ്പായസം കഴിക്കാൻ അമ്മമ്മ തോട് കടന്ന് അമ്പലത്തിൽ പോകും. അരിയും ശർക്കരയും പായസം വെക്കാനുള്ള പാത്രവും അമ്മമ്മ പിടിക്കും. വിറക് എന്റെ കൈയിലും. കൈ വേദനിച്ചിട്ടു വിറകുകെട്ട് തലയിലെങ്ങാനും വെക്കുന്നത് കണ്ടാൽ അടുത്ത ചീത്ത പുറകെ വരും.

“അശ്രീകരം, നേദ്യത്തിനുള്ള വെറകാണ്. തലേൽ വെച്ച് അശുദ്ധാക്കരുതെന്നു പറഞ്ഞാൽ അനുസരിക്കില്ല. അതിനെങ്ങനാണ്, വളർത്തി നാശമാക്കി.”

തോടും പാടവും കടന്ന് ഇക്കണ്ട വഴിയൊക്കെ ചീത്തയും കേട്ട് നടന്നു പോകുന്നത് തോട്ടുമുത്തിയെ കാണാനുള്ള കൊതി കൊണ്ടൊന്നുമല്ല, അമ്മമ്മയെ സഹായിക്കാനുമല്ല, മുന്നിൽ ചൂട് ശർക്കരപ്പായസം.

നല്ല വിശപ്പ്. പനി കുറഞ്ഞു. സമയം നോക്കുമ്പോൾ നാലുമണിയാകുന്നു. മെല്ലെ എണീറ്റ് മുഖം കഴുകി റെസ്റ്റോറന്റിലേക്കു നടന്നു. എന്തെങ്കിലും കഴിക്കണം, രാവിലെ തൊട്ടു രണ്ടു ചായ മാത്രമാണ് ഭക്ഷണം. റിസപ്ഷൻ എത്തിയപ്പോഴാണ്, ഇനിയങ്ങോട്ട് യാത്രയ്ക്ക് ടിക്കറ്റ് ഇല്ലെന്ന് ഓർത്തത്. കാശിവരെ മാത്രമേ യാത്ര കണക്കു കൂട്ടിയുള്ളൂ. പിറ്റേന്നത്തെ ഏതെങ്കിലും ട്രെയിനിൽ ഹരിദ്വാറിലേക്കൊരു ടിക്കറ്റ് തത്കാലിൽ എടുക്കാൻ പറഞ്ഞിട്ട് കഴിക്കാനിരുന്നു. പിറ്റേന്ന് രാവിലെ പത്തുമണിയുടെ ഡൂൺ എക്സ്പ്രസ്സിൽ ടിക്കറ്റ് ഉണ്ട്, അത് മതിയോ എന്ന

ചോദ്യവുമായി കഴിച്ചുകൊണ്ടിരിക്കുന്നതിനിടയിൽ അയാൾ തിരഞ്ഞു മുന്നിലെത്തി. മറ്റന്നാൾ ഉച്ചതിരിഞ്ഞു ഹരിദ്വാറിൽ എത്തും.

"മതി, ഏതായാലും മതി. നാളെ ഉച്ചയ്ക്ക് മുൻപുള്ള ഏതു വണ്ടിയും സമ്മതമാണ്."

റിസപ്ഷനിൽനിന്നും ഒരു ഗുളിക കൂടെ വാങ്ങി കഴിച്ചു പുറത്തേക്കു നടന്നു. സൈക്കിൾറിക്ഷയിൽ വിശ്വനാഥ സവിധത്തിലേക്ക്. നടന്നുപോകാനുള്ള ദൂരമേയുള്ളൂ, പക്ഷേ, വഴി ചോദിച്ചു നടന്നെത്തി ദർശനം കഴിഞ്ഞു മടങ്ങുമ്പോഴേക്ക് വൈകിയാൽ ഗംഗാ ആരതിക്ക് മുൻപ് ഘാട്ടിലെത്താനാകില്ല. ഇന്നുതന്നെ വിശ്വനാഥനെയും അയാളുടെ ഭയാനകരൂപം, സമയത്തിന്റെ അധിപതി കാലഭൈരവനെയും അയാൾ പ്രേമപൂർവം ജടയിലേറ്റു വാങ്ങിയ ഗംഗയെയും കാണണം. കഴിഞ്ഞ തവണ വന്നപ്പോൾ കൊടുത്ത വാക്കാണ്. വാക്കുകൾ ഏറ്റവും പെട്ടെന്ന് പാലിക്കാൻ ഒരു വർഷമാകുന്നതിനു മുൻപുതന്നെ കാശിയിലേക്കു തിരിച്ചു വിളിച്ചത് മറ്റാരാണ്?

മഴ പെയ്തു കുഴഞ്ഞ വഴികൾ. അതുകൊണ്ടുതന്നെ തിരക്ക് കുറവാണ്. റിക്ഷാക്കാരൻ കാര്യങ്ങളെല്ലാം പറഞ്ഞു തന്നു, കൈയിലുള്ള സഞ്ചി വെക്കാനും അർച്ചനയ്ക്കുള്ള പൂക്കൾ വാങ്ങാനുമായി ഒരു കടയുടെ മുന്നിൽ നിർത്തി. അതുതന്നെയാണ് നട. വലിയ ബോർഡും കാവൽ നിൽക്കുന്ന പൊലീസുകാരെയും കണ്ടില്ലെങ്കിൽ ആകെ സംശയം തോന്നിയേനേ, ഇവിടമാണോ വിശ്വനാഥ സവിധം? അല്ല, വിശ്വം മുഴുവൻ അയാളുടെയല്ലേ, എവിടെയിരുന്നാൽ എന്തെന്ന് സ്വയം തിരുത്തി. കൈയിൽ പൂക്കളുമായി നിരനിരയായി നിൽക്കുന്ന പൊലീസുകാരുടെ നിർദേശങ്ങൾ പാലിച്ചുകൊണ്ട് നടന്നു. ഇതിനിടയിൽ അമ്പലം എവിടെയാണെന്ന് തിരയുമ്പോൾ ഒരുപാടു മണികൾ ഒരുമിച്ചു മുഴങ്ങി. തിരപോലെ വന്ന ഒരു തിരക്കിനിടയിൽ എവിടെയോ ചെന്ന് കൈകുത്തി നിവർന്നു നിന്നു. ഓർക്കാപ്പുറത്തു മുന്നിൽ കാശി വിശ്വനാഥൻ. കൈകളിലെ പൂക്കളും പണവും കൊടുത്തപ്പോൾ കഴുത്തിലൊരു എരുക്കിൻപൂമാല വീണു. തിരക്കിൽ വീണ്ടും സ്വയമറിയാതെ മുന്നോട്ട്. തിരിച്ചു പുറത്തു കടക്കുന്നത് അകത്തു വന്നതിനേക്കാൾ ഇടുങ്ങിയ മറ്റൊരു വഴിയേ. മോക്ഷത്തിലേക്കുള്ള വഴികൾ ഒട്ടുംതന്നെ വിസ്തൃതവും സുഗമവുമല്ല. തിരഞ്ഞു വരുന്ന വളരെക്കുറച്ചു പേർക്ക് അതെങ്ങനെയായാലും പരാതിയില്ല, പഥ്യവുമാണ്.

സന്തതസഹചാരിയായ നായകൾ! ദ്വാരം കാക്കുന്ന കാലഭൈരവനെ കാണാതെ വിശ്വനാഥനെ മാത്രം കണ്ടുപോകാനാകില്ല. വിശ്വനാഥൻ പ്രപഞ്ചത്തിനധിപതിയാണെങ്കിൽ ഭൈരവൻ പ്രപഞ്ചസമയത്തിന്റെ മുന്നോട്ടുള്ള പ്രയാണത്തിന്നധിപതിയാണ്. യാത്ര പുറപ്പെടും മുൻപ് ഭൈരവനോട് പ്രാർത്ഥിക്കണമത്രേ. അതെ, നീണ്ട യാത്രയാണ്, ഇവിടെ തുടങ്ങുകയാണ്, കല്പനയുടെ ലക്ഷ്യങ്ങൾ നിശ്ചയിച്ചാലും.

സമയമുണ്ട്, ആറുമണിയാവുന്നതേയുള്ളൂ. ഏഴുമണിക്കാണ് ആരതി. വീണ്ടും ഇടുങ്ങിയ വഴികളിലൂടെ സൈക്കിൾറിക്ഷയിലെ യാത്രകൾ. നിർത്താത്ത മഴയിൽ ഗംഗ കരയിലേക്ക് എത്തിനോക്കിയ കഴിഞ്ഞയാഴ്ച, ആരതിപോലും നടക്കാതിരുന്ന ചില ദിവസങ്ങൾ ഉണ്ടായിരുന്നുവെന്ന് റിക്ഷാക്കാരൻ പറഞ്ഞു. എതിരെ വരുന്ന റിക്ഷയിൽ ഇപ്പോൾ മുട്ടുമെന്നു തോന്നുമ്പോൾ റിക്ഷ ഒരു നിമിഷം വെട്ടിച്ചു വീണ്ടും പഴയ പടിയാക്കി അയാൾ കാണിക്കുന്ന കൈയടക്കം കൗതുകത്തോടെ നോക്കിയിരുന്നു.

സന്ധ്യ ചുവപ്പുരാശി പടർത്തിയ ഗംഗ. രാവിലെ കണ്ട ദശാശ്വമേധ ഘട്ട് അല്ല ഇപ്പോൾ. തിങ്ങി നിറഞ്ഞിരിക്കുന്നു. പടികളിൽ പലകയും മഞ്ഞ വിരിയുമൊക്കെ വിരിച്ച് ആരതിക്ക് കാത്തിരിക്കുന്ന നൂറുകണക്കിനാളുകൾ. ഒരുവിധം തിരക്കിനിടയിലൂടെ ഒരു പടിയിൽ കാലുറപ്പിച്ചു. എല്ലാവരോടും തിരക്കാതിരിക്കാനും ചുറ്റുമുള്ള സംശയകരമായ വസ്തുക്കൾ നിരീക്ഷിക്കാനുമുള്ള അറിയിപ്പുകൾ. പതിവ് ചടങ്ങായിരിക്കണം. കത്തിച്ച ധൂപിൽ നിന്നുയരുന്ന പുക, മണം, ഭജൻ, മണിമുഴക്കങ്ങൾ, നീണ്ട ശംഖൊലി, ഗണേശവന്ദനം ഒടുവിൽ പല തട്ടായി കത്തിച്ച ദീപപ്രഭയിൽ ഗംഗയ്ക്ക് ആരതി. സകല കണ്ഠങ്ങളും ഒരുമിച്ചു വിളിച്ചു

“ഗംഗാമയ്യാകീ... ജയ്.”

വാരാണസി ജീവിക്കുന്നതുതന്നെ ഗംഗാ ആരതിക്ക് വേണ്ടിയാണെന്ന് തോന്നും. മെല്ലെ പടവുകളൊഴിഞ്ഞു. കഴുത്തിലെ ജപമാലയൂരി മണികളിലൂടെ യാത്ര ചെയ്തുകൊണ്ട് ഒരറ്റത്തേക്കു നീങ്ങിയിരുന്നു. ഗംഗയുടെ ചുവപ്പു കറുപ്പിന് വഴിമാറുന്നു. ഘാട്ടിൽ പകൽ കാണുന്ന മുഖങ്ങൾക്കും രാത്രി കാണുന്ന മുഖങ്ങൾക്കും പറഞ്ഞറിയിക്കാനാകാത്ത വ്യത്യാസം. പ്രിയപ്പെട്ടവർക്ക്, അവരുപേക്ഷിച്ചുപോയ ലോകത്തിരുന്നുകൊണ്ട്, അവസാനമായി ചെയ്യാൻ കഴിയുന്ന ഒരേഒരു കാര്യം മാത്രം നിറവേറ്റാൻ വരുന്ന പകലിന്റെ ഘനീഭവിച്ച മുഖമല്ല ഭക്തിയിൽ മയങ്ങാനൊരുങ്ങുന്ന സന്ധ്യയ്ക്കും നിഗൂഢത പേറിവരുന്ന രാത്രിക്കും. കാശിക്ക് ഇനിയും കാണാത്ത എത്ര മുഖങ്ങളുണ്ട്?

ഇരുട്ടും വെളിച്ചവും വെള്ളത്തിലലിഞ്ഞു കിടക്കുന്ന വഴിയിലൂടെ മെല്ലെ നടന്നു. വഴികളിൽ അവ്യക്തത നിറഞ്ഞപ്പോൾ ചോദിച്ചു. തിരക്കൊട്ടുമില്ലാത്തതുകൊണ്ട് കാണുന്ന കാഴ്ചകൾക്കപ്പുറത്തെ കാണാത്ത കാഴ്ചകളേയും അകക്കണ്ണുകൾ അന്വേഷിച്ചുകൊണ്ടിരുന്നു. ഇല്ല, വഴിയൊട്ടും തെറ്റിയിട്ടില്ല, ഹോട്ടലിലെത്തി റിസപ്ഷനിൽ ടിക്കറ്റിനെക്കുറിച്ച് ചോദിച്ചു. ചോദിച്ചു പൂർത്തിയാക്കുന്നതിനു മുൻപ് അയാൾ ടിക്കറ്റ് എടുത്തു തന്നു. റെയിൽവേ സ്റ്റേഷനിലേക്ക് അരമണിക്കൂർ യാത്രയുണ്ട്. നാളെ രാവിലെ ഒമ്പതുമണിക്ക് ചെക്ക്ഔട്ട് ചെയ്യും, ബില്ല് തയ്യാറാക്കി വെക്കാൻ പറഞ്ഞു.

റൂം തുറന്ന് അകത്തു കയറുമ്പോൾ ഫോൺ ബെല്ലടിക്കുന്നു. മേഘ്ന.

“കല്പനാ, ഞാൻ രാവിലെ തൊട്ടു വിളിക്കുന്നുണ്ട്, എടുത്തില്ല. എത്തിയാൽ നിനക്കൊന്ന് വിളിച്ചുപറഞ്ഞൂടെ?”

“ഞാൻ എന്ത് പറഞ്ഞിട്ടാണ് പോന്നതെന്നോർമ്മയുണ്ടോ നിനക്ക്? എന്നെ അന്വേഷിക്കേണ്ട, വിളിക്കണ്ട. ഞാൻ റൂമിലുണ്ടായിരുന്നില്ല, ഫ്ലാറ്റിലായിരുന്നു.”

“കല്പനാ, ഇത്രയും ക്രൂരയാവരുത്.” അവളുടെ സ്വരം ഇടറി.

“പറയാതെ മറ്റു വഴികളില്ല, ഈ ഫോൺ പോലും അധികസമയം ചുമന്നു നടക്കാൻ ഉദ്ദേശ്യമില്ലെനിക്ക്. ഒരു ദിവസം പെട്ടെന്ന് വിളിച്ചിട്ടു കിട്ടാതാവുന്നതിനേക്കാൾ നല്ലതല്ലേ വിളിക്കാതിരിക്കുന്നത്, അത്രേയുള്ളൂ. വിളിക്കണ്ട മേഘ്ന, വിശേഷങ്ങളൊന്നും പറയാനില്ലെനിക്ക്. തനിച്ചിരിക്കുമ്പോൾ ബോറടിക്കുന്നുവെന്ന് ആളുകൾ പറയാറില്ലേ, എനിക്കത് ഒട്ടും മനസ്സിലാവാറില്ല. തനിച്ചിങ്ങനെ നടക്കുമ്പോൾ സ്വയം തിരയാം, സംസാരിക്കാം, കലഹിക്കാം. തനിച്ചിരിക്കുമ്പോൾ ബോറടിക്കുന്നവരാണ് ഈ ലോകത്തെ ഏറ്റവും വലിയ ബോറന്മാർ.” ഒന്ന് നിർത്തി ചിരിച്ചുകൊണ്ട് ഞാൻ തുടർന്നു.

ഉത്തരമൊന്നും ഇല്ല. അവൾ വെച്ചിട്ടു പോയോ അതോ തനിയെ disconnect ആയോ, അറിയില്ല.

നാലഞ്ചു missed calls ഉണ്ട്. മേഘ്നയെക്കൂടാതെ ദേബയും. ആ പേര് കണ്ടപാടെ കനലിൽ ചവിട്ടിയപോലെ.

“കല്പനാ, കൂടെക്കൂട്ടാൻ കഴിയുന്നില്ലെങ്കിലും വേണ്ടെന്നു വെക്കാനും വയ്യെന്ന് പറഞ്ഞിരുന്നു. ക്രൂരത കാണിക്കരുത്. ഒന്ന് തിരിച്ചു വിളിക്കാൻ ദയ കാണിക്കണം.”

മെസ്സേജും ഉണ്ട്.

ഉവ്വ്, അകറ്റിനിർത്താൻ തീരുമാനിച്ചവരിൽനിന്നും അകന്നുപോകാൻ ശീലിച്ചത് ക്രൂരതയാണെങ്കിൽ, ആഘാതങ്ങളെ അതിജീവിക്കാൻ ഏറെ പ്രയത്നിച്ചു നേടിയ മനസ്സാന്നിധ്യം ക്രൂരതയാവുമെങ്കിൽ, നിസ്സംഗതയോടെ വഴിമാറി നടക്കാൻ തീരുമാനിച്ചത് ക്രൂരതയാണെങ്കിൽ അങ്ങനെ തന്നെ വിളിക്കണം.

ദേബാ, കല്പനയ്ക്ക് ഇത് നിയോഗം തന്നെയായിരുന്നു, പ്രപഞ്ചം പലപ്പോഴായി പലയിടത്തുനിന്നും അടയാളങ്ങൾ തന്നിരുന്നു, അത് തിരിച്ചറിയുകയും ചെയ്തിരുന്നു. പക്ഷേ, എപ്പഴോ എവിടെയോവെച്ച് നിങ്ങളുടെ വാക്കുകളുടെ, പ്രണയത്തിന്റെ സോമം രുചിച്ചു ഒരു നിമിഷം സ്വയം മറന്നുപോയെന്നേയുള്ളൂ. അതുകൊണ്ടു തന്നെയായിരിക്കും എനിക്ക് അടയാളങ്ങൾ കാത്തുവെച്ച അതേ പ്രപഞ്ചം എന്റെ നിയോഗങ്ങളുടെ വഴിയിൽനിന്നും നിങ്ങളെ അടർത്തിമാറ്റിയതും. പകയില്ല, ശപിക്കുന്നില്ല, ഇപ്പോൾ വേദനയുമില്ല.

മുപ്പത്തിയൊന്ന്

ദേവഭൂമിയാണ് ഹരിദ്വാർ. ജ്ഞാനത്തിന്റെയും ആത്മീയതയുടെയും നിറവ് തൊട്ടനുഭവിച്ച് ആനന്ദം രുചിക്കാൻ വന്നവർക്ക് അംബരചുംബികളായ ഹിമവൽശൃംഗങ്ങളിലേക്കുള്ള കവാടമായതിനാലാവാം ഹരിദ്വാരമെന്ന് വിളിക്കപ്പെട്ടത്. വീണ്ടും വീണ്ടും വരാൻ പ്രേരിപ്പിക്കുന്ന എന്തോ ഒന്ന് ഇവിടെ നിറഞ്ഞുനിൽക്കുന്നുണ്ട്. ഉച്ചതിരിഞ്ഞതേയുള്ളെങ്കിലും വെയിൽ അധികമില്ല. ബസ്സിറങ്ങി നടന്നു. ഹർകിപൗറിയിൽനിന്നും വലത്തോട്ട് തിരിയുന്ന ചീലധാം ഋഷികേശ് റോഡിൽ ഗംഗ ഒരു കൈവരിയായി അകത്തേക്ക് തള്ളിനിൽക്കുന്ന കോണിലാണ് ഓംകാരാശ്രമം. രണ്ടു വശങ്ങളിലുമായി ഗംഗയുടെ പരിലാളനമേൽക്കുന്ന ഭൂമി. കാലുകുത്തിയാൽ ഭൗതികത ഭൂതകാലമാകുന്ന അനുഭൂതി. വിമലാമ്മയുടെ പ്രതികരണമോർക്കുമ്പോൾ ഭയമുണ്ട്. പക്ഷേ, പിന്മാറാനല്ല വന്നത്.

മലർക്കെ തുറന്നിട്ട വാതിലുകൾ കടന്ന് അകത്തേക്ക് നടക്കുമ്പോൾ പെട്ടെന്ന് കാലുകളിലൂടെ എന്തോ ഒന്ന് മേലേക്ക് അരിച്ചു കയറി. ഉടലൊന്നു വെട്ടിവിറച്ചു. ഉച്ചകഴിഞ്ഞ സമയമായതുകൊണ്ടുതന്നെ നിശ്ശബ്ദത. സന്ദേഹത്തോടെ ഓഫീസിലേക്ക് കയറുമ്പോൾ കസേരയിൽ ഏതോ പുസ്തകം വായിച്ചിരിക്കുന്ന ഒരു സ്വാമി. മുൻപ് കണ്ട പരിചയം ഉണ്ട്, പേരറിയില്ല. എന്നെ കണ്ടപാടെ അദ്ദേഹം പുസ്തകം താഴെവെച്ച് എണീറ്റു. വാക്കുകളൊന്നും പുറത്തുവരാത്തതെന്താണെന്ന് സ്വയമന്വേഷിച്ചു തോറ്റപ്പോൾ അദ്ദേഹം ചുമലിലെ ബാഗ് വാങ്ങി താഴെവെച്ചു. ഒന്നും മിണ്ടാതെ മൺകൂജയിൽനിന്നും ഒരു ഗ്ലാസ് വെള്ളം പകർന്നുതന്നത് ഒറ്റയിറക്കിന് കുടിച്ചു.

"ഭക്ഷണം കഴിച്ചോ?"

ഇല്ലെന്നു തലയാട്ടി.

"അധികം വൈകിയിട്ടില്ല, എന്തെങ്കിലും കാണും, പോയി കഴിക്കൂ."

"വിമലാമ്മ?" ശബ്ദം പുറത്തു കേട്ടില്ലേ ആവോ?

"നാളെയെത്തും, കാശിയിലാണ്." ഉവ്വ്, ഞാൻ പറയുന്നത് കേൾക്കുന്നുണ്ട്.

"സ്വാമിജി?"

"ഉണ്ട്."

ഇനിയെന്ത് ചോദിക്കും. വിശപ്പില്ല, ഭക്ഷണം കഴിക്കണമെന്നില്ല.

"ഭക്ഷണം വേണ്ടെങ്കിൽ പോയി വിശ്രമിക്കൂ. വിമലാമ്മയുടെ മുറിയിൽ ഒരു അമ്മ കാണും. ചെല്ലൂ." പറയാനിരിക്കുന്നതുകൂടി മനസ്സിലാക്കിയതുപോലെ അദ്ദേഹത്തിന്റെ മറുപടി.

സ്വാമി വീണ്ടും പുസ്തകത്തിലേക്ക് തിരിച്ചുപോയി. ബാഗുമെടുത്തു വരാന്തയിലൂടെ വിമലാമ്മയുടെ മുറിയിലേക്ക് നടന്നു. ജനലിനടുത്തുള്ള

കട്ടിലിൽ തല പകുതിയിലധികം നരച്ച, വെള്ളസാരിയുടുത്തൊരമ്മ പുറം തിരിഞ്ഞു കിടക്കുന്നു. വലതുവശത്തിലുള്ളത് വിമലാമ്മയുടേതാണ്. ബാഗ് താഴെവെച്ച് ബാക്കിയുള്ള കട്ടിലിൽ ഇരുന്നു. പനിയില്ല, പക്ഷേ, തല വേദനിക്കുന്നു. ഒന്ന് കുളിക്കണം. ഇന്ന് ജപവും നടന്നിട്ടില്ല.

കുളിച്ചു വന്നപ്പോൾ റൂമിലുണ്ടായിരുന്ന അമ്മയെ കണ്ടില്ല. നാലു മണി കഴിഞ്ഞു. ജപമാലയുമായി പുറത്തേക്കു നടക്കാനൊരുങ്ങുമ്പോൾ കൈയിൽ ഒരു ഗ്ലാസ്സുമായി അമ്മ വരുന്നു.

"ഞാനൊന്നു മയങ്ങി, മോള് വന്നത് കണ്ടില്ല. ഓഫീസിലെ സ്വാമിക്കുട്ടിയാണ് ഇവിടിങ്ങനൊരാള് വന്നിട്ടുണ്ടെന്ന് പറഞ്ഞത്. അപ്പൊ ഞാൻ ഒരു ഗ്ലാസ് ചായ ഇങ്ങോട്ടെടുത്തു." അവർ എന്റെ നേരെ ഗ്ലാസ് നീട്ടി.

വലത്തേ മൂക്കിൽ മൂക്കുത്തി, സംസാരത്തിന് തമിഴ് ചുവ. ചായ കുടിച്ചെങ്കിൽ തലവേദന കുറഞ്ഞാലോ. ഉച്ചയ്ക്കാണെങ്കിൽ ഒന്നും കഴിച്ചതുമില്ല. മറുപടി ഒരു ചിരിയിലൊതുക്കി ഗ്ലാസ് വാങ്ങി. ചായ കുടിച്ചു ഗ്ലാസ് അടുക്കളയിൽ കഴുകിവെച്ച് പുറത്തിറങ്ങി പടിക്കെട്ടുകളിൽ ചെന്നിരുന്നു. പുണ്യം വഹിച്ചൊഴുകുന്ന ഭഗീരഥിയുടെ പാദസ്പർശത്താൽ പവിത്രവും യക്ഷഗന്ധർവ കിന്നരന്മാരും അപ്സരസ്സുകളും രാക്ഷസരും വസിക്കുന്നതും അനേകം ദിവ്യഔഷധികൾ വളരുന്നതുമായ മനോഹരമായ ഗിരിനിരകളാണ് ഹരിദ്വാർ എന്ന് മഹാഭാരതത്തിൽ പരാമർശമുണ്ടത്രെ. ഒരു കൈക്കുടന്ന വെള്ളമെടുത്തു തലവഴിയൊഴിച്ചു. ഗംഗയെ സാക്ഷിയാക്കി ഇന്നത്തെ ജപം.

മണിയടിക്കുന്നു. ആരതിക്ക് സമയമായോ. അറിഞ്ഞില്ല, ആരെയും എവിടെയും കാണുന്നില്ല. ആരതി തന്നെ. സമയം പോയതറിഞ്ഞില്ല. ഹാളിൽ ഏറ്റവും പുറകിൽ ചെന്നിരുന്നു. സ്വാമിജി മുൻപിൽ കണ്ണടച്ചിരിക്കുന്നുണ്ട്. ഓരോരുത്തരായി പുറത്തുപോയി.

സ്വാമിജിയുടെ അടുത്തുചെന്ന് കണ്ണടച്ചിരുന്നു.

"കുറെ നാളായല്ലോ കണ്ടിട്ട്?"

"വന്നിരുന്നു ഞാൻ ഇടയ്ക്കൊരു തവണ. സ്വാമിജിയെ കണ്ടില്ല. വിമലാമ്മ ഉണ്ടായിരുന്നു."

"ഉവ്വ്, പറഞ്ഞിരുന്നു. ഇപ്പോൾ എന്താണ് ഈ വഴി?"

മുക്കുവൻ നദിയിൽ വല വീശുമ്പോലെ മനസ്സിലുള്ളത് ലക്ഷ്യമാക്കി ഒരു നോട്ടം അദ്ദേഹം വീശിയെറിഞ്ഞു. കണ്ണിലേക്കല്ല, എന്റെ തലയ്ക്കു മുകളിലൂടെ ചുറ്റി മനസ്സിലേക്ക്. മുൻപിലെ പുസ്തകം വിരൽവെച്ച് തുറന്നിട്ട് നീട്ടി.

"വായിക്കൂ."

യശഃ പ്രഭൃതിനായ സ്മൈ ഹേതു നൈവവിനാ പുനഃ

ഭുവി ഭോഗാനരോ ചന്തേ സജീവന്മുക്ത ഉച്യതേ (2/2/8)

സഭയിൽ കൂടിയിരിക്കുന്ന മഹർഷിമാരോടായി വിശ്വാമിത്രൻ ഇങ്ങനെ പറഞ്ഞു: ശുകനെപ്പോലെ രാമനും പരമജ്ഞാനം നേടിയിരിക്കുന്നു. ഏറ്റവും സൂക്ഷ്മങ്ങളായ വാസനകൾപോലും അസ്തമിച്ചു കഴിഞ്ഞതിനാൽ ആത്മജ്ഞാനം വന്നവന് ലൗകികകാര്യങ്ങളിൽ വിരക്തിസഹജമത്രേ. ഈ താത്പര്യമില്ലായ്മതന്നെ വിജ്ഞാന ലക്ഷണമാണ്. വാസനകൾ ശക്തമാകുമ്പോൾ ബന്ധനവും അവ ഇല്ലാതാകുമ്പോൾ മുക്തിയും ഉണ്ടാവുന്നു. "പ്രശസ്തിയോ മറ്റു പ്രലോഭനങ്ങളോ ആത്മജ്ഞാനം വന്നു മുക്തനായ ഒരു മുനിക്ക് പ്രചോദനമേകുന്നില്ല. ഇന്ദ്രിയസുഖങ്ങൾ അയാളെ ആകർഷിക്കുന്നുമില്ല."

രാമനുവേണ്ട ഉപദേശങ്ങൾ നൽകാൻ ഞാൻ മഹർഷിവസിഷ്ഠനോട് അപേക്ഷിക്കുന്നു. കാരണം അതു ഞങ്ങൾക്കും പ്രചോദനപ്രദമാണ്. ഈ പാഠങ്ങൾ പരമോന്നത വിജ്ഞാനം നിറഞ്ഞതും വേദഗ്രന്ഥങ്ങളിൽ ഏറ്റവും മികച്ചതുമാവും, നിശ്ചയം. കാരണം പ്രബുദ്ധനായ ഒരു മഹർഷിവര്യന് അതീവ യോഗ്യനും അനാസക്തനുമായ ഒരു ശിഷ്യനുവേണ്ടിയാണല്ലോ ഈ വിദ്യ ഉപദേശിക്കുന്നത്.

വസിഷ്ഠൻ പറഞ്ഞു: അങ്ങയുടെ ആവശ്യം ഞാൻ ശിരസാ വഹിക്കുന്നു. രാമ, സൃഷ്ടികർത്താവായ ബ്രഹ്മാവിന്റെ മുഖദാവിൽനിന്നും എനിക്കരുളിക്കിട്ടിയ ആ അറിവ് ഞാൻ അങ്ങേയ്ക്കു പകർന്നുതരാം.

രാമൻ പറഞ്ഞു: ആദ്യംതന്നെ ഒരു കാര്യം പറഞ്ഞുതരിക. എന്തുകൊണ്ടാണ് വേദവ്യാസനെ മുക്തനായി കണക്കാക്കാതെ മകൻ ശുകമുനിയെ മുക്തനായി കരുതുന്നത്?

വസിഷ്ഠൻ പറഞ്ഞു: രാമ, എണ്ണമൊടുങ്ങാത്ത ബ്രഹ്മാണ്ഡങ്ങൾ ഉണ്ടായി നിലനിന്നു നശിച്ചുപോയിരിക്കുന്നു. ഇപ്പോൾ നിലനിൽക്കുന്ന ബ്രഹ്മാണ്ഡങ്ങളെപ്പറ്റി മനസ്സിലാക്കുക എന്നതുപോലും അസാധ്യം. വായുവിൽ കെട്ടിയുണ്ടാക്കുന്ന കോട്ടകൾപോലെ ഈ ജഗത്തും ആഗ്രഹങ്ങളുടെ, ഹൃദയത്തിലുയരുന്ന ഭാവനയുടെ, സൃഷ്ടിയാണെന്ന് പെട്ടെന്നുതന്നെ നമുക്ക് ബോധ്യമാവും. ജീവജാലങ്ങൾ അവരുടെ ഹൃദയത്തിൽ ഈ ലോകത്തെ ആവാഹനം ചെയ്യുന്നു. ജീവനോടെയിരിക്കുമ്പോൾ ഈ മിഥ്യാഭാവന ശക്തിയാർജ്ജിക്കുന്നു. മരണശേഷം അവന് ഇതിനുമപ്പുറത്തുള്ള ലോകത്തെ ആവാഹനം ചെയ്ത് അനുഭവിക്കുന്നു. അങ്ങനെ വാഴപ്പോളപോലെ ഒന്നിനുള്ളിൽ ഒന്നൊന്നായി ലോകങ്ങൾ ഉയിർക്കൊള്ളുകയാണ്. വസ്തുപ്രപഞ്ചമോ സൃഷ്ടിപ്രക്രിയയോ ശരിയായ അർത്ഥത്തിൽ സത്യമല്ല. എന്നാൽ ജീവിച്ചിരിക്കുന്നവർക്കും മരിച്ചവർക്കും ഇവ യാഥാർത്ഥ്യമാണെന്നു തോന്നുകയാണ്. ഈ അജ്ഞതയുള്ളിടത്തോളം ദൃശ്യപ്രപഞ്ചമുണ്ടാവും.

രാമ, ഈ സംസാരസാഗരത്തിൽ ജീവികൾ അവിടവിടെയായി സാമ്യരൂപത്തിലും വിഭിന്നരൂപത്തിലും പിറവിയെടുക്കുന്നു. ഈ വേദവ്യാസന്

സൃഷ്ടിധാരയിലെ ഇരുപത്തിമൂന്നാമത്തേതാണ്. അദ്ദേഹവും മറ്റ് ഋഷി മാരും വീണ്ടും വീണ്ടും മൂർത്തരൂപമാർന്ന് പിന്നെ അമൂർത്തതയിൽ ലയിച്ചുകൊണ്ടിരിക്കും. ചില ജന്മങ്ങളിൽ അവർ മറ്റുള്ളവർക്കു തുല്യ രായും മറ്റു ചിലതിൽ അതുല്യരായുമിരിക്കും. ഈ ജന്മത്തിൽ വേദ വ്യാസൻ മുക്തനായ ഒരു ഋഷിവര്യനത്രേ. ഇങ്ങനെയുള്ള മാമുനിമാർ അനേകം ജന്മങ്ങളെടുത്ത് മറ്റുള്ളവരുമായി ബന്ധങ്ങളിൽ ഏർപ്പെടുന്നു. ചിലപ്പോൾ അവർ പഠിപ്പിലും അറിവിലും മറ്റുള്ളവർക്കൊപ്പമായിരിക്കും. മറ്റു ചിലപ്പോൾ സ്വഭാവത്തിലും പഠിപ്പിലും അവർ ഇതരമുനിമാർക്ക് സമ ന്മാരാവണമെന്നുമില്ല.

"മതി."

പുസ്തകം അടച്ചുവെച്ച് അദ്ദേഹം എണീറ്റു. പ്രപഞ്ചത്തിലെ സമയം മുഴുവൻ തന്റെ കൈയിലാണെന്നു തോന്നുംവിധമാണ് അദ്ദേഹത്തിന്റെ ഓരോ പ്രവൃത്തിയും. ഒന്നിലും ധൃതിയില്ല, സമയമെടുത്ത് ആസ്വദിച്ച്.

"വീട്ടിൽ പറഞ്ഞിട്ടാണോ പോന്നത്?" പുറകെ ഞാൻ ഉണ്ടെന്ന വിശ്വാസത്തോടെ തിരിഞ്ഞുനോക്കാതെ ചോദ്യം.

"അതെ."

ഗോശാലയിലേക്കാണ്. ചാക്കിൽ നിറച്ചുവെച്ച വൈക്കോൽതുറുവിൽ നിന്നും പാത്രത്തിലേക്ക് പകർന്ന് ഓരോ പശുവിനെയും മുന്നിലെ തൊട്ടി കൾ നിറച്ചു. അദ്ദേഹം വൈക്കോൽ പകർന്നു കൊടുക്കുമ്പോൾ ഞാൻ പശുക്കൾക്ക് വെള്ളം നിറച്ചു.

"കഴിഞ്ഞ തവണ വന്നപ്പോൾ വിമലാമ്മയോട് ആവശ്യപ്പെട്ടത് അറിഞ്ഞു. അതിനുവേണ്ടിത്തന്നെയാണോ ഇപ്പഴും വന്നത്?"

സകല ദൈവങ്ങളോടും നന്ദിപറഞ്ഞു. ഇതെങ്ങനെ അവതരിപ്പിക്ക ണമെന്നായിരുന്നു ഊണിലും ഉറക്കത്തിലും അലട്ടിക്കൊണ്ടിരുന്നത്. ഉള്ളി ലേക്ക് നീട്ടിയെറിഞ്ഞ വലയിൽ തടഞ്ഞത് മുന്നിലേക്കിട്ടു തന്നിരിക്കുക യാണ്. വിശപ്പ് മുഖത്തുനിന്നും വായിച്ചെടുത്തു മുന്നിൽ ഭക്ഷണം വിള മ്പിയപോലെ.

"ഇവിടെ വന്നുകയറുന്നവർ രണ്ടു കൂട്ടരേയുള്ളൂ. എല്ലാവരും ഉപേ ക്ഷിച്ചവരും എല്ലാവരെയും ഉപേക്ഷിച്ചവരും."

അദ്ദേഹം മെല്ലെ നടന്നു. പുറത്തേക്കാണ്, ഗംഗയിലേക്കിറങ്ങുന്ന പടവുകളിലേക്ക്. സന്ധ്യ കനക്കുന്നു. നക്ഷത്രലോകം ഇറങ്ങിവന്നതു പോലെ പ്രകാശം പ്രതിഫലിക്കുന്ന, വെട്ടിത്തിളങ്ങി ശാന്തമായൊഴുകുന്ന ഭാഗീരഥി. കരയിലിരുന്നാൽ മതി, അമ്മയെപ്പോലെ ആയിരം കഥകൾ പറഞ്ഞു തരും. ഓളക്കൈകളാൽ തലോടും. ഒന്ന് ചിണുങ്ങിയാൽ താരാട്ടു വരെ പാടും.

“പക്ഷേ, സകലതും ത്യജിക്കൽ മാത്രമല്ല കുട്ടീ സന്ന്യാസം, സകലതും സ്വീകരിക്കൽ കൂടിയാണ്. ഇങ്ങേയറ്റത്തു ഞാനുൾപ്പെടുന്ന പരമ്പര ത്യജിച്ചതിനേക്കാൾ കൂടുതൽ ഉൾക്കൊണ്ടവരാണ്. പെയ്തുതീർന്നു സ്വയം ഇല്ലാതാവുന്ന മേഘമല്ല, തേടിവരുന്നതിനെയെല്ലാം ആലിംഗനം ചെയ്യുന്ന സമുദ്രമാണത്. ഗൃഹസ്ഥാശ്രമം സന്ന്യാസത്തെക്കാൾ ശ്രേഷ്ഠമാണ്. സന്ന്യാസിയുടെ ഭൗതികാവശ്യങ്ങൾപോലും ഗൃഹസ്ഥാശ്രമിയുടെ കടമയാണെന്നിരിക്കെ, സന്ന്യാസത്തെ ഒരിക്കലും സർവശ്രേഷ്ഠമായി കണക്കാക്കരുത്. ആരുമില്ല എന്ന തോന്നലിൽനിന്നും ഉടലെടുക്കേണ്ടതല്ല വിരക്തി. വാസനകൾ ശക്തമാകുമ്പോൾ ബന്ധവും അവ ഇല്ലാതാകുമ്പോൾ മുക്തിയും ഉണ്ടാകുന്നു. ഏറ്റവും സൂക്ഷ്മങ്ങളായ വാസനകൾ പോലും അസ്തമിച്ചു കഴിയുമ്പോൾ മാത്രമാണ് വൈരാഗ്യം ഉണ്ടാകുന്നത് എന്ന് കുറച്ചു മുൻപേ യോഗവാസിഷ്ഠത്തിൽ വായിച്ചില്ലേ?”

രണ്ടു കൈകളും പുറകിലേക്ക് കൊരുത്തുപിടിച്ചു മെല്ലെ കൺചിമ്മിത്തുറക്കുന്ന ഏതോ നക്ഷത്രത്തെ നോക്കിയിട്ട് പ്രപഞ്ചത്തോടെന്നപോലെ അദ്ദേഹം പറഞ്ഞു നിർത്തി.

“ആരും ഇല്ലാഞ്ഞിട്ടല്ല, ഒന്നുമില്ലാഞ്ഞിട്ടുമല്ല, വേണ്ടെന്നു വെച്ചതാണ്. വേണമെങ്കിൽ ഗൃഹസ്ഥാശ്രമവുമാകാമായിരുന്നു. കാലിടറിയെന്നതും നേരാണ്. പക്ഷേ, അതിന് മുൻപും പിൻപും മറ്റൊന്നാഗ്രഹിച്ചിട്ടില്ല, ഈയൊഴുകുന്ന ഗംഗയാണ് സത്യം. ഇതെന്റെ നിയോഗമാണ്.”

ഒരു കാൽ മടക്കി മറ്റേകാലിന്റെ മുട്ട് നിലത്തുകുത്തി രണ്ടുകൈകളും ആ പാദങ്ങളിലൂന്നി നിലത്തിരുന്നു. വാക്കുകളിലെ ദൃഢതയും ആത്മവിശ്വാസവും എന്നെപ്പോലും അദ്ഭുതപ്പെടുത്തി. കാശിയിൽനിന്നും പുറപ്പെട്ട് ഈ നിമിഷംവരെ തോന്നിയിരുന്ന അമ്പരപ്പും പേടിയുമില്ല, വിഴുങ്ങാനാകാതെ തൊണ്ടയിൽ കുരുങ്ങിക്കിടന്നിരുന്ന അഗ്നിയില്ല, അംഗോപാംഗങ്ങൾ ദുർബലമാക്കിയിരുന്ന വേപഥുവുമില്ല. എല്ലാം ഒറ്റ നിമിഷം കൊണ്ട് അപ്രത്യക്ഷമായിരിക്കുന്നു. കൽപന കാറ്റിനേക്കാൾ ഭാരമില്ലാത്തവൾ, ആകാശംപോലെ ഒഴുകുന്നവൾ.

“അറിയുന്നുണ്ട്. ഒരു വഴി തെളിയും.”

തലയ്ക്കു മുകളിൽ മെല്ലെ ഒരു കൈ ഒഴുകിയിറങ്ങി. കൂടുതലൊന്നും പറയാതെ അദ്ദേഹം തിരിഞ്ഞുനടന്നു. അത്താഴത്തിനു സമയമായിക്കാണും. കുറച്ചുനേരംകൂടി ആ പടികളിൽ തനിച്ചിരുന്നിട്ടു ഞാനും ഭോജനശാലയിലേക്കു നടന്നു. വിരിവിരിച്ചു, പ്ലേറ്റുകളൊക്കെ തുടച്ചുവെച്ചു. ഏഴരയാകുന്നു. ഇപ്പോൾ ബെല്ലടിക്കും. വിളമ്പാനായി ചെല്ലുമ്പോൾ അമ്മ അവിടുണ്ട്.

“മോളെവിടാരുന്നു, ഞാൻ കുറെ നേരമായി അന്വേഷിക്കുന്നു.”

“ഇവിടൊക്കെ ഉണ്ടാരുന്നമ്മേ. ഇവിടെ വന്നു കഴിക്കാൻ കഴിയാത്തവരുണ്ടോ, ഞാൻ കൊണ്ടുകൊടുക്കാം.”

“ബദരിയിൽ ഒരു അപ്പൂപ്പനും രണ്ട് അമ്മൂമ്മമാരും ഉണ്ട്. ആരെയെങ്കിലും കൂടെ വിളിച്ചോളൂ, എന്നിട്ടു കൊണ്ടുപൊയ്ക്കൊള്ളൂ. പേരെന്താ കുട്ടീടെ?”

“കൽപന.”

ആരെയും വിളിച്ചില്ല, രണ്ടു പ്ലേറ്റ് ഭക്ഷണവുമായി ഞാൻ ബദരിയിലേക്കു നടന്നു. തിരിച്ചുവന്ന് ഒരു പ്ലേറ്റുമായി വീണ്ടും പോയി. അപ്പൂപ്പന് നടക്കാൻ വയ്യെന്നേ ഉള്ളൂ, എണീറ്റിരുത്തിയാൽ തനിയെ കഴിക്കും. ഒരമ്മൂമ്മയും അങ്ങനെതന്നെ. മറ്റൊരമ്മൂമ്മയ്ക്ക് പാർക്കിൻസൺസ് ആണ്, കൈവിറ ഒരുപാടു കൂടുതലായതിനാൽ സ്വയം വാരിക്കഴിക്കാൻപോലും പ്രയാസമാണ്. ഇവരെ അന്നും കണ്ടിട്ടുണ്ട്, വാരിക്കൊടുത്തിട്ടും ഉണ്ട്. അവർക്കു ഭക്ഷണം കൊടുത്തു പ്ലേറ്റുകളുമായി തിരികെ വരുമ്പോൾ അമ്മ കാത്തിരിക്കുന്നു.

“മോള് വാ, കഴിക്കാം. ഇനി നമ്മള് രണ്ടുമൂന്നു പേരേ ഉള്ളൂ.”

“സ്വാമിജി കഴിച്ചോ?”

“ഇല്ല, അദ്ദേഹത്തിനെന്തോ ഉപവാസം.”

“ഞാനിപ്പോ വരാം, അമ്മ ഇരുന്നോളൂ.”

അടുക്കളയിൽ പോയി ഒരു ഗ്ലാസ് പാലുമെടുത്തു സ്വാമിജിയുടെ മുറിയിലേക്ക് നടന്നു. ഇതെല്ലാം വിമലാമ്മയാണ് സാധാരണ ചെയ്യുന്നത്. അവർ യാത്രയിലായിരിക്കുമ്പോൾ എങ്ങനെയാണെന്നറിയില്ല. സ്വാമിജി ഒന്നും ചോദിക്കാറില്ലെന്ന് വിമലാമ്മ ഒരിക്കൽ പറഞ്ഞത് ഓർക്കുന്നു. മുറിയുടെ വാതിൽ ചാരിയിട്ടേ ഉള്ളൂ. നിലത്തു വിരിച്ചിട്ട ആസനത്തിൽ അദ്ദേഹം ഇരിക്കുന്നു. കൈയിൽ ജപമാലയുണ്ട്. ശബ്ദമുണ്ടാക്കാതെ ഗ്ലാസ് മേശമേൽ അടച്ചുവെച്ചു വാതിൽ ചാരി തിരിച്ചുപോന്നു. അമ്മ വിളമ്പി വെച്ചു കാത്തിരിക്കുകയാണ്. അവരുടെ കൂടെ അത്താഴം കഴിച്ചു. പത്രങ്ങളൊക്കെ കഴുകി വെയ്ക്കാൻ സഹായിച്ചു ജോലിയെല്ലാം തീർത്തു മുറ്റത്തെ വരാന്തയിൽ ചെന്നിരുന്നു.

“തേരേ ദർബാർ മെയിൻ മയ്യഖു ശിമിൽതി ഹൈൻ
സിന്ദഗി മിൽതി ഹൈൻ, രോതോം കോഹ സിമിൽ തിഹൈൻ.
ഏക് അജബ്സി മസ്തി, തൻമൻ പേഛാത്തി ഹൈൻ
ഓർമയ്യ...”

ആരോ പാടുന്നു. കാതോർത്താൽ പാട്ടിനിടയിൽ ഗംഗയുടെ താളം കേൾക്കാം. നേർത്ത കാറ്റിന് മഴയുടെ മണം. ആകാശം ആകെ പൂത്തു നിൽക്കുന്നു, ദൂരെ മലമുകളിൽ നക്ഷത്രമാണോ വിളക്കുകളാണോ എന്ന് വ്യക്തമാകാത്ത വെളിച്ചപ്പൊട്ടുകൾ. മേഘ്ന എവിടെയാവും? ഓർക്കരുതെന്നു പറഞ്ഞിട്ടും ഞാനാണല്ലോ ഓർത്തുപോകുന്നത്.

“പോയി കിടക്കൂ.”

ഓഫീസ് പൂട്ടിപ്പോകുംവഴി ആ സ്വാമി പറഞ്ഞു. സ്വരത്തിന് വഴക്കു പറയുമ്പോലൊരു ഭാവം.

പാപ്കട്ട്ജായേ ചരൺ ചൂനെസെ

മെഹെക്തി ഹൈൻ ദുനിയാ മാകിഥുനെസെ...

തേരേ ദർബാർ മെയിൻ മയ്യഖു ശിമിൽതി ഹൈൻ

പാട്ട് നേർത്തു. എണീറ്റ് മുറിയിലേക്ക് നടന്നു. അരണ്ട വെളിച്ചം. അമ്മ ഉറങ്ങിയെന്നു തോന്നുന്നു, ശബ്ദമുണ്ടാക്കാതെ വാതിലടച്ചു കിടന്നു. നല്ല ഉറക്കം വരുന്നു.

“കല്ലൂ, പേടിച്ചു കരഞ്ഞാൽ അടി കിട്ടും, ഹനൂമാനെ ജപിച്ചു കിടന്നോ.”

“ആലത്തൂരിലെ ഹനുമാനേ, പേടിസ്വപ്നം കാണരുതേ, പേടിസ്വപ്നം കണ്ടാലോ, വാലുകൊണ്ട് തട്ടിമുട്ടി ഉണർത്തണേ.”

“കല്ലൂ, അർജുനപ്പത്തു ചൊല്ലി കിടന്നോ, ഉറക്കത്തിൽ കിടന്നു കരയരുത്.”

“അർജുനൻ, ഫൽഗുനൻ, പാർത്ഥൻ, വിജയൻ, കിരീടി, ശ്വേതാശ്വൻ, ധനഞ്ജയൻ, ജിഷ്ണു, സവ്യസാചി...” ഒമ്പതേ ആയുള്ളൂ.

മുപ്പത്തിരണ്ട്

പകലും രാത്രിയും ഗംഗയെ രുചിച്ചിറക്കുമ്പോൾ, ശ്വസിച്ചു കയറ്റുമ്പോൾ തളർച്ചയില്ല, ആലസ്യമില്ല. വല്ലാത്ത ഊർജം നിറയ്ക്കുന്ന പകലുകളും രാത്രികളും. അഞ്ചുമണിക്കുതന്നെ എഴുന്നേറ്റു, കുളിച്ചു. പ്രാർത്ഥനാമണ്ഡപത്തിലേക്ക് നടക്കുമ്പോഴും അമ്മ എണീറ്റിട്ടില്ല. വിളിച്ചതുമില്ല, പാവം വയ്യായിരിക്കും.

സ്വാമിജി വിളക്കുകൾ വൃത്തിയാക്കിത്തുടങ്ങിയിട്ടുണ്ട്. ഒരാൾ നിലം തൂത്തുതുടയ്ക്കുന്നു. ഓരോന്നായി തെളിഞ്ഞുതുടങ്ങി. പ്രഭാതപ്രാർത്ഥനയ്ക്ക് സ്ഥിരം എത്തുന്നവർ വളരെ കുറച്ചേ ഉണ്ടാവാറുള്ളൂ. തീർന്നപ്പോൾ പുറത്തേക്കു നടന്നു. നേരം പുലർന്നു തുടങ്ങുന്നതേയുള്ളൂ. നനവാർന്ന പ്രകൃതിക്ക് ഗംഗയുടെ മണം. പടവിൽ ആരുമില്ല. ഒരു കൈ വെള്ളമെടുത്തു തലയിലൂടൊഴിച്ചു ജപത്തിനിരുന്നു. സ്വയമറിയുന്ന, പ്രപഞ്ചത്തെയറിയുന്ന ഈ സമയമാണ് ഏറ്റവും പ്രിയം. ശരീരത്തിൽ ഋതുക്കൾ കൊമ്പുകുത്തിക്കളിക്കും. രോമകൂപങ്ങളിലൂടെ പൂക്കൾ വിടരും, മൂലാധാരത്തിൽനിന്നും മിന്നൽപ്പിണറുകൾ ദേഹമാസകലം പടരും. പുറകെയല്ല, മുന്നിൽനിന്നു മാറാതെ ഒരുത്തിയുണ്ട്. കണ്ണടച്ചാൽ ദംഷ്ട്രയും നാക്കും. ഉന്മത്തതയുടെ ശൃംഗങ്ങളിലൂടെ കാൽവെച്ച് കാൽവെച്ച്

ആഗ്രഹിക്കുന്ന കൊടുമുടികളൊക്കെ കീഴടക്കുന്ന, ഒന്നിനുവേണ്ടിയും ഉപേക്ഷിക്കാൻ തയ്യാറല്ലാത്ത ഒരു മണിക്കൂർ. കുറച്ചുസമയം കണ്ണുതുറന്നിരുന്നു.

തിരിഞ്ഞു പടികൾ കയറാനൊരുങ്ങുമ്പോൾ തൊട്ടുമുന്നിൽ വിമലാമ്മ!

കാലിൽ തൊട്ടു വന്ദിച്ചപ്പോൾ പിടിച്ചെഴുന്നേൽപ്പിച്ചു ചേർത്തണച്ചു. അവരുടെ പരുക്കൻ കാവിസാരിക്ക് ഒരിക്കലും മറക്കാത്ത, ഓർമ്മകളിൽ ശിലാലേഖം ചെയ്തപോലെ ആഴ്ന്നിറങ്ങി കിടക്കുന്ന മണം.

"വിമലാമ്മ വരുംവഴിയാണോ?"

"അല്ല, എത്തി ഒരു ചായ കുടിച്ചു. നീ വന്നത് ഇന്നലെ അറിഞ്ഞു. ജാനകിയമ്മ പറഞ്ഞു അവരെണീക്കുമ്പോൾ നീയില്ലെന്ന്. കുളിക്കുന്നതിനുമുമ്പ് ഒന്ന് നിന്നെ തിരക്കി വന്നതാണ്. ഇവിടെയുണ്ടാവുമെന്നു പ്രതീക്ഷിച്ചു, തെറ്റിയില്ല."

വിമലാമ്മയ്ക്കിനിയും പറയാനുണ്ട്. മുഴുവനായിട്ടില്ലെന്നു മുഖത്തുനിന്ന് വ്യക്തം. ബാക്കി കേൾക്കാൻ കാത്തുനിന്നു. ഇന്നലെ രാത്രി മുഴുവൻ അവരെ അലട്ടിയിരുന്നതുപോലും ഈ ഒരു വിഷയമാണെന്ന് കുളിക്കാൻപോലും നിൽക്കാതെ എന്നെ അന്വേഷിച്ചുവന്നതിൽ നിന്നുതന്നെ മനസ്സിലാവുന്നുണ്ട്.

"കല്പനാ, നിന്നെ ഞാൻ ഇവിടെ വീണ്ടും പ്രതീക്ഷിച്ചിരുന്നു, പക്ഷേ, ആഗ്രഹിച്ചിട്ടില്ല. മാത്രമല്ല, നീ തിരിച്ചു വരരുതെന്ന് പ്രാർത്ഥിച്ചിട്ടുപോലുമുണ്ട്. അന്ന് നീയെന്റെ മടിയിൽ കിടന്നുകൊണ്ടാണ് ആദ്യമായെന്നോട് സന്ന്യാസമെന്ന മോഹം പറയുന്നത്. അന്നും ഞാൻ നിന്നെ നിരുത്സാഹപ്പെടുത്തി. ഇന്നും നീ മടങ്ങിപ്പോകണമെന്നാണ് എന്റെ ആഗ്രഹം. അതുമാത്രം പോരാ, സമയം വൈകിയിട്ടില്ല, വിവാഹിതയാവണം, കുഞ്ഞുങ്ങൾ വേണം. ഒറ്റപ്പെടലിന്റെ വീർപ്പുമുട്ടൽ തീരാവുന്നതേയുള്ളൂ."

ഒരു ചിരിയോടെ വിമലാമ്മയുടെ ഇടതുകൈയിൽ വലതുകൈ കൊരുത്തുപിടിച്ചു പടവിലിരുത്തി. താഴെ ഞാനുമിരുന്നു.

"വിമലാമ്മേ, ഇതിനൊക്കെ യഥേഷ്ടം സമയമുണ്ടായിരുന്നു. തടസ്സം നിൽക്കാൻ മാത്രം ഒന്നുമുണ്ടായിരുന്നുമില്ല. ഇടയ്ക്കെപ്പഴോ കുറച്ചു സമയത്തേക്ക് തോന്നിയതുമാണ്. പക്ഷേ, എന്റെ നിയോഗം അതല്ല. ഞാനാഗ്രഹിച്ചാൽപോലും നടക്കില്ല. അത്ര വ്യക്തവും ശക്തവുമായി ആ സന്ദേശം എനിക്ക് മനസ്സിലാവുന്ന രീതികളിലൊക്കെ പ്രപഞ്ചം എന്നോട് പറഞ്ഞു കഴിഞ്ഞു. ഇടയ്ക്കെപ്പഴോ വഴിയല്പം തെറ്റിയതൊഴിച്ചാൽ ഞാൻ ദൂരെ കണ്ട ലക്ഷ്യവും മറ്റൊന്നായിരുന്നില്ല. ഇനിയും ഞാനതു മനസ്സിലാക്കിയില്ലെങ്കിൽ തെറ്റാണ്, പാപമാണ്. എന്നെ പാപിയാക്കരുത്."

തിരിഞ്ഞു നോക്കിയില്ലെങ്കിലും വിമലാമ്മയുടെ മുഖത്ത് വിരിയുന്ന കയ്പ് എനിക്ക് വായിച്ചെടുക്കാം. ഇതൊക്കെ പ്രതീക്ഷിച്ചതാണ്. വിമലാമ്മ ഇനി പറയാൻ പോകുന്നതും എന്താണെന്ന് നല്ല ധാരണയുണ്ട്.

"വീട്ടിൽ പറയാതെ പോന്നതല്ലേ. എനിക്ക് നമ്പർ വേണം. ഞാൻ വിളിച്ചോളാം. സ്വാമിജിയോട് സംസാരിക്കട്ടെ."

വിമലാമ്മ അവസാന ആയുധം പുറത്തെടുത്തു.

"മുറിയിൽ ബെഡ്ഡിൽ ഫോൺ കാണും. password ഇല്ല. അച്ഛൻ, കാർത്തിക്. ഈ നമ്പറുകൾ കാണും. വിളിച്ചോളൂ. വിരോധമില്ല. എല്ലാവരോടും പറഞ്ഞിട്ടാണ് പോന്നത്."

എണീറ്റ് തിരിഞ്ഞുനിന്നു കണ്ണുകളിൽ നോക്കിത്തന്നെ പറഞ്ഞു.

"വിമലാമ്മ എന്ത് പറഞ്ഞാലും ഞാൻ തിരിച്ചുപോവില്ല. ഇനി മറ്റെന്തെങ്കിലും ബുദ്ധിമുട്ടാണെങ്കിൽ ഞാൻ ഇവിടിരുന്നോളാം. വിമലാമ്മ പൊയ്ക്കോളൂ."

ഒന്നും പറയാതെ അവർ തിരിച്ചുനടന്നു. പടികളിൽ ഞാനും അതിനു താഴെ ഗംഗയും. ഗംഗയെ അഭിവാദ്യം ചെയ്തുകൊണ്ട് വെയിൽനാളങ്ങൾ ഒഴുക്കിനു മുകളിൽ സ്വർണവർണകമ്പളം നീർത്തിയിട്ടു. മെല്ലെ ചൂട് കൂടി, സൂര്യൻ തലയ്ക്കു മുകളിൽ എത്താറായി. ജപമാല തിരിഞ്ഞും മറിഞ്ഞും കൈകളിലൂടെ ഉരുണ്ടു. ദാഹിച്ചപ്പോൾ ഗംഗയിൽനിന്നും വെള്ളം കോരിക്കുടിച്ചു. തിരിച്ചുപോകാനല്ല വന്നത്. ഇനി പോയേ ഒക്കൂ എന്നാണെങ്കിൽ താഴെ തെക്കോട്ടല്ല മേലെ വടക്കോട്ടായിരിക്കും. കല്പനയുടെ വഴികൾ തിരിച്ചറിയുന്ന ആരെയെങ്കിലും എവിടെയെങ്കിലും ഒരുക്കി നിർത്തിയിട്ടുണ്ടാകുമെന്ന് ഉറപ്പാണ്.

പൂത്തു തുടുത്ത വസന്തമല്ല, വെളുത്ത ഇന്ദീവരങ്ങൾ. താഴ്‌വരകളിൽനിന്നും കന്മദത്തിന്റെ വന്യഗന്ധമല്ല, വിഭൂതിയിലെരിയുന്ന സ്വന്തം പ്രാണന്റെ ഗന്ധം. സമയകാലങ്ങളറിയാതെ സ്വയം തിരഞ്ഞ വിശപ്പിനും ദാഹത്തിനും മറുപടിയായി ഗംഗയിൽനിന്നും വെള്ളം കോരിക്കുടിച്ചും ഒരു ദിനം. വിമലാമ്മയോട് എത്ര നന്ദി പറഞ്ഞാലാണ് തീരുക ഇങ്ങനൊരു ദിവസത്തിന്? വെയിൽ താഴുകയാണ്. ഗംഗയ്ക്കുമേൽ ഇപ്പോൾ കുങ്കുമവർണകമ്പളമാണുള്ളത്. ആശ്രമത്തിൽനിന്നും മെല്ലെ ഭജൻ ഉയർന്നു തുടങ്ങി. സുഖമുള്ള ഒരു ദിവസത്തിന്റെ ആലസ്യത്തിൽ വീണ്ടും കണ്ണടച്ചപ്പോൾ മുന്നിൽ എന്നത്തേയുംപോലെ നേർത്തുകത്തുന്ന ചിരാതല്ല, കുത്തിനിർത്തിയ പന്തം. പുറകിൽ തീ പാറുന്ന കണ്ണുകൾ.

"കല്പനാ, കല്പനാ..."

ദൂരെ ഏതോ ഗുഹാമുഖത്തു നിന്നുമെന്നപോലെ ആരോ വിളിക്കുന്നു. തണുക്കുന്നുണ്ട്.

"കല്പനാ, കണ്ണ് തുറക്ക്."

ഇരുട്ടിലും തിരിച്ചറിഞ്ഞു. വിമലാമ്മ. നനഞ്ഞിട്ടുണ്ടല്ലോ. മഴപെയ്യുന്നുണ്ടോ? പടികളിൽ കുതിർന്നു കിടക്കുകയാണ് ഞാൻ. അതെ മഴ പെയ്യുന്നുണ്ട്. വിമലാമ്മ കൈ പിടിച്ചെഴുന്നേൽപ്പിച്ചു.

"ഞാൻ തോറ്റു."

അവരുടെ കൈ പിടിച്ചുകൊണ്ടുതന്നെ നടന്നു. പ്രാർത്ഥനാമണ്ഡപത്തിൽ സ്വാമിജി ഇരിക്കുന്നുണ്ടായിരുന്നു. വിമലാമ്മ ഒന്നും മിണ്ടാതെ നിന്നു.

"സ്വാമിജി, പ്രണാം. അനുവാദമില്ലെങ്കിൽ ഇവിടെനിന്നു പോകാം, പക്ഷേ, തിരിച്ചുപോകില്ല."

"കുട്ടീ, സന്ന്യാസം സ്വയമാഗ്രഹിച്ചു മാത്രം നേടാവുന്ന ഒന്നല്ല. ഓരോ സന്ന്യാസിയുടെയും നിയോഗം ഗുരുവും പ്രപഞ്ചവും കൂടി നിശ്ചയിക്കുന്ന ഒന്നാണ്. അത് ലോകത്തോടുള്ള കടമയാണ്. സ്വയമാഗ്രഹിക്കുക, അതിൽ വിജയിക്കുക എന്ന പടി നീ കയറിക്കഴിഞ്ഞു. ഇനി ഗുരുവും പ്രപഞ്ചവും ബാക്കിയാണ്. അത് വരുന്നവരെ ക്ഷമയോടെ കാത്തിരിക്കുക."

എന്നെ കണ്ണുകൾകൊണ്ട് മുന്നോട്ടു നീക്കി നിർത്തി സ്വാമിജി എന്നോട് മാത്രമല്ലാതെ പറഞ്ഞു.

മുപ്പത്തിമൂന്ന്

കല്പനയുടെ യാത്രകൾ അവിടെ തീർന്നുവെന്നു കരുതിയതാണ്. പക്ഷേ, ഒന്നും തീർന്നിട്ടില്ല, തുടങ്ങിയതേ ഉള്ളൂ.

അനേക കോടി സൂര്യതാപത്താൽ സ്വയം ഉരുകിതീർന്നും തീവ്ര ശൈത്യങ്ങളിൽ വീണ്ടും ഉരുവാർന്നും രാത്രി പകലാക്കി ജപമാലയിൽ സ്വയം തളച്ചിട്ടും ഗുരുമുഖത്തുനിന്ന് ഉപദേശിച്ചു തന്ന മന്ത്രത്തെ കൈപ്പിടിയിലൊതുക്കിയും വഴിയേറെ താണ്ടി. ഉറക്കവും വിശ്രമവും നാമമാത്രമായി. ചെയ്യാത്ത ജോലികളില്ല. അടുക്കളയിൽ, ഭോജനാലയത്തിൽ, പ്രാർത്ഥന മണ്ഡപത്തിൽ, ഗോശാലയിൽ, ഓഫീസിൽ അങ്ങിനെ ജീവിതത്തിലിന്നേവരെ ചെയ്യാത്ത പ്രവൃത്തികളിലെല്ലാം ക്രമേണ സന്തോഷം കണ്ടെത്തി. ഖനിയിൽനിന്നും അപ്പോൾ കുഴിച്ചെടുത്ത ഇരുമ്പയിരിനെപ്പോലും സ്വർണമാക്കിയെടുക്കുന്ന പരിണാമങ്ങളിലൂടെ ഇടറിവീണും, മുറിവേറ്റും, ദിശയറിയാതെയും മറ്റു ചിലപ്പോഴൊക്കെ ആവേശത്തോടെയും സഞ്ചരിച്ചു. അന്നം രസമല്ല, വെറും ഊർജമാണെന്നും ജ്ഞാനമാണ് യഥാർത്ഥ നേത്രമെന്നും അനുഭവം കൊണ്ട് തിരിച്ചറിഞ്ഞു. വിമലാമ്മയോടൊപ്പവും സ്വാമിജിയോടൊപ്പവും പേരറിയാത്ത അസംഖ്യം സ്വാമിമാരോടൊപ്പവും പലപ്പോഴും ഏകാകിയായും യാത്ര ചെയ്തു. ബദരിനാഥും കേദാർനാഥും ഒരിക്കൽ കൈലാസവും കണ്ടു സ്വയം ചെറുതായി. ഇതുവരെ കണ്ടതും കേട്ടതും പഠിച്ചതും അറിഞ്ഞതും എത്ര വ്യർത്ഥങ്ങളായിരുന്നുവെന്നു സ്വയമറിഞ്ഞു. അറിയാത്തതും അനുഭവിക്കാത്തതും യുക്തിയുടെ കണക്കിൽ അസാധ്യമെന്നു എഴുതിത്തള്ളുന്ന

സാമാന്യബോധത്തിന്റെ കേവലതയിൽ ആശ്ചര്യപ്പെട്ടു. ലോകം ഊറ്റം കൊള്ളുന്ന ഭൂരിഭാഗവും വെറും തൃണങ്ങളായി മുന്നിൽ നിന്ന് ചിരിച്ചു. എളുപ്പമായിരുന്നില്ലൊന്നും അസാധ്യവുമല്ലായിരുന്നു.

എല്ലാം ഉപേക്ഷിച്ചത് ഇതിനായിരുന്നോ എന്ന് പോലും തോന്നിപ്പോയ സന്ദർഭങ്ങൾ. വിട്ടുവീഴ്ചകളില്ലാത്ത വിമർശനങ്ങൾ, അഗ്നിപരീക്ഷകൾ. സമയം ഒരുപാടെടുത്തു എല്ലാം മനസ്സിലാവാൻ. സ്വാമിജി പറഞ്ഞത് വെറുതെയല്ലെന്ന് അനുഭവങ്ങൾകൊണ്ട് മെല്ലെ ബോധ്യപ്പെട്ടു. സ്വയമാഗ്ര ഹിച്ചാൽ പോരാ, സന്ന്യാസി പ്രപഞ്ചത്തോട് മാത്രം പ്രതിബദ്ധതയുള്ള വനാണ്. അതുകൊണ്ടുതന്നെ സ്വയമേവ മാത്രം നിശ്ചയിക്കപ്പെടേണ്ട ഒന്നല്ല സന്ന്യാസം. നിയോഗമെന്നാൽ പ്രത്യാശ നഷ്ടപ്പെട്ടവനും ആശ്രയ മറ്റവനും അവസാന ആലംബമായി എടുത്തുപയോഗിക്കാവുന്ന വെറും വാക്കല്ല, പ്രപഞ്ചത്തിന്റെ ആഗ്രഹമാണ്. സ്വയം ത്യജിച്ചു ഇറങ്ങിപ്പുറ പ്പെട്ടവന് മുന്നിൽ ബാക്കിയാകുന്നത് ഗുരുവും ബ്രഹ്മവും മാത്രമാണ്.

ഈ ലോകത്തിലെ ഏറ്റവും വലിയ ചോദ്യം അതുതന്നെയാണ്. “ഞാൻ ആരാണ്, Who am I?” എന്റെ കാൽ വേദനിക്കുന്നു, എനിക്ക് കണ്ണ് കാണുന്നില്ല എന്ന് പറയുമ്പോൾ ഞാൻ ആരാണ്? മനസ്സാണോ, ഹൃദയമാണോ?”എന്റെ മനസ്സ് അസ്വസ്ഥമാണെ”ന്നു വീണ്ടും കണ്ടെത്തു മ്പോൾ ഞാൻ ആരാണെന്ന ചോദ്യം പിന്നെയും ബാക്കിയാകുന്നു. ശരീര മെന്ന അഹംബോധത്തിനപ്പുറം മറഞ്ഞിരിക്കുന്ന ഏറ്റവും വലിയ നേര് വെളിപ്പെടാനെടുത്ത നീണ്ട സമയം. നാലു വർഷങ്ങൾ അപ്പോഴേക്കും കടന്നുപോയിരുന്നു.

സംവഹന്ത്യ സദാനദ്യഃ സംചരന്തോ യതീശ്വരാഃ

സംപുനന്തി സമാന് ലോകാന് നിരജ സ്വച്ഛകോമളം

“ഒഴുകിക്കൊണ്ടിരിക്കുന്ന നദിയും സദാ സഞ്ചരിച്ചുകൊണ്ടിരിക്കുന്ന യതീശ്വരന്മാരും തങ്ങളുടെ ഗുണവിശേഷങ്ങൾക്കൊണ്ട് ഈ ലോകത്തെ പരിശുദ്ധമാക്കിക്കൊണ്ടേയിരിക്കുന്നു.”

സ്വാമിജി പറഞ്ഞു. ആ ഗുണവിശേഷത്തെ തിരഞ്ഞു തീർത്തത് നീണ്ട നാല് വർഷങ്ങളാണ്. വിരക്തിയും വൈരാഗ്യവും സന്ന്യാസത്തിന്റെ മാനദണ്ഡങ്ങളെന്ന് തെറ്റിദ്ധരിച്ച കൽപനയ്ക്ക് സ്വയമെത്തിപ്പിടിക്കാൻ ഏറെയുണ്ടായിരുന്നു. പരമ്പരാഗത ചടങ്ങുകളിലൂടെ അവരോധിക്കപ്പെ ടുമ്പോൾ മാത്രം ഒരുവൻ സന്ന്യാസിയാകുന്നില്ല. ഓംകാരശ്രമത്തിന്റെ കവാടത്തിൽ, ഗംഗയുടെ പടവുകളിൽ ഒരു സന്ധ്യയിൽ മഴയിൽ കുതിർന്നു കിടന്നത് വലിയൊരു യാത്രയുടെ തുടക്കം മാത്രമായിരു ന്നെന്നും അപ്പോഴും പല്ലും നഖവുമുപയോഗിച്ചു വിമലാമ്മ തിരിച്ചയയ് ക്കാനാഗ്രഹിച്ചതെന്തുകൊണ്ടായിരുന്നെന്നും മുന്നിൽ തെളിയുന്നതി പ്പോഴാണ്.

തിരിച്ചുപോകില്ലെന്ന് സ്വയം തീരുമാനിച്ചതാണ്. ദുർഘടം പിടിച്ച വഴികളിലൂടെ മുന്നറിയിപ്പേതുമില്ലാത്ത യാത്ര തുടങ്ങിയതും അത്ര സന്തോഷത്തോടെയല്ല. യാത്രയുടെ കാഠിന്യം ലക്ഷ്യത്തിന്റെ ഗാംഭീര്യത്തെക്കുറിച്ച് ഓർമ്മിപ്പിച്ചുകൊണ്ടേയിരുന്നു. അതുകൊണ്ടുതന്നെ പൊരുതി. ഗീതയിൽ പറഞ്ഞ ദ്വന്ദങ്ങളൊക്കെ, സുഖദുഃഖങ്ങൾ, ശീതോഷ്ണങ്ങൾ, ലാഭനഷ്ടങ്ങൾ, വായിച്ചു പഠിച്ചും പകർന്നു കൊടുക്കലിനുമപ്പുറം ജീവിതത്തിൽ പകർത്തുന്നത്, അതിജീവിക്കുന്നത് ആദ്യമാദ്യം അത്ര രുചിയോടെയല്ലെങ്കിലും ചവച്ചിറക്കി. പിന്നെപ്പിന്നെ രുചിക്കുന്നത് അത് മാത്രമായി.

അഗ്നിപരീക്ഷകൾക്കൊടുവിൽ അന്തരാളങ്ങളിൽനിന്നെവിടെനിന്നോ ഒരു ഉറവ മെല്ലെ ഉണരാൻ തുടങ്ങി. ശരീരമാകെ ഒഴുകിപ്പടർന്നു, കീഴടക്കി, പലപ്പോഴും അത് പ്രളയമായി ഊക്കോടെ പിഴുതുകൊണ്ടുപോയി. ആനന്ദത്തിലേക്കുള്ള വഴികൾ, ഉള്ളിലേക്കുള്ള വഴികൾ തന്നെയാണ്; തിരിച്ചറിയാനെടുത്ത വർഷങ്ങളാണത്.

കൽപന യാത്രയിലാണ്, നിയോഗമെന്ന വെറും വാക്കിനപ്പുറത്തെ വലിയ അർഥം തേടിയുള്ള യാത്രയിൽ. സാക്ഷി പ്രപഞ്ചം മാത്രമാണ്, ഗുരുവിന് മറ്റു വഴികളില്ലാതാവുന്ന ഒരു നിമിഷം വരും. വന്നേ തീരൂ. അന്ന് കൽപനയുടെ യാത്രകൾ അവസാനിക്കും.

മുപ്പത്തിനാല്

"വേദാന്ത വാക്യേഷു സദാ രമന്തോ
ഭിക്ഷാന്ന മാത്രേണ ച തുഷ്ടിമന്തഃ
അശോക മന്തഃകരണേ രമന്തഃ
കൗപീന വന്തഃ ഖലു ഭാഗ്യവന്തഃ"

അതായത് അവന് എപ്പോഴും വേദാന്തവാക്യങ്ങളുടെ അർത്ഥചിന്തകളിൽ രസിച്ചുകൊണ്ടിരിക്കണം. ഭിക്ഷാന്നംകൊണ്ടുതന്നെ സന്തോഷിക്കണം. ദുഃഖസ്പർശമില്ലാതെ അന്തർമുഖനായി കഴിയണം. അങ്ങനെയുള്ള സന്യാസിയാണ് ഭാഗ്യവാൻ. ഭാരതീയമായ സന്യാസശബ്ദം കൊണ്ട് വിവക്ഷിക്കുന്നത് ഇതാണ്. സാമാന്യമായി പറഞ്ഞാൽ, ഒരു വ്യക്തിക്ക് സന്ന്യാസം സ്വീകരിക്കാൻ യോഗ്യനായ സദ്ഗുരുവിന്റെ സമീപം സകലവിദ്യാപരിശ്രമജ്ഞനായി ഏഷണാത്രയങ്ങളെ ഉപേക്ഷിച്ച് ബ്രഹ്മചര്യത്തെ അവസാനിപ്പിച്ച് ഗൃഹസ്ഥാശ്രമത്തിലും ആ ആശ്രമം തീർത്തതിനുശേഷം വാനപ്രസ്ഥം സ്വീകരിക്കാം അല്ലെങ്കിൽ വാനപ്രസ്ഥത്തിൽ നിന്നോ ബ്രഹ്മചര്യത്തിൽ നിന്നോ നേരിട്ടോ സന്ന്യാസം സ്വീകരിക്കാം. സന്ന്യാസോപനിഷത്ത് പറയുന്നതിനുസരിച്ച് നാൽപതു വിധത്തിലുള്ള സംസ്കാരത്തോടു കൂടിയവനും എല്ലാറ്റിലും പൂർണ വിരക്തി

വന്നവനും ചിത്തശുദ്ധനും ആശ, അസൂയ, ഈർഷ്യ, അഹങ്കാരം എന്നിവ നശിപ്പിച്ച് സാധന ചതുഷ്ടയ സമ്പന്നനുമാണ് സന്ന്യാസി. ഫലാപേക്ഷ കൂടാതെ സന്ന്യാസയുക്തനായി അഗ്നിയേയും വർണത്തേയും ത്യജിച്ച് വാനപ്രസ്ഥാശ്രമം സ്വീകരിക്കണം. അതായത് വാനപ്രസ്ഥനും സന്ന്യാസിയും ഗൃഹം വെടിയുന്നത് പരമപദ പ്രാപ്തിക്കായാണ് എന്നർത്ഥം. ആസനം, പാത്രലോപനം, സഞ്ചനം, ശിഷ്യസഞ്ചയം, ദിവാ സ്വപ്നം, വൃഥാലാപം ഈ ആറും സന്ന്യാസിക്ക് ബന്ധകാരണമാണ്."

സ്വാമിജി പറഞ്ഞു നിർത്തി.

"ഇനിയുമെന്തുണ്ട് ഉപേക്ഷിക്കാൻ?" ഒരുപാടാലോചനകൾക്കുശേഷം ഒരു ചോദ്യമെറിഞ്ഞു തന്നു.

ഞാൻ മെല്ലെ എണീറ്റു. മുറിയിൽ പോയി കൂടെ കൊണ്ടുവന്ന ചെറിയ ബാഗും സഞ്ചിയും എടുത്തു. രണ്ടും മുന്നിൽ കൊണ്ട് വെച്ചു. ബാഗിന്റെ വശം തുറന്നു ചെക്ക് ബുക്കും ATM കാർഡും മൊബൈൽ ഫോണും എടുത്തു മുന്നിൽ വെച്ചു.

"ബാങ്ക് അക്കൗണ്ടിൽ ഏതാണ്ട് ഇരുപതു ലക്ഷം രൂപയോളം കാണും; കൃത്യമായി അറിയില്ല. ഇതല്ലാതെ ഈ ഇട്ട വസ്ത്രവും അതി നുള്ളിലെ ശരീരവും മാത്രമേ ത്യജിക്കാൻ ബാക്കിയുള്ളൂ."

"സന്ന്യാസി അജിഹ്വനും ഷണ്ഡകനും പംഗുവും അന്ധനും ബധി രനും മുഗ്ദ്ധനും ആയിരിക്കണം. എങ്കിൽ മാത്രമേ മുക്തനാകയുള്ളൂ."

ഒന്ന് നിർത്തി അദ്ദേഹം തുടർന്നു:

"കറുത്ത വാവ് ദിവസമുള്ള ദീക്ഷ കഴിഞ്ഞിരിക്കുകയാണ്. നാളെ വെളുത്ത വാവാണ്. ദേവായനമെന്ന ചടങ്ങുണ്ടാവും. ചില ഔഷധികൾ പച്ചയ്ക്കു അരച്ച് അത്തിത്തടി കൊണ്ടുണ്ടാക്കിയ പാത്രത്തിൽ തേനും തൈരും ഒഴിച്ച് ആജ്യഹോമം ചെയ്ത് മന്ത്രപ്രോക്ഷണമാദികത്തോടു കൂടി മന്ഥത്തിൽ വീഴ്ത്തി മന്ത്രഭാഗം ചെയ്ത് ഒരിക്കൽ വായിൽ കൊള്ളു ന്നത് ഭക്ഷിക്കണം. അതിനുശേഷം സവിതാവായ ദേവന്റെ സ്വരൂപത്തെ ധ്യാനിക്കണം. അതായത് ഗുരു ഗായത്രി ഉപദേശിച്ചു തരും. ഇരുപത്തി നാലു മണിക്കൂർ ഗായത്രി ജപിച്ചിരിക്കണം. കൃഷ്ണാജിനത്തിലോ വെറും തറയിലോ മൗനവ്രതത്തോടു ചിത്തസംയമനത്തോടു കൂടി കിടന്നു റങ്ങണം. ഇപ്പോൾ പോയി ഉറങ്ങിക്കോളൂ. നാലു മണിക്ക് കുളിച്ചു ഈറ നോടെ വരിക."

ഇരുപത്തിനാലു മണിക്കൂർ അഭംഗം ഗായത്രി ജപിച്ചു, ഉപ്പു തൊടാതെ, വെറും തറയിൽ കിടന്നു സ്വയം ശുദ്ധയായി. അടുത്ത ആജ്ഞയ്ക്ക് കാതോർത്തിരിക്കുമ്പോൾ മുന്നിൽ സ്വാമിജി വീണ്ടും.

"ചിത്തം സ്വസ്ഥമായെങ്കിൽ നാളെ പിണ്ഡദാനമാവാം. അത് കഴി ഞ്ഞാൽ വിരജാ ഹോമം. ആദ്യം ഏഴു തലമുറകൾക്കുള്ള പിണ്ഡം, പിന്നെ

ആത്മപിണ്ഡം. ഈ ജന്മം ഇന്നോടെ തീരുകയാണ്. നാളെ പുതിയ ജന്മമാണ്. മനസ്സുകൊണ്ട് തയ്യാറാണോ?"

"തയ്യാറാണ്."

ഞാൻ എന്നേ തയ്യാറാണല്ലോ? ഗുരുവിന്റെയും ലോകത്തിന്റെയും ആജ്ഞകൾക്കു കാതോർത്തിരിക്കുകയായിരുന്നുവല്ലോ?

കൽപനയുടെ അവസാനരാത്രിയാണിത്. ചിറയ്ക്കൽ ശ്രീമംഗലം, അമ്മ, അച്ഛൻ, ഏട്ടൻ, അമ്മാവന്മാർ, ചെറിയമ്മമാർ, മേഘ്ന, ഒടുവിൽ ദേബബ്രതയും വേഷങ്ങളാടിത്തീർത്തുപോയ അധ്യായങ്ങൾക്ക് തിരശ്ശീലവീഴുകയാണ്.

സൂര്യനുദിച്ചിട്ടില്ല. സ്വാമിജിയെയും മംഗളമയിയായ ഗംഗയെയും സാക്ഷി നിർത്തി, അമ്മേ ഞാനിതാ വീണ്ടും പവിത്രമോതിരം അണിയുകയാണ്. അവസാനമായും.

"ഈ ലോകത്ത് എന്റെ അച്ഛന്റെയും അമ്മയുടേയും വംശത്തിൽ ജനിച്ചവർക്കും അല്ലാതെയുള്ളവർക്കും കഴിഞ്ഞ ഏഴു ജന്മങ്ങളിലായി എന്നെ ആശ്രയിച്ചവർക്കും സഹായിച്ചവർക്കും എന്റെ സുഹൃത്തുക്കൾക്കും ഞാൻ ആശ്രയിച്ച സമസ്ത ജീവജാലങ്ങൾക്കും എന്റെ അമ്മയുടെ കുലത്തിൽനിന്ന് വേർപെട്ടുപോയ എല്ലാവർക്കും എന്റെ അച്ഛന്റെ, ഗുരുവിന്റെ, ബന്ധുക്കളുടെ കുലത്തിൽനിന്ന് വേർപെട്ടുപോയ എല്ലാവർക്കും കഴിഞ്ഞ കാലങ്ങളിൽ പിണ്ഡസമർപ്പണം സ്വീകരിക്കാൻ കഴിയാതെ പോയ എല്ലാവർക്കും മക്കളോ ഭാര്യയോ ഭർത്താവോ ഇല്ലാത്തതു കാരണം വിഷമിക്കേണ്ടി വന്ന എല്ലാവർക്കും പട്ടിണിയിൽ ജനിക്കുകയും ജീവിക്കുകയും മരിക്കുകയും ചെയ്ത എല്ലാവർക്കും ആയുസ്സെത്താതെ മരിച്ചവർക്ക് വേണ്ടിയും.

പിണ്ഡമുരുട്ടി തീർന്നു.

അമ്മേ, കൽപന ഇവിടെ തീരുകയാണ്, കല്പനയുടെ യാത്രകളും ഒറ്റപ്പെടലുകളും വേദനകളും ഇവിടെ തീരുകയാണ്. എന്റെ ആത്മാവിനു ഞാൻ സ്വയം ശ്രാദ്ധമൂട്ടുകയാണ്...

"ഇദം ആത്മപിണ്ഡം സമർപ്പയാമി."

"വസ്ത്രങ്ങളെല്ലാം ഗംഗയിൽ ഉപേക്ഷിച്ചോളൂ. സ്വന്തം ശരീരമല്ലാതെ മറ്റൊന്നും ഉണ്ടാവരുത്. ഇത് പുനർജന്മമാണ്."

ഈ ജന്മത്തിന്റേതായ അടയാളങ്ങളെല്ലാം ഭാഗീരഥി ഏറ്റുവാങ്ങി.

"ഒമ്പതു മുങ്ങി കൈയുയർത്തി വടക്കോട്ടു തപസ്സിനായി നടന്നോളൂ. ഏഴു ചുവടിന് മുൻപ് പിൻവിളിയുണ്ടാവും."

പൂർവാശ്രമത്തിലെ കണക്കുകളൊക്കെ തീരുന്നു. ദിഗംബരയായി വടക്ക് ദിക്ക് നോക്കി നടക്കുകയാണ്.

“ശിവപ്രിയാനന്ദാ...”

സ്വാമിജി വിളിച്ചു. ലോകം മുഴുവൻ കുടുംബമായുള്ള ശിവപ്രിയാനന്ദയുടെ യാത്രകൾ ഇവിടെ തുടങ്ങുന്നു.

“ലോക ലജ്ജാ നിവാരണാർത്ഥം കൗപീനം ധാരയേത്”

സ്വാമിനി ശിവപ്രിയാനന്ദ കാവി വസ്ത്രം ഏറ്റുവാങ്ങുകയാണ്.

പ്രാണാ പാന വ്യാനോ ദാന സമാനാ മേ ശുധ്യന്താം

ജ്യോതിരഹം വിരജാ വിപാപ്മാ ഭൂയാസം സ്വാഹാ

എല്ലാം അഗ്നിക്ക് സമർപ്പിച്ചു കഴിഞ്ഞു. ഇനി ഈ ജീവിതത്തിൽ മറ്റൊരു ഹോമത്തിന്റെ ആവശ്യമില്ല, ആഹുതി ചെയ്യാൻ ഒന്നും ബാക്കിയുമില്ല. സ്വാമിജി പറഞ്ഞതുപോലെ വീണ്ടും മുങ്ങിവന്നു.

ഞാൻ ഭൂമി ആകാശ പാതാളാദി പതിന്നാലു ലോകങ്ങളിലുള്ള എല്ലാ സുഖഭോഗങ്ങളെയും ത്യജിക്കുന്നു.

“ആത്മനോ മോക്ഷാർത്ഥ ജഗത് ഹിതായ ചാ”

എന്റെ സ്വന്തം മോക്ഷത്തിനും ഈ ലോകത്തിന്റെ ഹിതത്തിനും വേണ്ടി ഞാൻ സന്ന്യാസം സ്വീകരിക്കുന്നു!

■

www.ingramcontent.com/pod-product-compliance
Lightning Source LLC
Chambersburg PA
CBHW031351230926
51848CB00002B/476